ആൻഡേഴ്സൻ കഥകൾ

anderson kadhakal
•
translated
a vijayan
•
first edition
september 2012
•
typesetting
megha
•
published
chintha publishers, thiruvananthapuram
•

•
cover
ambeesh

വിതരണം
ദേശാഭിമാനി ബുക്ക് ഹൗസ്
H O തിരുവനന്തപുരം–695 035
www.chinthapublishers.com
chinthapublishers@gmail.com

ബ്രാഞ്ചുകൾ
ഹെഡ്ഓഫീസ് കുന്നുകുഴി • ഓവർബ്രിഡ്ജ് തിരുവനന്തപുരം • കെ എസ് ആർ ടി സി ബസ് സ്റ്റേഷൻ ആലപ്പുഴ • കെ എസ് ആർ ടി സി ബസ് സ്റ്റേഷൻ എറണാകുളം • മച്ചിങ്ങൽ ലെയ്ൻ തൃശൂർ • ഐ ജി റോഡ് കോഴിക്കോട് • കെ എസ് ആർ ടി സി ബസ് സ്റ്റേഷൻ കോഴിക്കോട് • എൻ ജി ഒ യൂണിയൻ ബിൽഡിങ് കണ്ണൂർ • സെൻട്രൽ ബസ് ടെർമിനൽ കോംപ്ലക്സ് താവക്കര കണ്ണൂർ

CO - 1824 / 3016

ആൻഡേഴ്സൻ കഥകൾ

പരിഭാഷ:
എ വിജയൻ

ചിന്ത പബ്ലിഷേഴ്സ്
തിരുവനന്തപുരം-695 035

ഹാൻസ് ക്രിസ്റ്റ്യൻ ആൻഡേഴ്സൻ (1805–1875)

1805 ഏപ്രിൽ 2ന് ഡെൻമാർക്കിലെ ഓഡൻസ് നഗരത്തിൽ ജനനം. കുട്ടികൾക്കു മാത്രമല്ല മുതിർന്ന വായനക്കാർക്കും ഇഷ്ടപ്പെടുന്ന കഥകളാണ് ആൻഡേഴ്സന്റെ യക്ഷിക്കഥകൾ. ഏതു പ്രായത്തിലുള്ളവരെയും ഈ കഥകൾ ആകർഷിക്കുന്നു.

ആൻഡേഴ്സൻ കഥകൾ നാടോടിക്കഥകളിൽനിന്ന് രൂപപ്പെടുത്തിയവയല്ല. അവ സ്വന്തം ഭാവനയിൽനിന്ന് രൂപം പൂണ്ടവയാണ്. ആൻഡേഴ്സന്റെ ആത്മാവിന്റെ അംശം ആ കഥകളിൽ തുടിച്ചുനിൽക്കുന്നു.

എ വിജയൻ

1944 ൽ കോഴിക്കോട് ജനനം. ബാലസാഹിത്യശാഖയിൽ നോവൽ, കഥ, കവിത, വിവർത്തനം എന്നീ ഇനങ്ങളിലായി നാൽപ്പതോളം കൃതികൾ പ്രസിദ്ധപ്പെടുത്തിയിട്ടുണ്ട്. കോഴിക്കോട് മെഡിൽ കോളേജ് കാമ്പസ് ഗവ. ഹയർ സെക്കണ്ടറി സ്കൂൾ മുൻ പ്രിൻസിപ്പലാണ്.

കേരള സർക്കാരിന്റെ ബാലസാഹിത്യ അവാർഡ് (1980), കൈരളി ചിൽഡ്രൻസ് ബുക്ട്രസ്റ്റ് അവാർഡ് (1990), ചെറുകാട് അവാർഡ് (1992), ബാലസാഹിത്യ ഇൻസ്റ്റിറ്റ്യൂട്ട് അവാർഡ് (1993), ശ്രീപത്മനാഭസ്വാമി അവാർഡ് (1995), അധ്യാപക സ്റ്റേറ്റ് അവാർഡ് (1998), അബുദാബി ശക്തി അവാർഡ് (2000), വിവർത്തനത്തിന് ബാലസാഹിത്യ ഇൻസ്റ്റിറ്റ്യൂട്ടിന്റെ മില്ലേനിയം അവാർഡ്, പി ടി ഭാസ്കരപ്പണിക്കർ ബാലസാഹിത്യ അവാർഡ് (2002), കെ എസ് കെ തളിക്കുളം അവാർഡ് (2002), കേരളസാഹിത്യ അക്കാദമി അവാർഡ് (2009), തുടങ്ങിയ അംഗീകാരങ്ങൾക്ക് അർഹനായി.

ഭാര്യ : കെ പി സുമതി
മക്കൾ : സ്വപ്ന, സ്മീത
വിലാസം : 'കവിത'
എ ആർ ക്യാമ്പ് റോഡ്
മേരിക്കുന്ന് പി ഒ
കോഴിക്കോട് 673012
ഫോൺ. 0495 – 2370772

ഉള്ളടക്കം

1

പറുദീസ എന്ന പൂന്തോപ്പ്

ഒരിക്കൽ ഒരു രാജകുമാരനുണ്ടായിരുന്നു. രാജകുമാരന്റെ കൈവശം ഒരുപാട് പുസ്തകങ്ങളും ഉണ്ടായിരുന്നു. ലോകത്തിന്റെ എല്ലാ ചരിത്രവും സംഭവങ്ങളും അയാൾ വായിച്ചു മനസിലാക്കി. ഏതു രാജ്യത്തെപ്പറ്റിയും ജനങ്ങളെപ്പറ്റിയും അയാൾക്ക് അറിവുണ്ടായിരുന്നു. പക്ഷേ, രാജകുമാരന് പറുദീസയുടെ പൂന്തോട്ടം എവിടെയാണെന്ന് മാത്രം അറിയാൻ കഴിഞ്ഞില്ല.

രാജകുമാരൻ കുട്ടിയായിരുന്നപ്പോൾ മുത്തച്ഛൻ സ്വർഗത്തിലെ പൂന്തോട്ടത്തെപ്പറ്റി പറഞ്ഞിരുന്നു. പൂക്കൾക്ക് കേക്കിന്റെ മധുരവും, തണ്ടിന് വീഞ്ഞിന്റെ രുചിയും ഉണ്ടത്രെ. ഒരു ചെടിയിൽ ചരിത്രവും മറ്റൊന്നിൽ ഭൂമിശാസ്ത്രവും വേറൊന്നിൽ ഭാഷയും പുഷ്പിച്ചു നിന്നു. ആ പുഷ്പം പറിച്ചുതിന്നുന്നവൻ വിജ്ഞനായി മാറും. കുട്ടിയായിരുന്നതുകൊണ്ട് രാജകുമാരൻ കേട്ടത് അപ്പടി വിശ്വസിച്ചു. പക്ഷേ, മുതിർന്ന് കൂടുതൽ വിവരമുണ്ടായപ്പോൾ, പറുദീസയുടെ പൂന്തോപ്പിന്റെ സൗന്ദര്യം മറ്റെന്തോ ആണെന്ന് അയാൾക്ക് ബോധ്യമായി.

'ആദം എന്തിനാണ് വിലക്കപ്പെട്ട കനി ഭക്ഷിച്ചത്! ഹവ്വ എന്തിനാണ് ജ്ഞാനവൃക്ഷത്തെ സ്പർശിച്ചത്? അവർ അതു ചെയ്തില്ലായിരുന്നുവെങ്കിൽ ഭൂമിയിൽ പാപം ഒരിക്കലും ഉണ്ടാകുമായിരുന്നില്ല.' പതിനേഴുവയസായപ്പോൾ രാജകുമാരൻ ചിന്തിച്ചത് അങ്ങനെയാണ്. അയാളുടെ മനസിൽ പറുദീസ എന്ന പൂന്തോട്ടം നിറഞ്ഞുനിന്നു.

ഒരുദിവസം രാജകുമാരൻ ഒറ്റയ്ക്ക് കാട്ടിൽ അലഞ്ഞുനടക്കുകയായിരുന്നു. സന്ധ്യയായപ്പോൾ മഴക്കാറ് മൂടുകയും പെട്ടെന്ന് കനത്ത മഴ പെയ്യുകയും ചെയ്തു. കാടും പരിസരവും വെള്ളത്തിൽ കുതിർന്നു. ചുറ്റും കനത്ത ഇരുട്ട്. രാജകുമാരൻ തപ്പിത്തടഞ്ഞ് മുമ്പോട്ടുനടന്നു.....

ശക്തി ക്ഷയിക്കുന്നതുപോലെ....... പെട്ടെന്ന് അപരിചിതമായ ഒരു ശബ്ദം കേട്ടു. നോക്കിയപ്പോൾ വെളിച്ചമുള്ള വലിയൊരു ഗുഹ. നടുവിൽ തീ എരിയുന്നുണ്ട്. അതിൽ ഒരു മാനിനെ അപ്പാടെ ചുട്ടെടുക്കാൻ വെച്ചിരിക്കുന്നു. നല്ല ഉയരമുള്ള ഒരു വൃദ്ധ തീ കൂട്ടിക്കൊണ്ടിരുന്നു. അവരെ കണ്ടാൽ ഒരു പുരുഷൻ വേഷം മാറിയതുപോലുണ്ട്. "ഇങ്ങ് അടുത്തുവാ. തീയുടെ അടുത്തിരുന്ന് വസ്ത്രമെല്ലാം ഉണക്ക്." വൃദ്ധ പറഞ്ഞു.

"ഇവിടെ ഭയങ്കര കാറ്റുണ്ടല്ലോ." രാജകുമാരൻ അകത്തു കടന്നിരുന്നു പറഞ്ഞു.

"അത് കൂടാൻ പോകുന്നതേയുള്ളൂ. എന്റെ മക്കൾ ഇങ്ങു വരട്ടെ!" വൃദ്ധ തുടർന്നു: "നീയിപ്പോൾ കാറ്റിന്റെ നിലവറയിലാണ്. എന്റെ പുത്രന്മാർ നാലുപേരും നാലുവശത്തുനിന്നുള്ള കാറ്റാണ്. മനസിലായോ?"

"നിങ്ങളുടെ പുത്രന്മാർ എവിടെ?"

"മറുപടി അർഹിക്കാത്ത ചോദ്യം. എന്റെ മക്കൾക്ക് വിചാരിക്കുന്നതെന്തും ചെയ്യാൻ കഴിയും. മേഘങ്ങളെ അവർ പന്തുപോലെ തട്ടിക്കളിക്കും." വൃദ്ധ ആകാശത്തിലേക്ക് വിരൽ ചൂണ്ടി.

"ഏതായാലും നിങ്ങളൊരു പരുക്കൻ മട്ടിലാണല്ലോ സംസാരിക്കുന്നത്?" രാജകുമാരൻ ചോദിച്ചു.

"അങ്ങനെയായാലേ, എന്റെ മക്കളെ നിയന്ത്രിക്കാൻ പറ്റൂ. ചുമരിൽ നാലു ചാക്കുകൾ തൂക്കിയിട്ടതു കണ്ടില്ലേ? മാന്ത്രികവടിയെടുത്ത് ഞാനൊന്ന് ഊതിയാൽ മതി, അവർ ചാക്കിനുള്ളിൽ കടന്നിരിക്കും. പിന്നെ എന്റെ സമ്മതമില്ലാതെ അവർ പുറത്തുവരില്ല."

വൃദ്ധ അത്രയും പറഞ്ഞപ്പോൾ ഒരു മകൻ അവിടെയെത്തി. അത് വടക്കൻ കാറ്റായിരുന്നു. തണുപ്പും ഹിമവും ആലിപ്പഴവർഷവുമൊക്കെയായാണ് അവന്റെ വരവ്. കരടിത്തോൽ വസ്ത്രങ്ങളാണ് അവൻ ധരിച്ചിട്ടുള്ളത്. താടിയിലും തൊപ്പിയിലും ദേഹത്തുമൊക്കെ ഹിമകണങ്ങൾ പറ്റിപ്പിടിച്ചിട്ടുണ്ട്. അവന്റെ ആഹ്ലാദം മുഴുവൻ മഞ്ഞുതന്നെ.

"കാറ്റിന്റെ ഈ നിലവറയിൽ എങ്ങനെയെത്തി?" അവൻ രാജകുമാരനെ നോക്കി ചോദിച്ചു.

"അവനെന്റെ അതിഥിയാണ്" വൃദ്ധ പറഞ്ഞു.

വടക്കൻ കാറ്റ് തന്റെ ഒരു മാസത്തെ അനുഭവങ്ങൾ വിവരിക്കാൻ തുടങ്ങി.

"ഞാൻ ആർട്ടിക് കടലിൽ നിന്നാണ് ഇപ്പോൾ വരുന്നത്. ഞാനവിടെ കരടി ദ്വീപിലായിരുന്നു. കൂടെ തിമിംഗലവേട്ടക്കാർ. വടക്കേ മുനമ്പിലേക്കാണ് സഞ്ചാരം. കടൽപ്പക്ഷികൾ താണുപറക്കുന്ന മനോഹരമായ കാഴ്ച. പാതി ഉരുകിയ ഹിമനിരപ്പ്. രാക്ഷസന്മാരുടെ കൈകാലുകൾപോലെ അതിൽ പൊങ്ങിനിൽക്കുന്ന തിമിംഗലത്തിന്റെ എല്ലുകൾ. ധ്രുവക്കരടിയുടെ മുരൾച്ചകേൾക്കാം. ഞാൻ തീരത്തിലൂടെ സഞ്ചരിക്കുകയാണ്. അവിടെയുള്ള പക്ഷിക്കൂടുകളിലേക്ക് എത്തിനോക്കി. അവയിൽ ചുണ്ടു മുഴുവൻ പിളർന്ന് ഉച്ചത്തിൽ കരയുന്ന കുഞ്ഞുങ്ങൾ ഉണ്ടായിരു

ന്നു. എന്റെ ശക്തിയായ ഇരമ്പൽ കേട്ട് അവ നിശ്ശബ്ദമായി. നീർക്കുതിരകൾ പുളഞ്ഞു കളിക്കുന്നുണ്ട്. വേട്ടക്കാരുടെ ചാട്ടുളിയേറ്റ് അവയുടെ രക്തം ഹിമത്തിലേക്ക് ചീറ്റിപ്പരന്നു. വേട്ടക്കാരുടെ ബോട്ടുകൾക്കു ചുറ്റും ഞാൻ ഹിമക്കുന്നുകളായി ആഞ്ഞടിച്ചു. അവർ ഉച്ചത്തിൽ നിലവിളിച്ചു. ഞാൻ അതിലും ശക്തിയിൽ ഇരമ്പി വീശി. വേട്ടയാടിപ്പിടിച്ച തിമിംഗലങ്ങളെ അവർക്ക് കൈയൊഴിക്കേണ്ടിവന്നു. ഹിമപാളികൾ ഞാൻ അവരുടെമേൽ വാരിവിതറി. കരടി ദ്വീപിലേക്ക് അവർ ഇനി വരില്ല."

വടക്കൻ കാറ്റിന്റെ വാചാലമായ വിവരണം കേട്ടിരിക്കുമ്പോൾ അവന്റെ സഹോദരൻ പടിഞ്ഞാറൻ കാറ്റ് കടന്നുവന്നു. അവന് കടലിന്റെ മണമുണ്ട്.

"ഇതാണോ ഇളംകാറ്റ്?" രാജകുമാരന് സംശയം.

"അതെയതെ" വൃദ്ധ പറഞ്ഞു. "പക്ഷേ അവൻ അത്ര മൃദുല സ്വഭാവക്കാരനൊന്നുമല്ല."

പടിഞ്ഞാറൻ കാറ്റ് ഒരു കാട്ടുമനുഷ്യനെപ്പോലെ തോന്നിച്ചു. തലയിൽ ഉറപ്പിച്ച തൊപ്പി. കൈയിൽ മഹാഗണി മരത്തിന്റെ ഗദ.

"ഞാൻ കാട്ടിൽ നിന്നാണ് വരുന്നത്?" പടിഞ്ഞാറൻ കാറ്റു പറഞ്ഞു. "കാട്ടിലെ നദികൾ പാറക്കെട്ടുകളിൽത്തട്ടി ചിന്നിച്ചിതറി മേഘങ്ങളിൽ മഴവില്ലു വിരിക്കുന്നത് ഞാൻ കണ്ടിട്ടുണ്ട്. ഒരു പോത്ത് വെള്ളത്തിൽ ഒഴുകിപ്പോയി. കാട്ടുതാറാവുകൾ വെള്ളത്തിൽ നീന്തുന്നതു കണ്ടു. ഞാൻ മരങ്ങളെ കടപുഴകി വീഴ്ത്തി. കാട്ടുക്കുതിരയുടെ പുറത്തു ഞാൻ സവാരി ചെയ്തിട്ടുണ്ട്. ഹാ! എന്തൊക്കെ കഥകൾ! അമ്മയ്ക്ക് പ്രായമായതുകൊണ്ട് എല്ലാം പറഞ്ഞു ബുദ്ധിമുട്ടിക്കുന്നില്ല."

പടിഞ്ഞാറൻകാറ്റ് അമ്മയ്ക്ക് ഒരു പരുക്കൻ ഉമ്മ കൊടുത്തു. അമ്മ മറിഞ്ഞു വീഴാൻ പോയി.

അപ്പോൾ തെക്കൻ കാറ്റ് പ്രത്യക്ഷപ്പെട്ടു. തലപ്പാവും അയഞ്ഞ മേലങ്കിയും ധരിച്ചിട്ടുണ്ട്.

"ഇവിടെ വല്ലാത്ത തണുപ്പുണ്ടല്ലോ. വടക്കൻ കാറ്റ് വന്നിട്ടുണ്ടാകും. അല്ലേ?" – തെക്കൻ കാറ്റ് ചോദിച്ചു.

"അല്ല, ഇവിടെ എന്തു ചൂട്? ഒരു ധ്രുവക്കരടിയെ പൊരിച്ചെടുക്കാം." വടക്കൻ കാറ്റു പറഞ്ഞു.

രണ്ടുപേരും തമ്മിൽ തർക്കം. വൃദ്ധ ഇടപ്പെട്ടു: "രണ്ടുപേരെയും ഞാൻ ചാക്കിൽ കയറ്റണോ?"

ഉടനെ മക്കൾ നിശ്ശബ്ദരായി.

ഒരു കല്ലിൽ ഇരുന്ന് തെക്കൻ കാറ്റ് പറയാൻ തുടങ്ങി.

"അമ്മേ, ഞാൻ ആഫ്രിക്കയിലായിരുന്നു. സിംഹങ്ങളെ ഞാൻ വേട്ടയാടി. മനോഹരമായ പുൽമൈതാനത്തിൽ ഒട്ടകപ്പക്ഷി എന്റെ പിന്നാലെ പാഞ്ഞു. മരുഭൂമിയിൽ ഒരു സാർഥവാഹകസംഘത്തെ കണ്ടു. ദാഹംതീർക്കാൻ അവർ ഒട്ടകത്തെകൊന്നു. ചുട്ടുപഴുത്ത മണൽ ഉയരത്തിലേക്ക് ഞാൻ ആഞ്ഞുപറപ്പിച്ചു. കച്ചവടസംഘം മണൽക്കാറ്റിൽപ്പെ

ട്ടു. അവരുടെ ദേഹത്ത് മണലിന്റെ പിരമിഡ് ഉയർന്നു.”

“നീ ദുഷ്ടപ്രവൃത്തിമാത്രമേ ചെയ്തിട്ടുള്ളു, അല്ലേ? ഉടനെ ചാക്കിൽ കയറ്.” വൃദ്ധ പറഞ്ഞു. പൊടുന്നനെ തെക്കൻകാറ്റ് ചാക്കിൽ ബന്ധനസ്ഥനായി. ചാക്ക് ഇളകിയപ്പോൾ വൃദ്ധ അതിന്മേൽ കയറിയിരുന്നു.

അപ്പോഴാണ് കിഴക്കൻ കാറ്റിന്റെ വരവ്. വസ്ത്രം ധരിച്ചിട്ടുള്ളത് ഒരു മനുഷ്യനെപ്പോലെ തന്നെ.

“ലോകത്തിന്റെ കിഴക്കേമൂലയിൽനിന്നല്ലേ വരവ്. പറുദീസയുടെ തോട്ടത്തിൽ നീ പോയിരുന്നോ?” അമ്മ ചോദിച്ചു.

‘നാളെ ഞാൻ അവിടേക്കു പോകും. ഞാനവിടെ പോയിട്ട് നൂറു വർഷം കഴിഞ്ഞു! കിഴക്കൻ കാറ്റു പറഞ്ഞു. “ഞാനിപ്പോൾ ചൈനയിൽ നിന്നാണ് വരുന്നത്. അവിടത്തെ പിഞ്ഞാണഗോപുരത്തിനു ചുറ്റും ഞാൻ ഡാൻസ് ചെയ്തപ്പോൾ, എല്ലാ മണികളുംകൂടി ശബ്ദിക്കാൻ തുടങ്ങി. എന്തു രസമായിരുന്നെന്നോ? റോഡിൽ ആപ്പീസർമാരെ ചൂരൽകൊണ്ട് അടിക്കുന്ന കാഴ്ചയും ഞാൻ കണ്ടു.”

“നീ നാളെ പറുദീസയുടെ പൂന്തോട്ടത്തിൽ പോകുമ്പോൾ ഒരു കാര്യം മറക്കരുത്.” അമ്മ ഓർമിപ്പിച്ചു. അവിടെനിന്ന് കഴിയുന്നത്ര ജ്ഞാനതീർഥം കുടിക്കണം. ഒരു ഫ്ളാസ്കിൽ കുറച്ച് എനിക്കു കൊണ്ടുവന്നു തരികയും വേണം.

കിഴക്കൻ കാറ്റ് സമ്മതിച്ചു. എന്നിട്ട് പറഞ്ഞു:

“ഞാൻ അമ്മയ്ക്ക് രണ്ടുകപ്പ് ചായതരാം. എന്റെ സഹോദരൻ തെക്കൻ കാറ്റിനെ അമ്മ പുറത്തുവിടണം. എനിക്ക് ഫിനിക്സ് പക്ഷിയെപ്പറ്റി എല്ലാ വിവരങ്ങളും അവനിൽനിന്ന് അറിയേണ്ടതുണ്ട്. പറുദീസയിൽ പോകുമ്പോൾ അവിടെയുള്ള രാജകുമാരിയോട് പറയാനാണ്.”

ചായകിട്ടിയപ്പോൾ അമ്മ തെക്കൻ കാറ്റിനെ മുക്തനാക്കി.

ഒരു പനയോല വടക്കൻ കാറ്റിനെ ഏൽപ്പിച്ച് അവൻ പറഞ്ഞു:

“ഇത് രാജകുമാരിക്കു കൊടുക്കാനുള്ളതാണ്. ഫിനിക്സ് പക്ഷി കൊക്കുകൊണ്ട് തന്റെ ജീവചരിത്രം ഇതിൽ എഴുതിയിട്ടുണ്ട്. രാജകുമാരിക്ക് അത് വായിക്കാൻ കഴിയും.”

തെക്കൻകാറ്റ് തുടർന്നു: “ഫിനിക്സ് പക്ഷി സ്വന്തം കൂടിന് തീകൊളുത്തി ആത്മാഹൂതി ചെയ്യുന്നത് ഞാൻ കണ്ടു. പക്ഷേ, അതിന്റെ മുട്ട കൂട്ടിൽക്കിടന്നു വെട്ടിത്തിളങ്ങി. ചാരത്തിൽനിന്ന് വലിയ ശബ്ദത്തോടെ അത് പൊട്ടിപ്പിളർന്ന് പക്ഷിക്കുഞ്ഞ് പുറത്തേക്കു പറന്നു. ലോകത്തിൽ ആകെയുള്ള ആ ഫിനിക്സ് പക്ഷി ഇപ്പോൾ എല്ലാ പക്ഷികളുടേയും രാജാവാണ്. ഈ പനയോല രാജകുമാരിക്കുള്ള ആശംസ കൂടിയാണ്.”

“ഇനി നമുക്ക് വല്ലതും കഴിക്കാം” അമ്മ പറഞ്ഞു. രാജകുമാരൻ കിഴക്കൻ കാറ്റിന്റെ അടുത്താണ് ഇരുന്നത്. അവർ നല്ല സുഹൃത്തുക്കളായി മാറി.

“നിങ്ങൾ പറയുന്ന ആ രാജകുമാരി ആരാണ്? എവിടെയാണ് പറുദീസ എന്ന പൂന്തോപ്പ്?” രാജകുമാരൻ ചോദിച്ചു.

"തനിക്ക് അവിടെപ്പോകണോ?" കിഴക്കൻ കാറ്റ് പൊട്ടിച്ചിരിച്ചു കൊണ്ടു ചോദിച്ചു. "നാളെ എന്റെ കൂടെ പറന്നാൽ മതി. പക്ഷേ, ഒരു കാര്യം ആദാമിന്റെയും ഹവ്വയുടെയും കാലംതൊട്ട് ഒരു മനുഷ്യജീവിയും അവിടെ പോയിട്ടില്ല. ചരിത്രമൊക്കെ അറിയാമല്ലോ!"

"അറിയാം."

"അവരെ തോട്ടത്തിൽനിന്ന് പുറത്താക്കിയപ്പോൾ പറുദീസ എന്ന പൂന്തോപ്പ് ഭൂമിക്കടിയിലായി. പക്ഷേ, അതിലെ സൂര്യപ്രകാശവും വായുവും ഭംഗിയും എല്ലാം അപ്പോഴും ബാക്കിനിന്നു. യക്ഷികളുടെ ആവാസകേന്ദ്രമാണവിടം. സന്തുഷ്ടിയുടെ ദ്വീപ് അവിടെയാണ്. മരണമില്ലാത്ത സുന്ദരജീവിതം. നാളെപോകുമ്പോൾ, എന്റെ പുറത്തു കയറ്റി ഞാനവിടെ എത്തിക്കാം. ഇപ്പോൾ ഞാനൊന്നുറങ്ങട്ടെ!" കിഴക്കൻ കാറ്റു പറഞ്ഞു.

രാത്രി എല്ലാവരും ഉറങ്ങാൻ കിടന്നു. രാവിലെ രാജകുമാരൻ ഉണർന്നപ്പോൾ കണ്ടത് താൻ മേഘങ്ങൾക്കിടയിലൂടെ സഞ്ചരിക്കുന്നതാണ്. അയാൾ അത്ഭുതപ്പെട്ടു. താൻ കിഴക്കൻ കാറ്റിന്റെ പുറത്ത് മുറുകെപ്പിടിച്ച് ഇരിക്കുകയാണ്. താഴെ കാടും മേടും പുഴയും കടലും ഓടിമറയുന്നു.

"സുപ്രഭാതം" കിഴക്കൻ കാറ്റു പറഞ്ഞു. "കുറച്ചു കൂടി ഉറങ്ങിക്കോളൂ. താഴെ വലിയ കാഴ്ചകളൊന്നുമില്ല."

"തന്റെ അമ്മയോടും സഹോദരങ്ങളോടും എനിക്ക് യാത്ര പറയാൻ പറ്റിയില്ല." രാജകുമാരൻ പരിഭവപ്പെട്ടു.

"അതു കാര്യമാക്കേണ്ട. നീ ഉറക്കമായിരുന്നല്ലോ."

കിഴക്കൻ കാറ്റിന് വേഗം കൂടി. മരങ്ങളുടെ കൊമ്പുകൾ കാറ്റിലുലഞ്ഞു. കടലിലും തടാകത്തിലും അലകളുയർന്നു. വലിയകപ്പലുകൾ വെള്ളത്തിലെ അരയന്നങ്ങളെപ്പോലെ തോന്നിച്ചു.

വൈകുന്നേരം ഇരുട്ടാൻ തുടങ്ങിയപ്പോൾ അവർ വിചിത്രമായ ഒരു പട്ടണത്തിലെത്തി. അങ്ങിങ്ങ് വെളിച്ചം മിന്നിമറയുന്നു. കഴുകന്മാർ വട്ടമിട്ടു പറക്കുന്നു. കൊസാക്കുകൾ കുതിരപ്പുറത്ത് സവാരി നടത്തുന്നു. രാജകുമാരൻ സന്തോഷംകൊണ്ട് കൈകൊട്ടാൻ തുടങ്ങി. മുറുകെ പിടിച്ചില്ലെങ്കിൽ താഴെവീണ് ഏതെങ്കിലും പള്ളിഗോപുരത്തിൽ തൂങ്ങിക്കിടക്കേണ്ടിവരുമെന്ന് കിഴക്കൻകാറ്റ് മുന്നറിയിപ്പു നൽകി.

"ഇപ്പോൾ മുമ്പിൽ കാണുന്നത് ഹിമാലയപർവതമാണ്. ഏഷ്യയിലെ ഏറ്റവും വലിയ പർവതം. പറുദീസ എന്ന പൂന്തോപ്പിൽ നാം എത്താറായി." കിഴക്കൻ കാറ്റു പറഞ്ഞു.

അവർ തെക്കോട്ടു തിരിഞ്ഞു. പൂക്കളുടെയും സുഗന്ധദ്രവ്യങ്ങളുടെയും മണം അവരെ എതിരേറ്റു. അത്തിയും മാതളവും വളർന്ന് നിൽക്കുന്നു. വള്ളികളിൽ തൂങ്ങിയാടുന്ന മുന്തിരിക്കുലകൾ. പരവതാനിവിരിച്ചതുപോലുള്ള പുൽത്തകിടി. അവർ അവിടെയിറങ്ങി. പൂക്കൾ തലകുനിച്ചു പറഞ്ഞു:

"വന്നാലും വന്നാലും."

"നാം പറുദീസയിൽ എത്തിക്കഴിഞ്ഞോ?" രാജകുമാരൻ ചോദിച്ചു.

"ഇല്ല, മുമ്പോട്ടുനോക്ക്." കൂട്ടുകാരൻ പറഞ്ഞു.

അവിടെ പാറകൾക്കിടയിൽ വലിയൊരു ഗുഹ. ഗുഹാമുഖം മുന്തിരിവള്ളികൾകൊണ്ട് മൂടിക്കിടന്നു. അവർ ഗുഹയ്ക്കുള്ളിൽ കടന്നു. അകത്ത് നല്ലചൂട്. മുമ്പോട്ടു നടന്നപ്പോൾ ഐസ്പോലെയുള്ള തണുപ്പ്. അവിടെ പറക്കുന്ന പക്ഷികളുടെ ഒരു ചിറകിന് ചൂടും, മറ്റെ ചിറകിന് തണുപ്പും. വലിയ പാറക്കല്ലുകൾക്കിടയിൽനിന്ന് വെള്ളം കിനിഞ്ഞൊഴുകുന്നു. ഉള്ളിൽ ഗുഹയുടെ വിസ്താരം കുറഞ്ഞുവന്നു. ഒടുവിൽ ഇഴഞ്ഞ് മുമ്പോട്ടു നീങ്ങേണ്ടി വന്നു. ഭൂമിക്കടിയിലെ ഇടുങ്ങിയ സബ്‌വേയിലൂടെയുള്ള യാത്ര. വായുസഞ്ചാരംപോലും കുറവ്. അവിടെ മൂകത തളംകെട്ടിനിന്നു.

"മരണത്തിന്റെ വഴിയിലൂടെയാണോ സ്വർഗത്തിലേക്കുള്ളയാത്ര!" രാജകുമാരന്റെ സംശയത്തിന് കിഴക്കൻ കാറ്റ് മറുപടി പറഞ്ഞില്ല. പകരം അടുത്തേക്കുവരുന്ന മനോഹരമായ ഒരു നീലവെളിച്ചത്തിലേക്ക് ചൂണ്ടിക്കാണിച്ചു.

അപ്പോൾ പാറക്കല്ലുകൾ മഞ്ഞുകട്ടകളായി മാറി. അവ നിലാവിലെ വെള്ളിമേഘങ്ങൾപോലെ തിളങ്ങി. മലഞ്ചെരുവിലെ സുഗന്ധവാഹിനിയായ ശുദ്ധവായു അവിടെ പരന്നൊഴുകി.

ഒരു വിശുദ്ധ നദി അവിടെ ഒഴുകുന്നുണ്ടായിരുന്നു. അതിൽ സ്വർണമത്സ്യങ്ങൾ നീന്തിക്കളിച്ചു. മഴവില്ലിന്റെ വർണമുള്ള ലില്ലിപ്പൂക്കൾ വെള്ളത്തിൽ വിടർന്നുനിന്നു. അവ തീനാളംപോലെ തിളങ്ങി. വെള്ളത്തിനുമീതെ മനോഹരമായ മാർബിൾപാലം. അത് സ്വർഗപ്പൂന്തോപ്പിലെ സന്തുഷ്ടദ്വീപിലേക്കുള്ളതാണ്.

കിഴക്കൻകാറ്റ് രാജകുമാരന്റെ കൈപിടിച്ചു. ചെടികളും പൂക്കളും രാജകുമാരന്റെ ബാല്യത്തെക്കുറിച്ച് അതിമനോഹരമായ ശബ്ദത്തിൽ പാടി. കൂറ്റൻപനമരങ്ങളും ജലസസ്യങ്ങളും അവിടെ നിരന്നു കാണപ്പെട്ടു. അവയിൽനിന്ന് കറുത്ത നിറമുള്ള വള്ളികൾ തൂങ്ങിക്കിടന്നിരുന്നു. പീലിവിടർത്തിനിൽക്കുന്ന മയിലുകളെപ്പോലെ വർണഭംഗിയുള്ള ഇലകളുള്ള സസ്യങ്ങൾ അവിടെ കാണപ്പെട്ടു. സിംഹങ്ങളും നരികളും പൂച്ചകളെപ്പോലെ കളിച്ചുനടന്നു. കൂടാതെ മരയാമകളും ആന്റിലോപ്പുകളും.

ആ സമയം പറുദീസയിലെ യക്ഷി പ്രത്യക്ഷപ്പെട്ടു. അവരുടെ വസ്ത്രങ്ങൾ സൂര്യപ്രഭ വിതറി. മുഖത്ത് ശാന്തഭാവം. അതിസുന്ദരിയാണ്, വളരെ ചെറുപ്പവും. ഒപ്പമുള്ള സ്ത്രീകളുടെ തലയിൽ നക്ഷത്രങ്ങൾ തിളങ്ങി. കിഴക്കൻകാറ്റ് ഫിനിക്സ് പക്ഷി ഏൽപ്പിച്ച പനയോല അവരെയേൽപ്പിച്ചു. യക്ഷിയുടെ മുഖം സന്തോഷംകൊണ്ടു തുടുത്തു.

യക്ഷി രാജകുമാരന്റെ കൈപിടിച്ചു. തന്റെ വിചിത്രമായ കൊട്ടാരത്തിലേക്കു കൊണ്ടുപോയി. അതിന്റെ ഗോപുരം നിറമുള്ള ഒറ്റ പൂകൊണ്ടാണ് നിർമിച്ചിട്ടുള്ളത്.

രാജകുമാരൻ ജനൽച്ചില്ലിലൂടെ നോക്കിയപ്പോൾ അറിവിന്റെ മരം കണ്ണിൽപ്പെട്ടു. അതിൽ പാമ്പ് ചുറ്റിപ്പിണഞ്ഞിട്ടുണ്ട്. അടുത്തുതന്നെ ആദാമും ഹവ്വയും.

"ഇവരെ ഇവിടെനിന്ന് മുമ്പ് ഓടിച്ചതല്ലേ?" രാജകുമാരൻ ചോദിച്ചു. അതുകേട്ട് യക്ഷി പുഞ്ചിരിച്ചു.

"ഈ ചില്ലിലൂടെ നോക്കിയാൽ ലോകത്തിൽ സംഭവിച്ച എല്ലാ കാര്യങ്ങളും കാണാം. ഓരോന്നിലും കാലം അതിന്റെ മുദ്രകൾ പതിച്ചിട്ടുണ്ട്."

യക്ഷി ചിരിച്ചുകൊണ്ട് രാജകുമാരനെ വലിയൊരു ഹാളിലേക്ക് ആനയിച്ചു. അവിടെ ചുമരുകൾ സുതാര്യമായ ചിത്രങ്ങൾകൊണ്ട് അലങ്കരിച്ചിരുന്നു. ഹാളിന്റെ നടുവിൽ വലിയ ഒരു മരം. അതിന്റെ കൊമ്പുകളിൽ പച്ച ഇലകൾക്കിടയിൽ, സ്വർണ ആപ്പിളുകൾ തൂങ്ങിക്കിടന്നു. അത് അറിവിന്റെ മരമാണ്. ആദാമും ഹവ്വയും അതിന്റെ പഴമാണ് തിന്നത്. ഓരോ ഇലയിൽ നിന്നും രക്തകണങ്ങൾ ഇറ്റുവീണു കൊണ്ടിരുന്നു.

"നമുക്കിനി ബോട്ടിൽ കയറാം. അത് ഒരു വല്ലാത്ത അനുഭവമായിരിക്കും" യക്ഷി പറഞ്ഞു. തിരമാലകളിൽ ഉറപ്പിച്ച ബോട്ട്. തുഴയേണ്ട ആവശ്യമില്ല. ചുറ്റും കാഴ്ചകൾ മിന്നിമറഞ്ഞുകൊണ്ടിരിക്കും!

തീരങ്ങൾ സഞ്ചരിക്കുന്ന വിചിത്രമായ കാഴ്ച. മഞ്ഞുമൂടിയ ആൽപ്സ് പർവതനിരകൾ. ഇരുണ്ട ഫിർവനങ്ങൾ. ഹോണടിക്കുമ്പോഴുള്ള ദുഃഖാർദ്രമായ നാദം. താഴ്വാരത്തിൽ നിന്നുയരുന്ന ഇടയന്റെ പാട്ട്. കമ്പുകൾ ചായ്ച്ചു നിൽക്കുന്ന ആൽവൃക്ഷങ്ങൾ, വെള്ളത്തിൽ നീന്തുന്ന കൽക്കരിപോലെ കറുത്ത അരയന്നങ്ങൾ. തീരത്തെ അപരിചിതമായ മരങ്ങളും പൂക്കളും – ന്യൂഹോളണ്ടാണ്.

പുരോഹിതന്മാരുടെ മന്ത്രോച്ചാരണം, വാദ്യമേളത്തോടെ കാട്ടുജാതിക്കാരുടെ നൃത്തം. ഇപ്പോൾ മുന്നിൽ കാണുന്നത് ഈജിപ്തിലെ പിരമിഡുകളാണ്. ഇടിഞ്ഞുവീണ സ്തംഭങ്ങളും.

വടക്കുനിന്നുള്ള പ്രകാശം ഹിമനിരകളിൽ തട്ടി പ്രകാശിച്ചു. ഒരു വെടിക്കെട്ടു നടക്കുന്നതുപോലെ തോന്നി. രാജകുമാരൻ സന്തുഷ്ടനായിരുന്നു.

"എനിക്ക് ഇവിടെ എന്നും താമസിക്കാമോ?" അവൻ ചോദിച്ചു.

"അത് നിന്നെ ആശ്രയിച്ചിരിക്കും. ആദാമിന്റെ മാതിരി വിലക്കപ്പെട്ടത് ചെയ്യുന്നില്ലെങ്കിൽ ഇവിടെ എക്കാലവും താമസിക്കാം" യക്ഷി പറഞ്ഞു.

"അറിവിന്റെ വൃക്ഷത്തിലെ ആപ്പിൾ ഞാൻ തൊടുകയില്ല. അല്ലാതെതന്നെ എത്ര പഴങ്ങളാണ് ഇവിടെ?" രാജകുമാരന്റെ മറുപടി.

"നല്ലപോലെ ആലോചിക്ക്. നീ ദുർബലനാണെങ്കിൽ ഇപ്പോൾ തന്നെ കിഴക്കൻകാറ്റിന്റെ കൂടെ തിരിച്ചുപോകുന്നതാണ് നല്ലത്. കിഴക്കൻ കാറ്റിനെ നൂറുവർഷത്തേക്ക് പിന്നെ കാണുകയില്ല. ഇവിടെ നൂറു വർഷം നൂറുമണിക്കൂർ മാത്രമാണ്." യക്ഷി തുടർന്നു: "എല്ലാ ദിവസവും വൈകുന്നേരം പോകുമ്പോൾ എന്റെ കൂടെ വരൂ" എന്ന് ഞാൻ പറയും.

അപ്പോൾ കൂടെ വരരുത്. ഓരോ അടിവെക്കുമ്പോഴും നിന്റെ പ്രലോഭനം വർധിക്കും. ഹാളിലെ ജ്ഞാന വൃക്ഷക്കൊമ്പിലാണ് ഞാൻ ഉറങ്ങുന്നത്. നീ കുനിഞ്ഞ് എന്നെ ചുംബിച്ചാൽ സ്വർഗം പാതാളത്തിലേക്ക് താണുപോകും. ശക്തിയായ കാറ്റടിക്കും. നിന്റെ മുടിയിൽനിന്ന് തണുത്ത മഴത്തുള്ളികൾ ഇറ്റുവീഴും. നിനക്കു ലഭിക്കുന്നത് ദുഃഖം മാത്രമായിരിക്കും."

"ഞാനിവിടെ നിൽക്കാൻ തീരുമാനിച്ചു" രാജകുമാരൻ പറഞ്ഞു. കിഴക്കൻ കാറ്റ് രാജകുമാരന്റെ നെറ്റിയിൽ ചുംബിച്ചിട്ട് പറഞ്ഞു:

"ശക്തനായിരിക്കൂ. നമുക്ക് നൂറുവർഷത്തിനുശേഷം വീണ്ടും കാണാം." കിഴക്കൻ കാറ്റ് വലിയ ചിറകു വിരിച്ച് മിന്നൽപോലെ ഉയർന്നു. മരങ്ങളും പൂക്കളും യാത്രാമൊഴിചൊല്ലി. പക്ഷികൾ തോട്ടത്തിന്റെ അതിർത്തിവരെ അനുഗമിച്ചു.

"നമുക്കിനി നമ്മുടെ ഡാൻസ് തുടങ്ങാം" യക്ഷി പറഞ്ഞു. "സൂര്യൻ അസ്തമിക്കുന്ന സമയമായാൽ എന്റെ കൂടെ വരൂ എന്ന് ഞാൻ ക്ഷണിക്കും. അപ്പോൾ എന്നോടൊപ്പം വരരുത്. നൂറു വർഷത്തോളം ഞാൻ ഈ വിളി ആവർത്തിക്കും. ഓരോ ദിവസം കഴിയുന്തോറും നിന്റെ ശക്തി കൂടിവരും. അവസാനം എന്നെക്കുറിച്ച് ചിന്തിക്കാതാവും. ഇന്നു വൈകുന്നേരം ആദ്യദിവസമാണെന്ന കാര്യം ഓർക്കുക."

യക്ഷി രാജകുമാരനെ ആനയിച്ചത് വെളുത്ത സുതാര്യമായ ലില്ലിപ്പൂക്കൾ വിടർന്നു നിൽക്കുന്ന ഒരു വലിയ ഹാളിലേക്കാണ്. ലില്ലിപ്പൂവിന്റെ കേസരങ്ങൾ മധുരമായ ഓടക്കുഴൽ നാദം ഉതിർക്കുന്നുണ്ടായിരുന്നു.

സൂര്യൻ അസ്തമിക്കുകയാണ്. ആകാശം സ്വർണവർണം കലർന്നു. മനോഹരമായ റോസാപുഷ്പങ്ങൾപോലെ ലില്ലി നിറം കലർന്നു. ഹാളിൽ നിൽക്കുന്ന ജ്ഞാനവൃക്ഷം കണ്ട് രാജകുമാരന്റെ കണ്ണുമഞ്ഞളിച്ചു. ഒരു മധുരഗാനം അവിടെ ഒഴുകിപ്പരന്നു. എവിടെനിന്നോ അമ്മയുടെ ശബ്ദം കേൾക്കുന്നതുപോലെ തോന്നി.

"എന്റെ കുട്ടീ, എന്റെ പ്രിയപ്പെട്ട കുട്ടീ."

അപ്പോഴാണ് യക്ഷിയുടെ വിളികേട്ടത്. "കൂടെ വരൂ, എന്റെ കൂടെ വരൂ." അതുകേൾക്കേണ്ട താമസം പറഞ്ഞതെല്ലാം വിസ്മരിച്ച്, ആദ്യദിവസംതന്നെ രാജകുമാരൻ യക്ഷിയുടെ അടുത്തേക്ക് കുതിച്ചു.

അവിടെ തങ്ങിനിന്ന സുഗന്ധത്തിന് ശക്തികൂടി. സംഗീതം കൂടുതൽ മധുരതരമായി. ജ്ഞാനവൃക്ഷം വളരുന്ന ഹാളിലെ കോടിക്കണക്കിനു മുഖങ്ങൾ ചിരിച്ചു തലകുനിച്ചു പറയുന്നതുപോലെ തോന്നി 'നമുക്കറിയാം, മനുഷ്യൻ ഭൂമിയിലെ രാജാവാണ്.' ജ്ഞാനവൃക്ഷത്തിൽനിന്ന് ഇറ്റുവീണ രക്തത്തിന്റെ കണ്ണീർക്കണങ്ങൾ നിലച്ചു. അവ തിളങ്ങുന്ന നക്ഷത്രങ്ങളായി മാറി.

"എന്റെ കൂടെവരൂ. എന്റെ കൂടെവരൂ" ആ വിളി വീണ്ടും ഉയർന്നുകേട്ടു. ഉടൻതന്നെ യക്ഷി ജ്ഞാനവൃക്ഷത്തിന്റെ കവരത്തിൽ കയറി ഇലകൾക്കുള്ളിൽ മറഞ്ഞു.

"ഞാൻ പാപം ചെയ്തിട്ടില്ല ചെയ്യുകയില്ല." രാജകുമാരൻ അങ്ങനെ പറഞ്ഞുകൊണ്ട് യക്ഷി ഉറങ്ങുന്ന വൃക്ഷക്കവരത്തിലെത്തി. എന്തുമാത്രം സുന്ദരി! ഉറക്കത്തിൽ പുഞ്ചിരിക്കുന്നു. രാജകുമാരൻ കുനിഞ്ഞുനിന്നു നോക്കി. ആ കൺപോളകളിൽ കണ്ണീർത്തുള്ളികൾ തിളങ്ങുന്നു.

"ഞാൻ കാരണം അല്ലയോ സുന്ദരീ, കരയരുത്." രാജകുമാരൻ ആ കണ്ണീർക്കണത്തിൽ ചുംബിച്ചു.

ഉടനെ അത്യുച്ചത്തിൽ ഇടിമുഴങ്ങി. എല്ലാം കീഴ്മേൽ മറിഞ്ഞു. സുന്ദരിയായ യക്ഷി അപ്രത്യക്ഷമായി. സ്വർഗലോകം താണുതാണ് ഇരുട്ടിന്റെ അഗാധതയിൽ മുങ്ങിപ്പോകുന്നത് രാജകുമാരൻ കണ്ടു. ദൂരെയത് ഒരു നക്ഷത്രംപോലെ തിളങ്ങി. രാജകുമാരന്റെ ദേഹം മുഴുവൻ തണുപ്പ് വ്യാപിച്ചു. കണ്ണടച്ച് മരിച്ചപോലെ അവൻ കിടന്നു.

തണുത്ത മഴ മുഖത്തു പതിക്കുകയും, ശക്തിയായ കാറ്റ് നെറ്റിയിൽ തട്ടുകയും ചെയ്തപ്പോൾ രാജകുമാരന് സ്വബോധം തിരിച്ചുകിട്ടി.

"ഞാൻ എന്താണിപ്പോൾ ചെയ്തത്? ഞാൻ ആദാമിന്റെ മാതിരി പാപം ചെയ്തു. പറുദീസ എനിക്കു നഷ്ടപ്പെട്ടു."

രാജകുമാരൻ കണ്ണുതുറന്ന് ദൂരേക്കുനോക്കി. നഷ്ടപ്പെട്ട സ്വർഗം പോലെ അകലെ തിളങ്ങുന്ന നക്ഷത്രം. അത് പറുദീസയിലെ പ്രഭാത താരമായിരുന്നു.

അവൻ എഴുന്നേറ്റുനോക്കിയപ്പോൾ കാട്ടിലാണ്. കാറ്റിന്റെ ഗുഹയുടെ അടുത്ത്. കാറ്റിന്റെ അമ്മ അവന്റെ അരികിൽ ഇരിപ്പുണ്ട്. അവർ വല്ലാതെ കോപിച്ചിട്ടുണ്ട്. അവർ കൈഉയർത്തി പറഞ്ഞു:

"ആദ്യത്തെ വൈകുന്നേരം തന്നെ സംഭവിച്ചു. ഞാനത് പ്രതീക്ഷിച്ചതാണ്. എന്റെ മകനായിരുന്നെങ്കിൽ നിന്റെ സ്ഥാനം ചാക്കിനുള്ളിൽ തന്നെയാണ്."

അപ്പോൾ മരണം അവിടെ പ്രത്യക്ഷപ്പെട്ടു. ശക്തനായ ഒരു വൃദ്ധൻ. കൈയിലൊരു അരിവാൾക്കത്തി. വലിയ കറുത്ത ചിറകുകൾ. മരണം പറഞ്ഞു:

"അവൻ അവിടേക്കുതന്നെപോകും."

മരണം തുടർന്നു: "അവനെ ഞാൻ ശവപ്പെട്ടിയിൽ ഇറക്കിവെക്കും. പക്ഷേ, ഇപ്പോഴല്ല. ഞാൻ അടയാളമിട്ടു കഴിഞ്ഞു. ചെയ്ത പാപത്തിന് ശിക്ഷയായി കുറച്ചുകാലംകൂടി ഭൂമിയിൽ അലഞ്ഞുനരകിക്കട്ടെ. ഒരുപക്ഷേ, നല്ലവനായി മാറിയേക്കാം. ഒരുദിവസം ഒട്ടും പ്രതീക്ഷിക്കാത്ത സമയത്ത് ഞാൻ എത്തും. എന്നിട്ട് കറുത്ത ശവപ്പെട്ടിയിൽ അവനെ അടക്കം ചെയ്യും.

അവന്റെ ശരീരവും മനസും പാപം നിറഞ്ഞതാണെങ്കിൽ പറുദീസ എന്ന പൂന്തോപ്പിന് സംഭവിച്ചതുപോലെ അവൻ താഴോട്ടു പതിക്കും. മറിച്ച് അവൻ നന്മയുടെ പക്ഷത്താണെങ്കിൽ, ശവപ്പെട്ടി തലയിലേന്തി ഞാൻ അകലെക്കാണുന്ന നക്ഷത്രത്തിലേക്ക് പറക്കും. അവിടെയുള്ള പറുദീസ എന്ന പൂന്തോപ്പിൽ അവൻ പ്രവേശിക്കും. തിളങ്ങുന്ന നക്ഷത്രത്തിൽ എക്കാലവും നിലനിൽക്കുകയും ചെയ്യും."

2

കൊക്കുകൾ

ഒരു പട്ടണത്തിന്റെ അതിർത്തിയിലുള്ള വീടിന്റെ തട്ടിൻമുകളിൽ ഒരുകൊക്ക് കൂടുകെട്ടി. അമ്മക്കൊക്ക് നാലു കുഞ്ഞുങ്ങളുമായി അതിൽ വസിച്ചു. കുഞ്ഞുങ്ങൾ ചുവപ്പുനിറം ആവാത്ത കൊക്കുനീട്ടി പുറത്തേക്കു നോക്കും. അച്ഛൻകൊക്ക് അഭിമാനപൂർവം അരമതിലിൽ നിൽപ്പാണ്. 'ആളുകൾക്കറിയില്ല ഞാൻ ഭർത്താവാണെന്ന്. അവരുടെ വിചാരം ഞാൻ കാവൽക്കാരനാണെന്നാണ്.' ഒറ്റക്കാലിൽ നിശ്ചലമായി നിന്ന് അച്ഛൻ കൊക്ക് വിചാരിച്ചു.

താഴെ റോഡിൽ ഒരുകൂട്ടം കുട്ടികൾ കളിക്കുന്നുണ്ടായിരുന്നു. കൊക്കുകളെ കണ്ട് അതിലൊരുവൻ പഴയൊരു പാട്ടുപാടി. മറ്റുള്ളവർ ഏറ്റുചൊല്ലി.

കൊക്കേ, കൊക്കേ കാലൻ കൊക്കേ
നിന്നുടെ കൂട്ടിൽ എത്തും ഞാൻ.
കൂട്ടുകാരി അകത്തുണ്ടല്ലോ
കുഞ്ഞുങ്ങൾ നാലുമടുത്തുണ്ടല്ലോ
ഒന്നിനെ ഞങ്ങൾ തൂക്കിക്കൊല്ലും
രണ്ടിനെ ഞങ്ങൾ ചുട്ടുകൊല്ലും
മൂന്നിനെ കുത്തിപ്പൊരിച്ചുകൊല്ലും
നാലിനെ മുക്കിത്താഴ്ത്തിക്കൊല്ലും

കുഞ്ഞുങ്ങൾ പാട്ടു കേട്ടിട്ടു പറഞ്ഞു: "അവർ നമ്മെ തൂക്കിക്കൊല്ലുകയും ചുട്ടുകരിക്കുകയും ചെയ്യുമത്രേ!"

"സാരമില്ല കുഞ്ഞുങ്ങളേ" അമ്മകൊക്കു പറഞ്ഞു. "നിങ്ങൾ അവരെ ശ്രദ്ധിക്കേണ്ട. അവർ ഒരുപദ്രവവും ചെയ്യില്ല!"

എന്നാൽ കുട്ടികൾ കൊക്കുകളെ ചൂണ്ടി പാടിക്കൊണ്ടിരുന്നു. പീറ്റർ എന്നു പേരുള്ള കൊച്ചുകുട്ടി പറഞ്ഞു:

"ജന്തുക്കളെ ഉപദ്രവിക്കുന്നത് പാപമാണ്!" എങ്കിലും അക്കാര്യത്തിൽ അവനൊന്നും ചെയ്യാൻ പറ്റിയില്ല.

അമ്മകൊക്ക് വീണ്ടും കുഞ്ഞുങ്ങളെ സമാധാനിപ്പിക്കാൻ നോക്കി. "സാരമില്ല മക്കളേ. കണ്ടില്ലേ നിങ്ങളുടെ അച്ഛൻ ഒറ്റക്കാലിൽ അവിടെ നിൽക്കുന്നത്?"

"എന്നാലും ഞങ്ങൾക്കു പേടിയാ." കുഞ്ഞുങ്ങൾ തല അകത്തേക്കു വലിച്ചു പറഞ്ഞു.

പിറ്റേന്നും കുട്ടികൾ കളിക്കാനെത്തി. കൊക്കുകളെ കണ്ടപ്പോൾ അവർപാടി:

"ഒന്നിനെ ഞങ്ങൾ തൂക്കിക്കൊല്ലും
രണ്ടിനെ ഞങ്ങൾ ചുട്ടുകൊല്ലും."

"ശരിക്കും ഞങ്ങളെ തൂക്കുകയും ചുട്ടുകൊല്ലുകയും ചെയ്യുമോ?" കുഞ്ഞുങ്ങൾ ചോദിച്ചു.

"ഇല്ല മക്കളേ" അമ്മ സമാധാനിപ്പിച്ചു. "നിങ്ങൾ പറക്കാൻ പഠിക്കും. ഞാൻ പഠിപ്പിച്ചു തരുന്നുണ്ട്. പിന്നെ പറന്നുപോയി ചതുപ്പുനിലത്തുനിന്ന് തവളകളെ പിടിക്കാം. അവ വെള്ളത്തിൽനിന്ന് നമ്മെ നോക്കി 'ക്രോം... ക്രോം എന്നു പറയും. ഉടനെ നമുക്കു പിടിച്ചുതിന്നാം. നല്ല രസമായിരിക്കും."

"അതിനുശേഷമോ?" കുഞ്ഞുങ്ങൾ ചോദിച്ചു.

"ശരത് കാലമായാൽ നാട്ടിലെ എല്ലാ കൊക്കുകളും അവിടെ സമ്മേളിക്കും. അവിടെ നിന്നാണ് പറക്കാനുള്ള വിദഗ്ധപരിശീലനം കിട്ടുക. പറയുന്നത് അതേപടി അനുസരിച്ചില്ലെങ്കിൽ പരിശീലകനായ മേജർ കൊത്തിക്കൊന്നുകളയും."

"അപ്പോഴും കുട്ടികൾ പാടിയതുപോലെ ഞങ്ങളെ കൊന്നതുതന്നെ. അതാ കേട്ടില്ലേ, അവർ വീണ്ടും പാടുന്നു."

"ഞാൻ പറയുന്നത് ശ്രദ്ധിക്ക്" അമ്മ പറഞ്ഞു. "വിദഗ്ധ പരിശീലനം കഴിഞ്ഞാൽ നാം ദൂരെയുള്ള ഉഷ്ണരാജ്യങ്ങളിലേക്കു പറക്കും. ഈജിപ്തിലെത്തിയാൽ നിങ്ങൾക്ക് കൂറ്റൻ പിരമിഡ് കാണാം. അവിടെ നിറഞ്ഞൊഴുകുന്ന നദിയുണ്ട്. കരയ്ക്കുള്ള ചതുപ്പുനിലത്തുനിന്ന് നമുക്ക് ഇഷ്ടംപോലെ തവളകളെ പിടിച്ചുതിന്നാം."

"ഹായ്!" കുഞ്ഞുങ്ങൾ ഒന്നിച്ചു ശബ്ദിച്ചു.

"എത്ര അന്തസുള്ള ജീവിതം? തിന്നുന്ന ജോലി മാത്രമേയുള്ളു. അവിടത്തെ സുഖജീവിതത്തെക്കുറിച്ചോർക്കുമ്പോൾ ഇവിടുത്തെ സ്ഥിതിയെത്ര കഷ്ടമാണ്! മരത്തിൽ ഒറ്റ ഇലയുമില്ല. തണുപ്പുകൊണ്ട് മേഘങ്ങൾ കട്ടിയായി ചിതറിവീഴുന്നു." മഞ്ഞിനെ ഉദ്ദേശിച്ചാണ് അമ്മകൊക്ക് അങ്ങനെ പറഞ്ഞത്.

"മഞ്ഞു കട്ടപിടിക്കുമ്പോൾ വികൃതിക്കുട്ടികൾ അതിൽപ്പെട്ട് പൊട്ടിച്ചിതറുമോ?" കുഞ്ഞുങ്ങൾ ചോദിച്ചു.

"അതില്ല. പക്ഷേ, അവർക്ക് പുറത്തിറങ്ങാൻ പറ്റില്ല. തണുപ്പ് സഹി

ക്കാൻ കഴിയാതെ ഇരുണ്ട മുറിയിൽ തീകാഞ്ഞ് ഇരിക്കേണ്ടിവരും. അതേ സമയം മനോഹരപുഷ്പങ്ങളും സൂര്യപ്രകാശവുമുള്ള അന്യരാജ്യത്ത് നാം ഉല്ലസിക്കുകയായിരിക്കും."

ദിവസങ്ങൾ കഴിഞ്ഞു. കുഞ്ഞുങ്ങൾ വലുതായി. ഇപ്പോൾ അവയ്ക്ക് കൂട്ടിൽനിന്ന് ദൂരേക്കു കാണാം. അച്ഛൻകൊക്ക് നിത്യവും തവളയെയോ ഒച്ചിനെയോകൊണ്ടു വന്നു കൊടുക്കും. തല വാലിൽ തൊടീച്ച്, ചുണ്ടു കൊണ്ട് കട കട ശബ്ദിച്ച് രസകരമായ ചതുപ്പു നിലം കഥകൾ അച്ഛൻ പറയുമായിരുന്നു.

ഒരുദിവസം അമ്മ പറഞ്ഞു:

"പറക്കാൻ പഠിക്കാൻ സമയമായി" കൂട്ടിൽനിന്ന് നാലുപേരും അരച്ചുമരിൽ വന്നിരുന്നു. വീഴാതിരിക്കാൻ അവ പാടുപെടുന്നുണ്ടായിരുന്നു.

"എന്നെനോക്ക്" അമ്മ പറഞ്ഞു. "തല ഇങ്ങനെയാണ് പിടിക്കേണ്ടത്. കാല് ഇതുപോലെ." വൺ, ടു, ത്രി എന്നു പറഞ്ഞ് കൊക്കു പറന്നു കാണിച്ചു. കുഞ്ഞുങ്ങൾ പിന്നാലെ തപ്പിപ്പറന്നു. കനത്തദേഹമായതു കൊണ്ട് അവ ഉരുണ്ടു പിരണ്ട് താഴെവീണു.

"ഞാനിനി പറക്കാനില്ല. എനിക്ക് ഉഷ്ണരാജ്യത്ത് പോവുകയും വേണ്ട." കൂട്ടിൽ തിരിച്ചെത്തിയപ്പോൾ ഒരു കുഞ്ഞു പറഞ്ഞു.

"ശീതകാലത്ത് മഞ്ഞിലുറച്ചു ചത്തുപോകണോ? വികൃതിക്കുട്ടികൾ തൂക്കിക്കൊല്ലുകയോ ചുട്ടുകൊല്ലുകയോ വേണോ? ഞാനിപ്പോൾ അവരെ വിളിക്കാം."

"വേണ്ട വേണ്ട" കുഞ്ഞു പറഞ്ഞു. അവൻ കൂട്ടിൽ നിന്നു പുറത്തു വന്ന് മറ്റുള്ളവരോടൊപ്പം കൂടി.

മൂന്നാമത്തെ ദിവസം അവർക്ക് പറക്കാമെന്നായി. വായുവിൽ ഒഴുകിനടക്കാമെന്നാണ് വിചാരിച്ചത്. താഴോട്ടു വീഴാൻ തുടങ്ങിയപ്പോൾ അവ അതിവേഗം ചിറകുകൾ വീശിത്തുടങ്ങി. അപ്പോൾ തെരുവിൽനിന്ന് കുട്ടികളുടെ പാട്ടു കേട്ടു: "കൊക്കേ, കൊക്കേ കാലൻ കൊക്കേ...."

"താഴോട്ടു പറന്ന് അവരുടെ കണ്ണു കൊത്തിയെടുത്താലോ?" ഒരു കുഞ്ഞു ചോദിച്ചു.

"അതുപോട്ടെ" അമ്മ പറഞ്ഞു. "ഞാൻ പറയുന്നത് ശ്രദ്ധിക്ക്. വൺ, ടു, ത്രി. ഇപ്പോൾ നമ്മൾ വലത്തോട്ടു പറക്കും. വൺ ടു ത്രി. ഇനി ഇടത്തോട്ട് പുകക്കുഴൽ ചുറ്റിപ്പറക്കണം. ഇപ്പോൾ ചെയ്തത് അസലായി. ഇനി നാളെ എന്റെ കൂടെ ചതുപ്പുനിലത്തേക്കു പോകണം. അവിടെ കൊക്കുകളുടെ ധാരാളം കുടുംബങ്ങളെ കാണാം. എന്റെ കുട്ടികൾ ഏറ്റവും നല്ല കുട്ടികളായിരിക്കണം. അന്തസിൽ പെരുമാറണം."

"തെരുവുകുട്ടികളോട് നമുക്ക് പ്രതികാരം ചെയ്യേണ്ടേ?" കുഞ്ഞിക്കൊക്കുകൾ ചോദിച്ചു.

"അവർ തോന്നുന്നത് പറയട്ടെ. നമ്മൾ മേഘങ്ങൾ വരെ പറന്നുയർന്ന് പിരമിഡിന്റെ നാട്ടിലെത്തും. ഒരു പച്ചിലയോ പഴമോ ഇല്ലാതെ അവർ ഇവിടെക്കിടന്ന് മരവിച്ചുപോകും."

“എല്ലാറ്റിനും ഞങ്ങൾ പ്രതികാരം ചെയ്യും.” കൊക്കുകൾ പരസ്പരം മന്ത്രിച്ചു. വീണ്ടും പരിശീലനത്തിൽ മുഴുകി.

തെരുവുകുട്ടികളുടെ കൂട്ടത്തിൽ അവരെ കളിയാക്കുന്ന ഒരു ആറു വയസുകാരനുണ്ടായിരുന്നു. അവനാണ് കളിയാക്കുന്നതിൽ ഒന്നാമൻ. അവൻ കൊക്കുകളുടെ അച്ഛനമ്മമാരെക്കാൾ വളരെ വലുതായതുകൊണ്ട് കുട്ടിക്കൊക്കുകൾ വിചാരിച്ചത് നൂറുവയസെങ്കിലും അവന് പ്രായമുണ്ടെന്നാണ്. കൊച്ചുകൊക്കുകൾക്ക് എന്തായാലും അവനോട് പ്രതികാരം ചെയ്യണമെന്ന് വാശിയായി. അവിടെനിന്നു പോകുന്നതിനുമുമ്പ് അങ്ങനെ ചെയ്യാമെന്ന് ഒടുവിൽ അമ്മയ്ക്ക് സമ്മതിക്കേണ്ടിവന്നു.

“പരിശീലനസമയത്ത് നിങ്ങളുടെ പ്രകടനം എങ്ങനെയുണ്ടെന്നു കാണട്ടെ. പറക്കുന്നത് മോശമായിട്ടാണെങ്കിൽ കുട്ടികൾ പാടിയതുതന്നെ ശരി. ആദ്യം നിങ്ങളുടെ പറക്കൽ കാണട്ടെ.”

“അങ്ങനെയാകട്ടെ” കുഞ്ഞുകൊക്കുകൾ വളരെ ബുദ്ധിമുട്ടി അധ്വാനിച്ച് പരിശീലനം നേടി. നിത്യവും പരിശീലനം തുടർന്നു. അവർ അനായാസമായി പറക്കുന്നതു കാണാൻ വലിയ സന്തോഷം തോന്നി.

ശരത്കാലം വന്നു. എല്ലാ കൊക്കുകളും ഒത്തുകൂടി ദേശാടനത്തിന് തയാറെടുപ്പു തുടങ്ങി. കാട്ടിലും വയലിലും ഗ്രാമത്തിലും പട്ടണത്തിലും എല്ലാം അവർ പറന്ന് പരിശീലനം നേടി. ദീർഘദൂരം പറക്കേണ്ടതല്ലേ? ഏറ്റവും നന്നായി പ്രകടനം കാഴ്ചവെച്ചത് ചെറിയകൊക്കുകളാണ്. അവർക്ക് പ്രത്യേകസമ്മാനവും കിട്ടി.

“ഇനി നമുക്ക് പ്രതികാരം ചെയ്യണം” അവർ പറഞ്ഞു.

അപ്പോൾ അമ്മക്കൊക്കു പറഞ്ഞു:

“വേണം. ഞാൻ അതിനെപ്പറ്റി ആലോചിച്ചിട്ടുണ്ട്. കൊച്ചുകുട്ടികൾ സ്വപ്നം കണ്ടുറങ്ങുന്ന ഒരു തടാകമുണ്ട്. അവിടെനിന്ന് കൊക്കുകളാണ് അവരെ അച്ഛനമ്മമാരുടെ അടുത്തെത്തിക്കുന്നത്. ഒരു കൊച്ചു കുട്ടിവേണമെന്ന് എല്ലാ രക്ഷിതാക്കളും ആഗ്രഹിക്കുന്നു. എല്ലാ കുട്ടികളും ഒരു സഹോദരനോ സഹോദരിയോ വേണമെന്ന് ആഗ്രഹിക്കുന്നു. നമ്മെ പരിഹസിക്കാത്ത എല്ലാ കുട്ടികൾക്കും തടാകത്തിൽനിന്ന് ഓരോ കുട്ടിയെ നാം കൊണ്ടുവന്നു കൊടുക്കും.”

“പാട്ടുപാടിയ ആ വൃത്തികെട്ട പയ്യനെ എന്താണ് ചെയ്യുന്നത്?” എല്ലാവരും കൂടി ചോദിച്ചു.

“കുളത്തിൽ സ്വപ്നംകണ്ടു മരിച്ച ഒരു കുട്ടിയുണ്ട്. അതിനെയാണ് പാട്ടുപാടി പരിഹസിച്ചവന് എത്തിച്ചുകൊടുക്കുക. മരിച്ച സഹോദരനെക്കണ്ട് അവൻ കരയാൻ തുടങ്ങും. കരയട്ടെ. പക്ഷികളെ ഉപദ്രവിക്കുന്നത് തെറ്റാണെന്നു പറഞ്ഞ ആ ചെറിയ കുട്ടിയുണ്ടല്ലോ, അവന് ഒരു സഹോദരനെയും സഹോദരിയെയും നമ്മൾ സമ്മാനിക്കും. അവന്റെ പേര് പീറ്റർ എന്നായതുകൊണ്ട് എല്ലാ കൊക്കുകളേയും പീറ്റർ എന്നാണ് ഇപ്പോഴും വിളിക്കുന്നത്.

3

വർക്കത്തുകെട്ട താറാവിൻകുഞ്ഞ്

വേനൽക്കാലമായിരുന്നു. മനോഹരമായ നാട്ടിൻപുറം. ഗോതമ്പു മഞ്ഞനിറം കലർന്നു. ഓട്സ് പച്ചനിറമായി. പച്ചപ്പുൽത്തകിടിയിൽ വൈക്കോൽ കൂട്ടിയിരിക്കുന്നു. ഒരു കൊക്ക് അതിലേ കവാത്ത് നടത്തുന്നുണ്ട്. പാടത്തിനും പുൽത്തകിടിക്കും ചുറ്റും ഇടതൂർന്ന കാടുകൾ. അതിന്റെ നടുവിലായി ആഴമുള്ള ഒരു കുളവും.

സൂര്യപ്രകാശം പഴയൊരു മാളികയിൽ പതിക്കുന്നുണ്ടായിരുന്നു. അതിനുചുറ്റും ആഴമുള്ള തോടാണ്. തോട്ടുവക്കിൽ ബർഡോക്ക് മരങ്ങളുടെ വലിയ ഇലകൾ ഞാന്നു കിടക്കുന്നു. തികച്ചും വിജനമായ സ്ഥലം. അവിടെയാണ് ഒരു താറാവ് തന്റെ കൂടുണ്ടാക്കിയത്. അത് മുട്ടയ്ക്കുമേൽ അടയിരിക്കുകയാണ്. ഏതാനും ദിവസം കഴിഞ്ഞപ്പോൾ താറാവിന് മടുപ്പുതോന്നി. സന്ദർശകരാരുമില്ല. മറ്റു താറാവുകൾക്ക് തന്നോട് സംസാരിക്കുന്നതിനെക്കാൾ, വെള്ളത്തിൽ നീന്തിക്കളിക്കാനായിരുന്നു താൽപ്പര്യം.

ഒടുവിൽ മുട്ടകൾ പൊട്ടിവിരിഞ്ഞു. കുഞ്ഞിത്തലകൾ പുറത്തു കാട്ടി കുഞ്ഞുങ്ങൾ പുറത്തേക്കുചാടി. "ക്വാക്ക്, ക്വാക്ക്" താറാവ് വിളിച്ചു. കുഞ്ഞുങ്ങൾ ഇലകൾക്കിടയിൽനിന്ന് ചുറ്റും നോക്കി. "ലോകം എത്ര വലുതാണ്!" താറാവു കുഞ്ഞുങ്ങൾ അത്ഭുതപ്പെട്ടു.

"ഇതാണ് ലോകം മുഴുവൻ എന്നാണോ നിങ്ങളുടെ വിചാരം! തോട്ടത്തിന്റെ അങ്ങേയറ്റം മുതൽ അകലെയുള്ള പാടം വരെയത് നീണ്ടു കിടപ്പാണ്. അവിടേക്ക് ഞാൻ ഒരിക്കലും പോയിട്ടില്ല! അമ്മത്താറാവു പറഞ്ഞു.

അപ്പോഴാണ് ഏറ്റവും വലിയ മുട്ട ഇനിയും വിരിഞ്ഞിട്ടില്ലല്ലോ എന്ന കാര്യം ശ്രദ്ധിച്ചത്. അതിനി എത്ര സമയമെടുക്കും! അമ്മത്താറാവ് വീണ്ടും അതിന്മേൽ അടയിരുന്നു.

"എന്തൊക്കെയുണ്ട് വിശേഷങ്ങൾ!" ഒരു വയസിത്താറാവു വന്ന് കുശലാന്വേഷണം നടത്തി.

"ഈ വലിയ മുട്ട ഇനിയും വിരിഞ്ഞിട്ടില്ല. നിങ്ങൾ മറ്റുള്ള കുഞ്ഞുങ്ങളെ കണ്ടോ! എന്തു സുന്ദരക്കുട്ടന്മാർ! അച്ഛനെപ്പോലെ തന്നെ. പക്ഷേ, കുട്ടികളുടെ അച്ഛൻ ഇതുവരേയും ഇങ്ങോട്ടു തിരിഞ്ഞു നോക്കിയിട്ടില്ല." താറാവ് പരിഭവത്തോടെ പറഞ്ഞു.

വയസിത്താറാവ് വിരിയാത്തമുട്ട പരിശോധിച്ചു പറഞ്ഞു.

"ഇത് ടർക്കിയുടെ മുട്ടയാണ്. മുമ്പ് എനിക്കും ഇതുപോലെ അബദ്ധം പറ്റിയിട്ടുണ്ട്. കുഞ്ഞുങ്ങളുടെ കാര്യത്തിൽ വല്ലാതെ ബുദ്ധിമുട്ടേണ്ടി വന്നു. അവയ്ക്ക് വെള്ളത്തിലിറങ്ങാൻ പേടി. ഞാൻ ചീത്ത പറഞ്ഞിട്ടും ഫലമുണ്ടായില്ല. നീയൊരു കാര്യം ചെയ്യ്. ഈ മുട്ട ഇവിടെ കിടക്കട്ടെ. നീ കുഞ്ഞുങ്ങളെകൊണ്ടുപോയി നീന്തൽ പഠിപ്പിക്കാൻ നോക്ക്."

"ഞാൻ കുറച്ചു കൂടി ഇതിന്മേൽ ഇരിക്കട്ടെ. ഏതായാലും ഇത്രയും കാലം ഇരുന്നില്ലേ!"

"അതു നിന്റെ ഇഷ്ടം. ഞാൻ പോകുന്നു." വയസിത്താറാവ് ഉടനെ സ്ഥലം വിട്ടു.

ഒടുവിൽ ആ വലിയ മുട്ട വിരിഞ്ഞു. ചിക്, ചിക്. പുറത്തുവന്നത് വൃത്തികെട്ട ഒരു കുഞ്ഞ്. നല്ല വലിപ്പവും ബലവുമുണ്ട്. ടർക്കിക്കുഞ്ഞായിരിക്കും. വെള്ളത്തിൽ ഇറക്കിയാൽ അറിയാമെന്ന് അമ്മത്താറാവ് വിചാരിച്ചു.

പിറ്റേന്ന് നല്ല തെളിച്ചമുള്ള ദിവസമായിരുന്നു. ഇലകളിൽ സൂര്യരശ്മികൾ പ്രകാശം പരത്തി. അമ്മത്താറാവ് കുഞ്ഞുങ്ങളെ കൂട്ടി തോട്ടിലേക്കു നടന്നു. ക്വാക്ക്, ക്വാക്ക്. അമ്മ പറയേണ്ട താമസം കുഞ്ഞുങ്ങൾ ഒന്നൊന്നായി വെള്ളത്തിൽ ചാടി. വൃത്തിയില്ലാത്തവനും വെള്ളത്തിൽ നീന്തി കരയ്ക്കു വന്നു.

"ഇത് ടർക്കിക്കുഞ്ഞല്ല" അമ്മത്താറാവു പറഞ്ഞു. "എത്ര ഭംഗിയായിട്ടാണ് അവൻ നീന്തുന്നത്! അവൻ എന്റെ കുഞ്ഞുതന്നെ. സംശയമില്ല. നോക്കുന്തോറും ചന്തം കൂടിവരുന്നു. കുഞ്ഞുങ്ങളേ, ഞാനിനി, നിങ്ങളെ ലോകം കാണിച്ചുതരാം. താറാവിൻ കളത്തിലേക്ക് കൊണ്ടുപോകാം. എന്റെ കൂടെത്തന്നെ നിൽക്കണം. അല്ലെങ്കിൽ ആരെങ്കിലും ഉപദ്രവിക്കും. പിന്നെ പൂച്ചകളെ പ്രത്യേകം ശ്രദ്ധിക്കണം."

അവർ താറാവിൻ കളത്തിൽ എത്തിയപ്പോൾ വലിയ ബഹളമായിരുന്നു. ഒരു മത്സ്യത്തിനുവേണ്ടിയുള്ള തർക്കമാണ്. ബഹളം കേട്ടുവന്ന ഒരു പൂച്ച മത്സ്യം കൊണ്ടുപോവുകയും ചെയ്തു.

"കണ്ടോ കുട്ടികളേ, ലോകം ഇങ്ങനെയാണ്" അമ്മത്താറാവു പറഞ്ഞു. "ഒരു വയസിത്താറാവിനെ കണ്ടില്ലേ, എല്ലാവരും ഒന്നിച്ച് നിന്ന് അതിനെ വണങ്ങണം. ഉന്നതകുലത്തിൽ ജനിച്ച താറാവാണത്. കാലിൽ ഒരു ചുവന്ന അടയാളം കണ്ടില്ലേ?"

"ക്വാക്ക്" കുട്ടികൾ പറഞ്ഞതുപോലെ ചെയ്തു. മറ്റു താറാവുകൾ അവയെ നോക്കുന്നുണ്ടായിരുന്നു. "വൃത്തികെട്ട ഒന്നിനെ കൂട്ടത്തിൽ

കണ്ടില്ലേ? സഹിച്ചുകൂടാ?" ഉടൻതന്നെ ഒരു താറാവ് മുമ്പോട്ട് വന്ന് അതിന്റെ കഴുത്തിൽ ഒരു കൊത്തുകൊടുത്തു.

"അവനെ ഉപദ്രവിക്കരുത്. അവനാർക്കും ഒരുപദ്രവവും ചെയ്തിട്ടില്ലല്ലോ." അമ്മത്താറാവു പറഞ്ഞു.

"അവൻ തടിമാടനാണ്. കാണാൻ വൃത്തിയില്ലാത്തവനാണ്."

അപ്പോൾ കാലിൽ ചുവപ്പുനിറമുള്ള വയസിത്താറാവു പറഞ്ഞു: "നല്ല അമ്മയുടെ നല്ല മക്കളാണ് അവരെല്ലാം. എല്ലാവർക്കും ഭംഗിയുണ്ട്-ഒന്നിനൊഴിച്ച്. അതുകൂടി നന്നായിരുന്നെങ്കിൽ...."

"അവൻ സുന്ദരനല്ല എന്നതു ശരി. പക്ഷേ, അവൻ കൂടുതൽ നല്ലവനാണ്. കുറച്ചുകഴിഞ്ഞാൽ അവനും മറ്റുള്ളവരെപ്പോലെയാകാതിരിക്കില്ല." അമ്മത്താറാവ് അവന്റെ കഴുത്തിലും ദേഹത്തിലും കൊക്കുരുമ്മി. "അവൻ ആൺതാറാവായതുകൊണ്ട് സ്വന്തംകാര്യം നോക്കിക്കൊള്ളും."

"മറ്റുള്ളവരൊക്കെ നല്ല ചന്തമുള്ളവരാണല്ലോ" വയസിത്താറാവ് പോകാൻ നേരം പറഞ്ഞു. "നീ വിഷമിക്കാതിരിക്ക്. പിന്നെ മീൻതല കിട്ടുമ്പോൾ ഒന്നെനിക്കും കൊണ്ടുവന്നു തരണേ!"

അമ്മത്താറാവും കുഞ്ഞുങ്ങളും സുഖമായിക്കഴിഞ്ഞുവന്നു. എങ്കിലും അവസാനം പിറന്ന വർക്കത്തുകെട്ടവനെ താറാവുകളും കോഴികളും എപ്പോഴും കൊത്തുകയും ഉപദ്രവിക്കുകയും ചെയ്തു. അവിടെയുണ്ടായിരുന്ന പൂവൻ ടർക്കി ഒരു ചക്രവർത്തിയുടെ ഭാവത്തിൽ, അതിവേഗം വരുന്ന ഒരു കപ്പൽപോലെ താറാവിൻ കുഞ്ഞിന്റെ അടുത്തേക്കു നീങ്ങി. കുഞ്ഞിത്താറാവ് എന്തുചെയ്യണമെന്നറിയാതെ പരിഭ്രമിച്ചു. ഞാൻ വൃത്തികെട്ടവനാണല്ലോ എന്നോർത്ത് അവൻ വല്ലാതെ സങ്കടപ്പെട്ടു.

ആദ്യ ദിവസം അങ്ങനെ കഴിഞ്ഞു. കുറച്ചു കഴിഞ്ഞപ്പോൾ കാര്യങ്ങൾ കൂടുതൽ വഷളായി. എല്ലാവരും കുഞ്ഞിത്താറാവിനെ ചീത്തപറയാൻ തുടങ്ങി. സ്വന്തം സഹോദരന്മാരും സഹോദരിമാരും അവനോട് എപ്പോഴും ക്രൂരമായി പെരുമാറി. "പൂച്ചപിടിച്ചാൽ നന്നായിരുന്നു" അവർ പറഞ്ഞു. "വിരിയാതിരുന്നാൽ മതിയായിരുന്നു" അമ്മ രോഷം തീർത്തു. താറാവുകൾ അവനെ കടിച്ചു. കോഴികൾ കൊത്തി. തീറ്റ കൊടുക്കുന്ന പെൺകുട്ടി കാലുകൊണ്ടു തട്ടി.

അവസാനം അവൻ അവിടെനിന്ന് ഓടി. വേലികടന്ന് കുറ്റിക്കാട്ടിലെത്തി. പക്ഷികൾ അവനെക്കണ്ട് ഭയന്നു. ഓടുമ്പോൾ അവൻ വിചാരിച്ചു:

"ഞാൻ വൃത്തികെട്ടതു കൊണ്ടല്ലേ." ഒടുവിൽ അവൻ ഒരു ചതുപ്പുനിലത്തെത്തി. അവിടെ കുറെ കാട്ടുതാറാവുകൾ ഉണ്ടായിരുന്നു. ക്ഷീണിതനായ അവൻ അസ്വസ്ഥതയോടെ രാത്രി അവിടെ കഴിച്ചുകൂട്ടി.

രാവിലെ കാട്ടുതാറാവുകൾ പറന്നുയർന്നു. പോകുമ്പോൾ അവ പുതിയ കൂട്ടുകാരനോടു ചോദിച്ചു:

"നീ ആരാണ്?"

താറാവിൻ കുഞ്ഞ് വിനയപൂർവം വണങ്ങി.

“നീ വാസ്തവത്തിൽ വല്ലാതെ വിരൂപനാണ്! കാട്ടുതാറാവുകൾ പറഞ്ഞു. അതുസാരമില്ല. നീ ഞങ്ങളുടെ കുടുംബത്തിൽനിന്നും കല്യാണം കഴിക്കരുതെന്നുമാത്രം.”

പാവം താറാവിൻ കുഞ്ഞ്! അത് അങ്ങനെയൊരു കാര്യത്തെപ്പറ്റി വിചാരിച്ചിട്ടേയില്ല. പുൽച്ചെടികൾക്കിടയിൽ എവിടെയെങ്കിലും കിടക്കണം. അവിടെയുള്ള വെള്ളം കുടിക്കണം. ഇത്രമാത്രമേ അവൻ ചിന്തിച്ചുള്ളൂ.

താറാവിൻകുഞ്ഞ് രണ്ടുദിവസം അവിടെ താമസിച്ചു. മൂന്നാമത്തെ ദിവസം രണ്ടു കാട്ടരയന്നങ്ങൾ അവനെ കണ്ടുമുട്ടി. അവചോദിച്ചു:

“നീ വളരെ വൃത്തികെട്ടവനാണ്. എന്നാലും ഞങ്ങൾക്ക് നിന്നെ ഇഷ്ടമാണ്. നീ ഞങ്ങളുടെ കൂടെ വരുന്നോ? അടുത്തുതന്നെ മറ്റൊരു ചതുപ്പുസ്ഥലമുണ്ട്. അവിടെയുള്ളത് അതിസുന്ദരികളും സുന്ദരന്മാരുമാണ്. അവിടെയെത്തിയാൽ ഒരുപക്ഷേ, നിന്റെ ഭാഗ്യം തെളിഞ്ഞേക്കും.”

ഠേ! പെട്ടെന്ന് ഒരു വെടിപൊട്ടി. രണ്ടു കാട്ടരയന്നങ്ങളും പുല്ലുകൾക്കിടയിൽ ചത്തുവീണു. വെള്ളത്തിൽ ചുവപ്പുനിറം കലർന്നു. വീണ്ടും വെടി. കാട്ടുതാറാവുകൾ പറന്നുയർന്നു. വെടിയൊച്ച വീണ്ടും കേട്ടു.

വലിയൊരു നായാട്ടുസംഘമായിരുന്നു അത്. അവർ ചുറ്റും പതുങ്ങിയിരിക്കുകയായിരുന്നു. മരത്തിന്റെ താണകൊമ്പിലും ചിലർ ഒളിച്ചിരിപ്പുണ്ടായിരുന്നു. വേട്ടനായ്ക്കൾ തലങ്ങും വിലങ്ങും ഓടിനടന്നു.

താറാവിൻകുഞ്ഞ് തലചിറകുകൾക്കുള്ളിലൊളിപ്പിച്ച് പതുങ്ങിക്കിടന്നു. അപ്പോൾ നാവുനീട്ടിക്കൊണ്ട് ഒരു നായ അവിടെയെത്തി. താറാവിൻ കുഞ്ഞിനെ നോക്കി മുരണ്ട് പല്ലിളിച്ചു. പിന്നെ അതിന്റെ പാട്ടിനുപോയി.

കുഞ്ഞിത്താറാവിന് ശ്വാസം നേരെ വീണു. വൃത്തികെട്ടതുകൊണ്ട് ഒരു നായയ്ക്കുപോലും തന്നെവേണ്ടാത്തതു നന്നായി.

വെടിയൊച്ച വീണ്ടും തുടർന്നു കേട്ടുകൊണ്ടിരുന്നു. മണിക്കൂറിനു ശേഷം കുഞ്ഞിത്താറാവ് പുറത്തുവന്നു. അവൻ ചുറ്റും നോക്കി. വയലും പുൽമേടും പിന്നിട്ട് അവൻ അവിടെനിന്ന് ഓടി. കാറ്റ് ശക്തിയിൽ വീശുന്നുണ്ടായിരുന്നു.

വൈകുന്നേരമായപ്പോൾ അവൻ ഇടിഞ്ഞുപൊളിഞ്ഞ ഒരു കുടിലിന്റെ അടുത്തെത്തി. വാതിൽ ഇളകിവീഴാറായിരുന്നു. താറാവുകുഞ്ഞ് വിടവിലൂടെ അകത്തുകടന്നു. അവിടെ ഒരു വൃദ്ധ താമസിച്ചിരുന്നു. കൂട്ടിന് ഒരു കണ്ടൻ പൂച്ചയും ഒരു പിടക്കോഴിയും. പൂച്ചയ്ക്ക് രോമങ്ങൾ വിടർത്തി ശബ്ദിക്കാനറിയാം. പിടക്കോഴി ഒരു കുറുകാലിയാണ്. എന്നും മുട്ടയിടും. പൂച്ചയും കോഴിയും വൃദ്ധയ്ക്ക് മക്കളെപ്പോലെയാണ്.

രാവിലെ തങ്ങളുടെ വിരുന്നുകാരനെ നോക്കി പൂച്ച കരയുവാനും കോഴി കൊക്കുവാനും തുടങ്ങി. സംഗതി എന്താണെന്നറിയാൻ വൃദ്ധ ചുറ്റും നോക്കി. അവർക്ക് കാഴ്ച കഷ്ടിയായിരുന്നു. താറാവുകുഞ്ഞിനെ ഒരു വലിയ താറാവായാണ് അവർക്ക് തോന്നിയത്. ഇനി താറാവുമുട്ട തിന്നാലോ എന്ന് കൊതിക്കുകയും ചെയ്തു.

പൂച്ച വീട്ടിലെ വേലക്കാരനും കോഴി വേലക്കാരിയും ആയിരുന്നു. തങ്ങൾ രണ്ടുപേർ ചേർന്നാൽ ലോകത്തിന്റെ പകുതിയായി എന്നാണ് അവർ കരുതിയത്. അതുശരിയല്ലെന്ന് താറാവിൻകുഞ്ഞ് പറഞ്ഞു.

"നിനക്ക് മുട്ടയിടാനറിയോ?" പിടക്കോഴി ചോദിച്ചു.

"ഇല്ല."

"എന്നാൽ മിണ്ടാതിരിക്ക്."

"നിനക്ക് പുറത്തെ രോമം വിടർത്തി ശബ്ദിക്കാനറിയുമോ?" പൂച്ച ചോദിച്ചു.

"ഇല്ല."

"എന്നാൽ വിവരമുള്ളവർ സംസാരിക്കുമ്പോൾ അഭിപ്രായം പറയരുത്."

താറാവിൻകുഞ്ഞ് വിഷമിച്ച് ഒരു മൂലയിൽ തനിച്ചിരുന്നു. അപ്പോൾ ശുദ്ധമായ വായുവിനെപ്പറ്റിയും തെളിഞ്ഞ സൂര്യപ്രകാശത്തെപ്പറ്റിയും അവൻ ചിന്തിച്ചു. വീണ്ടും നീന്തണമെന്ന് ശക്തിയായ മോഹം. അവനത് കോഴിയോടു പറഞ്ഞു.

"നിനക്ക് ഭ്രാന്താണ്" പിടക്കോഴി പറഞ്ഞു. "നീന്തുന്നതിൽ എന്തു രസമാണുള്ളത്? അല്ലെങ്കിൽ നീ പൂച്ചയോടോ മുത്തശ്ശിയോടോ ചോദിച്ചു നോക്ക്."

"അവർക്ക് എന്നെ മനസിലാവില്ല" താറാവുകുഞ്ഞു പറഞ്ഞു.

"എന്ത്, അവർക്ക് മനസിലാവില്ലെന്നോ? നീ അവരെക്കാളും ബുദ്ധിമാനാണ് എന്നാണോ വിചാരം? എന്തെല്ലാം സൗകര്യങ്ങൾ നിനക്കിവിടെയുണ്ട്? നിന്നോടു കാണിച്ച സൗഹൃദത്തിന് നീ നന്ദി കാണിക്കുകയാണ് വേണ്ടത്. ഞാനൊരു കാര്യം പറയട്ടെ. നീ വേണ്ടാത്തതു ചിന്തിക്കാതെ പൂച്ചയെപ്പോലെ കരയാനോ എന്നെപ്പോലെ മുട്ടയിടാനോ പഠിക്ക്."

"എനിക്ക് വിശാലമായ ലോകത്തിലേക്കു തന്നെ പോകണം."

"എന്നാൽ പൊയ്ക്കോ" കോഴി പരിഭവത്തോടെ പറഞ്ഞു.

അങ്ങനെ താറാവുകുഞ്ഞ് അവിടെനിന്നു യാത്രയായി. വെള്ളത്തിലിറങ്ങി നീന്തി. വെള്ളത്തിൽ ഊളിയിട്ടു. മറ്റു ജന്തുക്കൾ അവന്റെ വൈരൂപ്യംകണ്ട് ഒഴിഞ്ഞുമാറി. ശരത്കാലമായപ്പോൾ ഇലകൾ മഞ്ഞനിറം കലർന്ന് ഉണങ്ങിവീണു. അവ ശക്തിയായ കാറ്റിൽ പറന്നുകളിച്ചു. അന്തരീക്ഷത്തിൽ തണുപ്പു വർധിച്ചു. മഞ്ഞും ആലിപ്പഴവുംകൊണ്ട് മേഘങ്ങൾ കനത്തു. വേലിക്കു മുകളിലിരുന്ന് കാക്കകൾ കരഞ്ഞു. പാവം താറാവുകുഞ്ഞിന് വല്ലാത്ത ബുദ്ധിമുട്ടായി.

ഒരുദിവസം വൈകുന്നേരം സൂര്യൻ അസ്തമിക്കാറായപ്പോൾ, ഭംഗിയുള്ള ഒരു കൂട്ടംപക്ഷികൾ ചെടികൾക്കിടയിൽനിന്ന് പറന്നുയർന്നു. അത്ര സൗന്ദര്യമുള്ള പക്ഷികളെ താറാവുകുഞ്ഞ് ഒരിക്കലും കണ്ടിരുന്നില്ല. തിളങ്ങുന്ന വെള്ളത്തൂവലും നീണ്ടകഴുത്തും. അവ അരയന്നങ്ങളായിരുന്നു. തണുപ്പ് പ്രദേശത്തുനിന്ന് ചൂടുള്ള കാലാവസ്ഥ തേടി വിദൂരസ്ഥലത്തേക്ക്

അവ യാത്രപോവുകയാണ്. ഒരു പ്രത്യേക ശബ്ദം പുറപ്പെടുവിച്ച് അവ മേലോട്ടുയർന്നു. താറാവുകുഞ്ഞിന്റെ അത്ഭുതത്തിന് അളവില്ല. വെള്ളത്തിൽ വട്ടം കറങ്ങി അവൻ പക്ഷികളെത്തന്നെ തലയുയർത്തി നോക്കി. പെട്ടെന്ന് ഒട്ടും വിചാരിക്കാതെ അവൻ അത്യുച്ചത്തിൽ ഒച്ചയെടുത്തു.

അന്തസുള്ള ആ പക്ഷികളെ അവന് മറക്കാൻ പറ്റിയില്ല. എത്രമാത്രം സന്തുഷ്ടരായ പക്ഷികൾ! അവയെ കാണുന്നില്ലെന്നു വന്നപ്പോൾ അവൻ വെള്ളത്തിൽ ഊളിയിട്ടു. അവ എന്തുതരം പക്ഷികളാണെന്നോ, എങ്ങോട്ടു പോവുകയാണെന്നോ അവനറിയില്ല. അവയുടെ സൗന്ദര്യം ഒരിക്കലും തനിക്ക് സ്വപ്നം കാണാൻ കഴിയാത്തതാണ്. എങ്കിലും അവ നവയെ സ്നേഹിച്ചു. അവരുടെ കൂട്ടത്തിൽതന്നെ കൂട്ടിയെങ്കിൽ എന്ന് അവൻ വെറുതെ മോഹിച്ചു.

മഞ്ഞുകാലം വന്നപ്പോൾ തണുപ്പ് അതികഠിനമായി. വെറുങ്ങലിച്ചു പോകാതിരിക്കാൻ താറാവിൻകുഞ്ഞിന് വെള്ളത്തിൽ വട്ടം കറങ്ങാനേ പറ്റിയുള്ളൂ. ഓരോ രാത്രി കഴിയുന്തോറും നീന്താനുള്ള ഇടം കുറഞ്ഞു വന്നു. വെള്ളം ഉറഞ്ഞുപോകാതിരിക്കാൻ കാലുകൊണ്ട് ഇളക്കിക്കൊണ്ടിരുന്നു. ഒടുവിൽ തളർന്നു വെറുങ്ങലിച്ച് മഞ്ഞുകട്ടയിൽ കിടന്നു.

രാവിലെ ഒരു കൃഷിക്കാരൻ ആ വഴി വന്നു. അയാൾ മഞ്ഞുകട്ട പൊട്ടിച്ച്, താറാവിൻ കുഞ്ഞിനെയെടുത്ത് വീട്ടിൽ കൊണ്ടുപോയി ഭാര്യക്കുകൊടുത്തു.

അവൻ വേഗത്തിൽ സുഖംപ്രാപിച്ചു. കുട്ടികൾ കളിക്കാനായി അടുത്തുവന്നു. താറാവു വിചാരിച്ചു അവർ തന്നെ ഉപദ്രവിക്കാൻ വന്നതാണെന്ന്. അവൻ പേടിച്ചു പറന്ന് പാൽപ്പാത്രം തട്ടിമറിച്ചു. പാൽ മുറിയിലെല്ലാം ഒഴുകി. സ്ത്രീ കൈകൊട്ടി ബഹളംവെച്ചു. അവൻ വെണ്ണപ്പാത്രത്തിലേക്കും അവിടെനിന്ന് ധാന്യമാവുവെച്ച തൊട്ടിയിലേക്കും പറന്നു. ഒടുവിൽ എങ്ങനെയോ പുറത്തേക്കും.

സ്ത്രീ അലറിവിളിച്ചു. ഒരു കൊടിൽകൊണ്ട് അവനെ അടിച്ചു. കുട്ടികൾ ബഹളംവെച്ച് പിടിക്കാൻ പിന്നാലെ ഓടി. അവൻ ഒരുവിധം ഓടി കുറ്റിക്കാടുകൾക്കുള്ളിൽ ഒളിച്ചു. ഒരു സ്വപ്നത്തിലെന്നപോലെ അവൻ മഞ്ഞിൽക്കിടന്നു.

അങ്ങനെ മഞ്ഞുകാലത്ത് താറാവിൻകുഞ്ഞ് അനുഭവിച്ച കഷ്ടപ്പാടുകൾക്ക് കൈയും കണക്കുമില്ല. ചതുപ്പുസ്ഥലത്ത് നീർച്ചെടികൾക്കിടയിൽ കിടക്കുമ്പോൾ, സൂര്യൻ വീണ്ടും പ്രകാശിക്കാൻ തുടങ്ങി. വാനമ്പാടികൾ പാടി. വസന്തകാലം വന്നണഞ്ഞു.

താറാവിൻകുഞ്ഞ് ചിറകുകൾ കുടഞ്ഞു. അവയ്ക്ക് മുമ്പത്തെക്കാൾ ബലമുണ്ടായിരുന്നു. അവനെ അവ മുമ്പോട്ടു കൊണ്ടുപോയി. എന്താണ് സംഭവിക്കുന്നത് എന്നറിയുമ്പോഴേക്കും അവനൊരു ആപ്പിൾത്തോട്ടത്തിൽ എത്തിക്കഴിഞ്ഞു. നിറയെ പൂക്കളും കായ്കളും. വളഞ്ഞൊഴുകുന്ന തോട്ടിലേക്ക് ചാഞ്ഞുനിൽക്കുന്ന ചില്ലകൾ. വസന്തത്തിന്റെ നവചൈതന്യം എത്രമനോഹരം!

ഇടതൂർന്ന ചെടികൾക്കിടയിൽനിന്ന് അപ്പോൾ മൂന്ന് അരയന്നങ്ങൾ പുറത്തുവന്നു. എന്തുവെളുപ്പും ഭംഗിയും! അവ ചിറകുകൾ കുടഞ്ഞു സാവധാനം വെള്ളത്തിൽ നീന്താൻ തുടങ്ങി. താറാവിൻകുഞ്ഞിന് അവയെ മനസിലായെങ്കിലും മനസിൽ എന്തോ വിഷാദംതോന്നി.

അപ്പോൾ താറാവിൻകുഞ്ഞ് മനസിൽ പറഞ്ഞു: 'രാജകീയ സൗന്ദര്യമുള്ള ആ പക്ഷികളുടെ അടുത്തേക്ക് ഞാൻ പോകും. വൃത്തിയില്ലാത്തവനായതുകൊണ്ട് അവർ എന്നെ കൊല്ലുന്നെങ്കിൽ കൊല്ലട്ടെ. താറാവിന്റെ കടിയും കോഴിയുടെ കൊത്തും വേലക്കാരി പെൺകുട്ടിയുടെ ചവിട്ടും മഞ്ഞുകാലത്തെ കഷ്ടപ്പാടുകളും സഹിക്കുന്നതിനെക്കാൾ ഭേദമായിരിക്കുമത്.

അവൻ വെള്ളത്തിൽ പറന്നിറങ്ങി. ആ മനോഹരമായ പക്ഷികളുടെ അടുത്തേക്കു നീന്തി. അവനെ കാണേണ്ട താമസം, അവ അതിവേഗം അടുത്തെത്തി. മരണം കാത്തുകൊണ്ട് താറാവുകുഞ്ഞ് തല കുനിച്ചുനിന്നു. പക്ഷേ, അപ്പോൾ അവൻ കണ്ടതെന്താണെന്നോ? അതാ, വെള്ളത്തിൽ തന്റെ പ്രതിബിംബം. ചാരനിറമുള്ള വൃത്തികെട്ട പക്ഷിയല്ല, മറിച്ച് ഒരു അരയന്നം!

അരയന്നത്തിന്റെ മുട്ട താറാവിൻകൂട്ടിൽ വിരിഞ്ഞാലും പ്രശ്നമൊന്നുമില്ല. ആ വലിയ അരയന്നങ്ങൾ അവന്റെ അടുത്തുവന്ന് ചുറ്റും നീന്തുകയും കൊക്കുകൊണ്ടു തലോടുകയും ചെയ്തപ്പോൾ, അവൻ സഹിച്ച എല്ലാ കഷ്ടപ്പാടുകളും മറന്ന് സന്തുഷ്ടനായി.

തോട്ടത്തിൽ ഏതാനും കൊച്ചുകുട്ടികൾ ഓടിക്കളിക്കുന്നുണ്ടായിരുന്നു. അവർ ധാന്യങ്ങളും അപ്പവും മറ്റും വെള്ളത്തിലേക്ക് എറിഞ്ഞുകൊടുത്തു. അപ്പോൾ ഒരു ചെറിയ കുട്ടി പറഞ്ഞു:

"അതാ, ഒരു പുതിയ അരയന്നം!" എല്ലാവരും ഉച്ചത്തിൽ ഏറ്റുപറഞ്ഞു. "ശരിയാണ് പുതിയ അരയന്നം തന്നെ." അവർ കൈകൊട്ടി നൃത്തം ചവിട്ടി. അവർ വിവരം പറയാൻ അച്ഛന്റെയും അമ്മയുടെയും അടുത്തേക്കോടി. വെള്ളത്തിലേക്ക് കേക്കും റൊട്ടിയും വലിച്ചെറിഞ്ഞു. "പുതിയതാണ് ഏറ്റവും നല്ലത്. ചെറുതും ഭംഗിയുള്ളതും" എല്ലാവരുംകൂടി പറഞ്ഞു. വലിയ അരയന്നങ്ങൾ അവനെ വണങ്ങി.

കൊച്ചരയന്നത്തിന് നാണം തോന്നി. അവൻ തല ചിറകുകൾക്കുള്ളിൽ ഒളിപ്പിച്ചു. അവന് സന്തോഷം തോന്നിയെങ്കിലും അഹങ്കരിച്ചില്ല. നല്ല മനസുള്ളവർ അഹങ്കരിക്കാറില്ല.

മുമ്പ് എല്ലാവരും അവനെ പരിഹസിക്കുകയും ചീത്ത പറയുകയും ചെയ്തത് അവനോർത്തു. ഇപ്പോൾ എല്ലാവരും പറയുന്നു പക്ഷികളിൽവെച്ച് ഏറ്റവും സുന്ദരൻ താനാണെന്ന്. സൂര്യൻ നന്നായി പ്രകാശിച്ച് ചൂടുപരത്താൻ തുടങ്ങിയിരുന്നു. അപ്പോൾ അവൻ ചിറകുകുടഞ്ഞ് മെലിഞ്ഞ കഴുത്തുനീട്ടി സന്തോഷത്തോടെ പറഞ്ഞു:

"ഞാൻ വൃത്തികെട്ട താറാവിൻകുഞ്ഞായിരുന്നപ്പോൾ, ഇത്രയും വലിയ ആനന്ദം എനിക്കുണ്ടാകുമെന്ന് സ്വപ്നത്തിൽപോലും വിചാരിച്ചിരുന്നേയില്ല."

4

അരയന്നങ്ങൾ

പണ്ടൊരു രാജ്യത്ത് ഒരു രാജാവിന് പതിനൊന്നു ആൺമക്കളും എൽസി എന്നു പേരുള്ള സുന്ദരിയായ ഒരു മകളും ഉണ്ടായിരുന്നു. രാജകുമാരന്മാർ സ്കൂളിൽ പോയത് അരയിലൊരുവാളും, നെഞ്ചിൽ നക്ഷത്രചിഹ്നവും അണിഞ്ഞാണ്. എഴുതാൻ സ്വർണ സ്ലേറ്റും രത്നം പതിച്ച പേനയും. എൽസിയാകട്ടെ ഇരിക്കുന്നത് ഗ്ലാസുകൊണ്ടുള്ള ഒരു സ്റ്റൂളിലാണ്. അവൾക്ക് വിലമതിക്കാനാവാത്ത ഒരു ചിത്രപുസ്തകമുണ്ടായിരുന്നു. അവർ വളരെ സന്തുഷ്ടരായി കഴിഞ്ഞുപോന്നു.

എന്നാൽ അമ്മ മരിച്ചതോടുകൂടി അവരുടെ കഷ്ടകാലവും തുടങ്ങി. രാജാവ് രണ്ടാമതു വിവാഹം കഴിച്ചത് നീചയായ ഒരു സ്ത്രീയെയാണ്. അവർ കുട്ടികളോട് ക്രൂരമായാണ് പെരുമാറിയത്. കൊട്ടാരത്തിലെ വിരുന്നുസൽക്കാരങ്ങളിലും മറ്റും, കേക്കും മധുരപലഹാരങ്ങളും ഇഷ്ടംപോലെ ഉണ്ടായിരുന്നെങ്കിലും, അതൊന്നും കുട്ടികൾക്ക് കൊടുത്തില്ല. പകരം ഒരു പാത്രത്തിൽ കുറെ മണലാണ് അവർക്ക് കൊടുത്തത്. അതു പലഹാരമാണെന്നു വിചാരിച്ച് തിന്നുകൊള്ളാൻ രാജ്ഞി പറഞ്ഞു.

ഒരാഴ്ച കഴിഞ്ഞപ്പോൾ എൽസിയെ നാട്ടുമ്പുറത്തെ ഒരു കൃഷിക്കാരന്റെ വീട്ടിലാക്കി. രാജകുമാരന്മാരെപ്പറ്റി ഒരുപാട് അപവാദങ്ങൾ രാജാവിനെ പറഞ്ഞു ധരിപ്പിച്ചു. രാജ്ഞി രാജകുമാരന്മാരോടു പറഞ്ഞു:

"നിങ്ങൾ ലോകത്ത് എവിടെയെങ്കിലും പോയി ജീവിച്ചുകൊള്ളുക. നിങ്ങൾ ശബ്ദിക്കാൻ പറ്റാത്ത പക്ഷികളായിത്തീരട്ടെ." പക്ഷേ, രാജ്ഞി വിചാരിച്ചതിന് പകരമായി പതിനൊന്നുപേരും ഭംഗിയുള്ള അരയന്നങ്ങളായി മാറി. പ്രത്യേകമട്ടിൽ കരഞ്ഞുകൊണ്ട് അവർ കൊട്ടാരത്തിൽനിന്ന് പുറത്തേക്ക് പറന്നു.

പുലരാറായപ്പോൾ അരയന്നങ്ങൾ എൽസി താമസിക്കുന്ന കൃഷിക്കാരന്റെ വീടിനടുത്തെത്തി. അവർ കരഞ്ഞുകൊണ്ട് കുറേനേരം വട്ടമിട്ടുപറന്നു. ആരും ശ്രദ്ധിച്ചില്ല. പിന്നെ ഉയർന്നുപറന്ന് മേഘങ്ങളെ പിന്നിട്ട് അവർ ദൂരേക്കു പറന്നു. ഒടുവിൽ എത്തിച്ചേർന്നത് ഒരു കാട്ടിലാണ്.

പാവം എൽസിക്ക് കൃഷിക്കാരന്റെ വീട്ടിൽ കളിക്കാൻ കിട്ടിയത് ഒരു പച്ചിലയാണ്. അവൾ അതിലൊരു ദ്വാരമുണ്ടാക്കി ആകാശത്തിലേക്കു നോക്കി. സൂര്യനെ നോക്കിയപ്പോൾ സഹോദരന്മാരുടെ കണ്ണുകൾ തിളങ്ങുന്നതായി അവൾക്കു തോന്നി. സൂര്യരശ്മികൾ കവിളിൽ പതിച്ചപ്പോൾ അവർതന്നെ ഉമ്മ വെക്കുന്നതായും തോന്നി.

പുതുമയൊന്നുമില്ലാത്ത ദിവസങ്ങൾ കടന്നുപോയി. മുറ്റത്തെ റോസാപ്പൂക്കൾ കാറ്റിലിളകുമ്പോൾ അവൾ ചോദിക്കും:

"നിങ്ങളെക്കാൾ സുന്ദരിയായിട്ട് ആരുണ്ട്?"

അപ്പോൾ റോസാപ്പൂക്കൾ പറയും: "എൽസി" കൃഷിക്കാരന്റെ ഭാര്യ ഞായറാഴ്ച ദിവസങ്ങളിൽ പ്രാർഥനാപുസ്തകം വായിക്കുമ്പോൾ കാറ്റ് മർമരം പൊഴിച്ച് പുസ്തകത്തോടു ചോദിക്കും "നിന്നെക്കാൾ ഭക്തയായി ആരുണ്ട്?" പുസ്തകം പറയും: "എൽസി" റോസാപ്പൂക്കളും പ്രാർഥനാപുസ്തകവും പറഞ്ഞത് സത്യം തന്നെയായിരുന്നു.

എൽസിക്കു പതിനഞ്ചു വയസായപ്പോൾ അവളെ കൊട്ടാരത്തിലേക്ക് കൂട്ടിക്കൊണ്ടുവന്നു. പക്ഷേ, അവളുടെ സൗന്ദര്യം രാജ്ഞിക്ക് സഹിക്കാൻ കഴിഞ്ഞില്ല. അവളേയും ഒരു അരയന്നമാക്കിയാലോ എന്നവൾ ആലോചിച്ചു. പക്ഷേ, രാജാവിന് എൽസിയെ വളരെ ഇഷ്ടമായതുകൊണ്ട് അതിന് ധൈര്യം വന്നില്ല.

പിറ്റേന്നു രാവിലെ രാജ്ഞി കുളിമുറിയിൽനിന്ന് മൂന്നു ചൊറിത്തവളകളെ എടുത്ത് ഉമ്മകൊടുത്തിട്ടു പറഞ്ഞു:

"നീ എൽസിയുടെ തലയിൽ കയറിയിരിക്കണം. അപ്പോൾ അവൾ നിന്നെപ്പോലെ മണ്ടത്തിയാകും."

രണ്ടാമത്തെ തവളയോടു പറഞ്ഞു:

"നീ അവളുടെ നെറ്റിയിൽ കയറിയിരിക്കണം. അപ്പോൾ അവൾ നിന്നെപ്പോലെ വികൃതരൂപിയാവും." മൂന്നാമത്തെ തവളയോടുപറഞ്ഞു: എൽസിയുടെ മാറിൽ കയറിയിരിക്കണം. അപ്പോൾ അവളുടെ ഹൃദയം ദുഷ്ടതനിറഞ്ഞതായിത്തീരും."

രാജ്ഞി തവളകളെ തെളിവെള്ളത്തിലിട്ടപ്പോൾ വെള്ളം പച്ചനിറമായി. എൽസിയോട് ആ വെള്ളത്തിൽ കുളിക്കാൻ പറഞ്ഞു. അപ്പോൾ തവളകൾ, നിർദേശിച്ചതുപോലെ അവളുടെ തലയിലും നെറ്റിയിലും നെഞ്ചത്തും കയറിയിരുന്നു. എന്നാൽ എൽസി ഒന്നും അറിഞ്ഞില്ല. അവൾ വെള്ളത്തിൽനിന്ന് എഴുന്നേറ്റപ്പോൾ മൂന്നു പോപ്പിപുഷ്പങ്ങൾ വെള്ളത്തിൽ പൊങ്ങിക്കിടക്കുന്നതാണ് കണ്ടത്. മാന്ത്രികശക്തിക്ക് കീഴടക്കാൻ പറ്റാത്തവിധം എൽസി അത്രയ്ക്കും നല്ലവളായിരുന്നു.

രാജ്ഞിക്ക് സഹിച്ചില്ല. അവൾ വാൾനട്ടിന്റെ നീരു പിഴിഞ്ഞ് എൽസിയുടെ ദേഹം മുഴുവൻ പുരട്ടി. അവളുടെ മുഖവും മുടിയും ദേഹവുമെല്ലാം തിരിച്ചറിയാൻ പറ്റാത്തവിധം വികൃതമായി. രാജാവുപോലും സ്വന്തം മകളെ തിരിച്ചറിഞ്ഞില്ല. പക്ഷേ, കൊട്ടാരത്തിലെ നായയും കിളികളും മാത്രം എൽസിയെ തിരിച്ചറിയുകയും സ്നേഹിക്കുകയും ചെയ്തു.

പാവം എൽസി തന്റെ സഹോദരന്മാരെ ഓർത്തുകരഞ്ഞു. ഒരാളെപ്പോലും അവിടെ കാണാൻ കഴിഞ്ഞില്ല. ദുഃഖിതയായി അവൾ ദിവസം മുഴുവൻ വയലിലും ചതുപ്പു സ്ഥലത്തും അലഞ്ഞു നടന്നു. ഒടുവിൽ ഒരു കാട്ടിലെത്തി. എവിടേക്കുപോകണമെന്ന് ഒരു രൂപവുമില്ല. വീട്ടിൽനിന്ന് ഇറക്കിവിട്ട തന്റെ സഹോദരങ്ങളെ എന്തു ബുദ്ധിമുട്ടുസഹിച്ചും കണ്ടെത്തണമെന്ന് അവൾ ഉറച്ചു.

കാട്ടിലെത്തി കുറച്ചുകഴിഞ്ഞപ്പോൾ ഇരുട്ടായി. അവൾക്ക് വഴിതെറ്റി. ഒരു പുൽത്തകിടിയിലിരുന്ന് പ്രാർഥിച്ചശേഷം അവൾ ഒരു മരത്തിൽ ചാരിയിരുന്നു. കാട് നിശ്ശബ്ദമാണ്. ഇളംകാറ്റ് വീശുന്നുണ്ട്. മിന്നാമിനുങ്ങുകൾ അങ്ങിങ്ങ് വട്ടമിട്ടു പറക്കുന്നു. തൊട്ടുമുകളിലെ മരച്ചില്ലയിൽ തൊട്ടപ്പോൾ നിരവധി മിന്നാമിനുങ്ങുകൾ നക്ഷത്രങ്ങളെപ്പോലെ താഴോട്ടു പതിച്ചു.

രാത്രി മുഴുവനും അവൾ തന്റെ സഹോദരന്മാരെക്കുറിച്ച് സ്വപ്നം കണ്ടു. എല്ലാവരും വീണ്ടും കുട്ടികളായി കളിയിൽ മുഴുകി. സ്വർണസ്ലേറ്റിൽ രത്നംപതിച്ച പേനകൊണ്ടെഴുതി. അമൂല്യമായ ചിത്രപുസ്തകം നോക്കി രസിച്ചു. അതിലെ പക്ഷികൾ പാടുകയും സ്ത്രീകളും പുരുഷന്മാരും പുറത്തേക്കിറങ്ങിവന്ന് എൽസിയോടും സഹോദരന്മാരോടും സംസാരിക്കുകയും ചെയ്തു.

എൽസി ഉണർന്നപ്പോൾ നേരം നല്ലപോലെ പുലർന്നു കഴിഞ്ഞിരുന്നു. സൂര്യപ്രകാശം ഇലകളിൽ പതിച്ചു തിളങ്ങി. സുഗന്ധമുള്ള കാറ്റ്. കിളികൾ അവളുടെ ചുമലിലിരുന്നു പാടി. അടുത്തു നിന്ന് വെള്ളമൊഴുകുന്ന ശബ്ദംകേട്ടു. എൽസി അവിടേക്കു നടന്നു. കുറെ ഉറവുകൾ ചേർന്നുണ്ടായ ഒരു കുളമായിരുന്നു അത്. തെളിവെള്ളത്തിന്നടിയിൽ ഭംഗിയുള്ള വെള്ളാരങ്കല്ലുകൾ കാണാമായിരുന്നു. അവൾ വെള്ളത്തിലേക്കു കുനിഞ്ഞുനോക്കി. തന്റെ മുഖം വെള്ളത്തിൽ നിഴലിച്ചതുകണ്ട് അവൾ അമ്പരന്നു. ഇരുണ്ട് വിരൂപമായ മുഖം. അവൾ കണ്ണും മുഖവും കഴുകിയപ്പോൾ അതാ, സുന്ദരമായമുഖം തെളിയുന്നു. അപ്പോൾ അവൾ വെള്ളത്തിലിറങ്ങി കുളിച്ചു. കുളികഴിഞ്ഞപ്പോൾ അതിസുന്ദരിയായ രാജകുമാരിയായി മാറി.

അവൾ ഉറവുവെള്ളം കോരിക്കുടിച്ച് ദാഹം തീർത്തു. എവിടേക്കു പോകണമെന്ന് ഒരു രൂപവുമില്ല. അവൾ സഹോദരന്മാരെപ്പറ്റിയും, തന്നെ ഒരിക്കലും ഉപേക്ഷിക്കാത്ത ദൈവത്തെപ്പറ്റിയും ഓർത്തു. അപ്പോൾ നിറയെ കായ്കൾകൊണ്ട് കൊമ്പുകൾ ചാഞ്ഞുനിൽക്കുന്ന ഒരു ഫല

വൃക്ഷം അവളുടെ കണ്ണിൽപ്പെട്ടു. ആ മരച്ചുവട്ടിലിരുന്ന് അവൾ മതിയാവോളം പഴങ്ങൾ തിന്നു.

എൽസി വീണ്ടും കാട്ടിലൂടെ മുമ്പോട്ടു നടന്നു. താഴ്ന്ന കമ്പുകൾ വകഞ്ഞു മാറ്റി. ഇടതൂർന്ന കാട്ടിൽ മങ്ങിയവെളിച്ചം മാത്രം. അവളുടെ കാലൊച്ച മാത്രമേ കേൾക്കാനുള്ളൂ. ഒരു പക്ഷിയെപ്പോലും കാണാനില്ല. എങ്ങും പേടിപ്പെടുത്തുന്ന ഏകാന്തത. രാത്രി കട്ടപിടിച്ച ഇരുട്ടായിരുന്നു. ഒരു മിന്നാമിനുങ്ങുപോലും പറക്കുന്നില്ല. അത്യന്തം ദുഃഖിതയായി അവൾ ഒരിടത്ത് ഉറങ്ങാൻ കിടന്നു. മുകളിലെ വൃക്ഷശാഖകളിൽനിന്ന് ഒരു ദേവദൂതൻ തന്നെനോക്കി പുഞ്ചിരിക്കുന്നതായി അവൾക്കുതോന്നി. ദേവദൂതനു ചുറ്റും നിരവധി മാലാഖമാരും ഉണ്ടായിരുന്നു. നേരം പുലർന്നപ്പോൾ താൻ കണ്ടത് സ്വപ്നമോ യാഥാർഥ്യമോ എന്ന് അവൾക്ക് സംശയമായി.

വീണ്ടും കുറെദൂരം നടന്നപ്പോൾ അവൾ ഒരു വൃദ്ധയെ കണ്ടുമുട്ടി. അവരുടെ കൈയിൽ ഒരു കുട്ടയിൽ കുറെ പഴങ്ങളുണ്ടായിരുന്നു. വൃദ്ധ കുറച്ചുപഴങ്ങൾ എൽസിക്കുകൊടുത്തു. കാട്ടിലൂടെ പതിനൊന്ന് അരയന്നങ്ങൾ പോകുന്നതു കണ്ടോ എന്നും അവൾ അന്വേഷിച്ചു.

“ഇല്ലല്ലോ” വൃദ്ധ പറഞ്ഞു. “ഇന്നലെ സ്വർണക്കിരീടമുള്ള പതിനൊന്ന് അരയന്നങ്ങൾ അരുവിയിലൂടെ നീന്തിപ്പോകുന്നതു കണ്ടു.”

വൃദ്ധ കുന്നിൻ ചരുവിലുള്ള അരുവിയുടെ തീരത്ത് എൽസിയെ എത്തിച്ചു. അതിന്റെ തീരത്ത് വൃക്ഷശിഖരങ്ങൾ ഞാന്നുകിടന്നു. അവൾ നദീതീരത്തുകൂടി കുറെ നടന്നു. ഒടുവിൽ കടൽക്കരയിലെത്തി. അവിടെ ബോട്ടോ കപ്പലോ കാണാൻ കഴിഞ്ഞില്ല. പകരം തിരമാലകൾ തഴുകിമിനുക്കിയ ധാരാളം പാറക്കല്ലുകൾ കണ്ടു. അപ്പോൾ എൽസി വിചാരിച്ചു: ‘തിരമാലകൾ ഒരിക്കലും ക്ഷീണിക്കുന്നില്ല ഏതിനേയും അത് കീഴടക്കും. അതുപോലെ എന്റെ സഹോദരന്മാരെ കണ്ടെത്തുന്നതുവരെ ഞാനും പിന്മാറുകയില്ല.’ അവൾ തിരമാലകളോട് നന്ദി പറഞ്ഞു.

കടൽക്കരയിൽനിന്ന് എൽസിക്ക് പതിനൊന്നു വെളുത്ത തൂവലുകൾ കിട്ടി. അവയിലെ വെള്ളത്തുള്ളികൾ കണ്ണുനീരാണോ മഞ്ഞുതുള്ളിയാണോ എന്നവൾക്ക് സംശയമായി. കടൽക്കരയിൽ അവൾ ഒറ്റയ്ക്കായിരുന്നു. സമുദ്രം ഒരു വിസ്മയമായി അവൾക്കു തോന്നി. എത്രവേഗത്തിലാണ് അതിന്റെ ഭാവങ്ങൾ മാറുന്നത്! ശാന്തമായിരിക്കുമ്പോൾ ഉറങ്ങുന്ന കുഞ്ഞിന്റെ നെഞ്ചിടിപ്പുപോലെ കടൽതുടിച്ചുകൊണ്ടിരിക്കും.

സന്ധ്യയായപ്പോൾ പതിനൊന്ന് അരയന്നങ്ങൾ, ആകാശത്തിലൊരു വെളുത്ത റിബൺപോലെ, കരയിലേക്ക് പറന്നുവരുന്നത് എൽസി കണ്ടു. അവൾ കുന്നിൽചരുവിലെ കുറ്റിക്കാട്ടിൽ ഒളിച്ചിരുന്ന്, അവയെ നോക്കി. അരയന്നങ്ങൾ സമീപത്തു വന്നിറങ്ങി ചിറകുകളടിച്ചു.

സൂര്യൻ വെള്ളത്തിൽ താണു കഴിഞ്ഞപ്പോൾ അരയന്നങ്ങൾ അപ്രത്യക്ഷമായി. പകരം പതിനൊന്നു രാജകുമാരന്മാർ എൽസിയുടെ മുമ്പി

ലെത്തി. അവൾ ആഹ്ലാദശബ്ദം പുറപ്പെടുവിച്ച് അവരുടെ അടുത്തേക്കോടി. പരസ്പരം കണ്ടുമുട്ടിയ സന്തോഷത്തിൽ അവർ ചിരിക്കുകയും കരയുകയും ചെയ്തു. രണ്ടാനമ്മയുടെ ക്രൂരകൃത്യങ്ങളെക്കുറിച്ച് അവർ സംസാരിച്ചു.

മൂത്തസഹോദരൻ പറഞ്ഞു: "ഞങ്ങൾക്ക് പകൽ അരയന്നത്തിന്റെ രൂപവും രാത്രി മനുഷ്യരൂപവുമാണ്. എത്രയോ ദൂരെയുള്ള ഒരു സ്ഥലത്താണ് ഞങ്ങൾ വസിക്കുന്നത്. അവിടെ എത്താൻ രണ്ടുദിവസം തുടർച്ചയായി പറക്കണം. പറന്നുപോകുമ്പോൾ കടലിലൊരു പാറയുണ്ട്. രാത്രിയായാൽ ഞങ്ങൾ അവിടെ തങ്ങും. ഇവിടെ പതിനൊന്നു ദിവസംമാത്രമേ, താമസിക്കാനൊക്കൂ. ഇവിടെ വന്നാൽ ഞങ്ങൾ കാടിന്റെ മുകളിൽക്കൂടി പറക്കും. അപ്പോൾ അച്ഛൻ താമസിക്കുന്ന കൊട്ടാരവും അമ്മയെ സംസ്കരിച്ച സ്ഥലത്തെ പള്ളിഗോപുരവും കാണാം. ഇഷ്ടപ്പെട്ട മരങ്ങളും ചെടികളും കാണാം. കുന്നിൻചരിവിലൂടെ ഓടുന്ന കുതിരകളെ കാണാം. ഇനി രണ്ടു ദിവസം കൂടികഴിഞ്ഞാൽ ഞങ്ങൾക്കു തിരിച്ചുപോകണം. നിന്നെക്കൂടി എങ്ങനെയാണ് ഞങ്ങൾ കൂടെ കൊണ്ടുപോവുക?"

രാത്രിമുഴുവൻ അവർ സംസാരിച്ചിരുന്നു. രാവിലെ അരയന്നങ്ങളുടെ ചിറകടിയൊച്ച കേട്ടാണ് എൽസി ഉണർന്നത്. അവ ചുറ്റിപ്പറന്നശേഷം ദൂരേക്കു പറന്നുപോയി. ഏറ്റവും ഇളയസഹോദരൻമാത്രം എൽസിയുടെ കൂടെ നിന്നു. അവൾ അതിന്റെ തല മടിയിൽവെച്ചു. ചിറകുകൾ തലോടി. സന്ധ്യയായപ്പോൾ അരയന്നങ്ങൾ തിരിച്ചെത്തി.

രാത്രിയായപ്പോൾ സഹോദരന്മാർ പറഞ്ഞു: "നാളെ ഞങ്ങൾ ഇവിടെ നിന്ന് പറന്നുപോകും. പിന്നെ ഒരുവർഷം കഴിഞ്ഞേ വരാൻ പറ്റുകയുള്ളൂ. നിന്നെയുംകൊണ്ടു പറക്കാൻ ഞങ്ങളുടെ ചിറകുകൾക്ക് ശക്തി കാണുമോ?"

"തീർച്ചയായും. എന്നെക്കൂടി ഒപ്പം കൂട്ടണം!" എൽസി പറഞ്ഞു.

രാത്രി മുഴുവനിരുന്ന് അവൾ ഒരു പായയുണ്ടാക്കി. ചെടികളുടെ തൊലിയും ഉറപ്പുള്ള തണ്ടും മറ്റും ചേർത്താണ് അതുണ്ടാക്കിയത്. എൽസി അതിലാണ് കിടന്നത്. നേരം പുലർന്നപ്പോൾ തിരിച്ചുപോകേണ്ട സമയമായി. അരയന്നങ്ങൾ പായയുടെ വക്കിൽ കൊത്തിപ്പിടിച്ച്, പ്രിയപ്പെട്ട സഹോദരിയേയുംകൊണ്ട് ആകാശത്തിലേക്കുയർന്നു. എൽസി അപ്പോൾ ഉറക്കത്തിലായിരുന്നു.

അവൾ ഉണർന്നപ്പോൾ താൻ സ്വപ്നം കാണുകയാണോ എന്ന് സംശയിച്ചു. കറുത്തമേഘങ്ങൾ, താഴെ കടൽ. കടലിലെ കപ്പലിന് ഒരു കടൽക്കാക്കയുടെ വലിപ്പമേയുള്ളൂ. പകൽ മുഴുവൻ അരയന്നങ്ങൾ പറന്നുകൊണ്ടിരുന്നു. സഹോദരിയേയുംകൊണ്ട് പതിവുവേഗത്തിൽ അവർക്കു പറക്കാൻ പറ്റിയില്ല. സന്ധ്യയോടുകൂടി വഴിയിലെ പാറക്കല്ലിൽ ഇറങ്ങണം. പക്ഷേ, കല്ലു കാണുന്നില്ല. കടൽ ക്ഷോഭിച്ചിരിക്കുന്നു.

ശക്തിയായ കാറ്റുവീശി. തിരമാലകൾ ആർത്തുമറിഞ്ഞു. ഇരുട്ടിയാൽ അരയന്നങ്ങൾ മനുഷ്യരൂപംപൂണ്ട് താഴോട്ടുവീഴും. എൽസിക്ക് വല്ലാത്ത പ്രയാസമായി. അവൾ ഉള്ളുരുകി പ്രാർഥിക്കാൻ തുടങ്ങി. സൂര്യൻ കടലിൽ താഴുകയാണ്. അരയന്നങ്ങൾ പെട്ടെന്ന് താണു പറന്നു. താഴോട്ടു വീഴുകയാണെന്നു കരുതി എൽസി പേടിച്ചുപോയി. അവ വീണ്ടും ഉയർന്നു പറന്നു. ഒടുവിൽ ഒരു മത്സ്യത്തിന്റെ തലപോലെ പാറ കണ്ണിൽപ്പെട്ടു. അവർ അവിടെ ഇറങ്ങിയതും സൂര്യൻ മറഞ്ഞതും ഒന്നിച്ചായിരുന്നു. പാറയിൽ നിൽക്കുന്ന സഹോദരിക്കു ചുറ്റും സഹോദരന്മാർ കൈകോർത്തു നിന്നു. പാറയ്ക്കു ചുറ്റും തിരമാലകൾ ആർത്തിരമ്പി. ശക്തിയായ മിന്നലും ഇടിമുഴക്കവും. അവർ ഒന്നിച്ച് ഒരു കീർത്തനം പാടി. അപ്പോൾ ധൈര്യവും ആശ്വാസവും തോന്നി.

നേരം പുലർന്നപ്പോൾ അരയന്നങ്ങൾ എൽസിയേയുംകൊണ്ട് യാത്ര തുടർന്നു. അന്തരീക്ഷം ശാന്തമായിരുന്നു. മുകളിൽനിന്നു നോക്കിയപ്പോൾ കടലിലെ വെളുത്തതിരകൾ നിരവധി അരയന്നങ്ങളെപ്പോലെ തോന്നി. വൈകുന്നേരത്തോടുകൂടി ധാരാളം കുന്നുകളുള്ള ഒരു പ്രദേശം ദൃശ്യമായി. അവിടെ മനോഹരമായ വലിയൊരു കൊട്ടാരം കാണപ്പെട്ടു. അത് മോർഗാന എന്ന വനദേവതയുടെ കൊട്ടാരമായിരുന്നു. ചുറ്റും വനങ്ങളും വർണഭംഗിയുള്ള പൂക്കളും നിറഞ്ഞുനിന്നു. പക്ഷേ, മനുഷ്യർക്ക് അങ്ങോട്ട് പ്രവേശനമില്ല. അവിടം പിന്നിട്ടപ്പോൾ ഉയർന്നഗോപുരങ്ങളോടുകൂടിയ പന്ത്രണ്ടുവള്ളികൾ ദൃശ്യമായി. അവിടെനിന്ന് സംഗീതം കേൾക്കുന്നതുപോലെ എൽസിക്കു തോന്നി. എന്നാൽ അടുത്തെത്തിക്കഴിഞ്ഞപ്പോൾ അവ വെറും പായ്ക്കപ്പലുകളായി മാറി. വാസ്തവത്തിൽ അവ വെറും മൂടൽമഞ്ഞാണെന്ന് സൂക്ഷിച്ചുനോക്കിയപ്പോൾ എൽസിക്കു ബോധ്യമായി. ഒടുവിൽ ലക്ഷ്യസ്ഥാനം ദൃശ്യമായി. നീലമലകളും സീദാർ മരങ്ങളും പട്ടണങ്ങളും കൊട്ടാരങ്ങളും ഒക്കെയുള്ള സ്ഥലം. സൂര്യൻ അസ്തമിക്കുന്നതിനു മുമ്പുതന്നെ അവിടെ ഒരുവലിയ ഗുഹയുടെ മുമ്പിൽ അവർ ചെന്നിറങ്ങി. ഗുഹാമുഖത്ത് അലങ്കരിച്ച കാർപ്പെറ്റുപോലെ വള്ളികൾ തൂങ്ങിക്കിടന്നു. ഇളയസഹോദരൻ എൽസിക്ക് ഉറങ്ങുവാനുള്ള മുറി കാണിച്ചുകൊടുത്തു.

'സഹോദരങ്ങൾക്ക് മാന്ത്രികശക്തിയിൽനിന്ന് മോചനം കിട്ടിയെങ്കിൽ!' എൽസിയുടെ മനസു നിറയെ ആ ചിന്തയായിരുന്നു. അവൾ ദൈവത്തോടു പ്രാർഥിച്ചു. ഉറക്കത്തിലും അവൾ പ്രാർഥിച്ചുകൊണ്ടിരുന്നു. സ്വപ്നത്തിൽ അവൾ പറന്ന് മോർഗാന ദേവതയുടെ കൊട്ടാരത്തിലെത്തി. സൗന്ദര്യംകൊണ്ട് തിളങ്ങുന്ന ദേവത എൽസിയെ കാണാൻ അടുത്തേക്കുവന്നു. കാട്ടിൽവെച്ച് തനിക്ക് പഴങ്ങൾ തരികയും, കിരീടംവെച്ച അരയന്നങ്ങളെക്കുറിച്ച് പറയുകയും ചെയ്ത വൃദ്ധയോട് വനദേവതയ്ക്ക് സാദൃശ്യമുള്ളതായി എൽസിക്കുതോന്നി.

ദേവത പറഞ്ഞു: "ധൈര്യവും ക്ഷമയുമുണ്ടെങ്കിൽ നിനക്കു നിന്റെ സഹോദരന്മാരെ സ്വതന്ത്രരാക്കാൻ കഴിയും. വെള്ളത്തിനുപോലും കടുത്ത കല്ലുകളെ ഇഷ്ടംപോലെ മാറ്റാൻ കഴിയുമല്ലോ. നീ ശ്മശാനത്തിൽ വളരുന്ന ചൊറുതനച്ചെടികൾ പറിച്ചെടുക്കണം. കൈകൾ ചൊറിഞ്ഞാലും വേദനിച്ചാലും, അവ പറിച്ചെടുത്ത് കാലുകൊണ്ടു ചവിട്ടിമെതിച്ച് നൂലെടുക്കണം. ആ നൂലുകൊണ്ട് പതിനൊന്ന് ഉടുപ്പുകൾ നെയ്യണം. അവ അരയന്നങ്ങളെ അണിയിച്ചാൽ മാന്ത്രികശക്തി നശിക്കും. പക്ഷേ, ഒരു കാര്യം പ്രത്യേകം ശ്രദ്ധിക്കണം. ആ സമയത്തൊന്നും ഒരക്ഷരവും നീ മിണ്ടാൻ പാടില്ല. നിന്റെ വായിൽനിന്ന് വല്ല വാക്കും പുറത്തുവന്നാൽ സഹോദരന്മാരുടെ നെഞ്ചിൽ അവ കഠാരിപോലെ തുളച്ചു കയറും!

ആ സമയം ദേവത എൽസിയുടെ കൈയിൽ ഒരു ചൊറുതനച്ചെടികൊണ്ടു തൊട്ടു. പൊള്ളലേറ്റപോലെ അവൾ ഉറക്കത്തിൽനിന്ന് ഞെട്ടിയുണർന്നു. നേരം വെളുത്തിരുന്നു. അവളുടെ അടുത്ത് സ്വപ്നത്തിൽക്കണ്ട ഒരു ചൊറുതന കിടപ്പുണ്ടായിരുന്നു. അവൾ പുറത്തുപോയി കുറെ ചെടികൾ പറിച്ചുകൊണ്ടുവന്നു. അവളുടെ മൃദുലമായ കൈകൾ ചൊറിഞ്ഞു പൊള്ളിത്തടിച്ചു. നഗ്നമായ പാദംകൊണ്ട് ചെടികൾ ചവിട്ടിമെതിച്ച് നൂലെടുത്തു. സഹോദരന്മാരെ രക്ഷപ്പെടുത്താമല്ലോ എന്നോർത്ത് അവൾ എല്ലാ വിഷമവും സഹിച്ചു.

സന്ധ്യയായപ്പോൾ സഹോദരന്മാരെത്തി. എൽസിയുടെ മൗനം അവരെ ഭയപ്പെടുത്തി. രണ്ടാനമ്മയുടെ മന്ത്രവിദ്യ വല്ലതുമായിരിക്കുമോ! അവളുടെ കൈകൾ ചൊറിഞ്ഞു തടിച്ചതുകണ്ട് ഇളയസഹോദരൻ പൊട്ടിക്കരഞ്ഞു. ആ കണ്ണുനീർ അവളുടെ കൈകളിൽ വീണപ്പോൾ വേദന മാറി. പൊള്ളലുകൾ മാഞ്ഞുപോയി. രാത്രിമുഴുവൻ അവൾ ഒറ്റയ്ക്കിരുന്നു ജോലി ചെയ്തു. അതുപോലെ പകലും. സമയം പോയതറിഞ്ഞില്ല. ഒരു ഉടുപ്പ് പൂർത്തിയായി. രണ്ടാമത്തേതിന്റെ പണിതുടങ്ങിയപ്പോൾ മലമുകളിൽനിന്ന് നായാട്ടുകാരുടെ ഒച്ചകേട്ടു. നായ്ക്കളുടെ കുരയും ഉയർന്നു. ശബ്ദം അടുത്തടുത്തു വരികയാണ്. ഭയപ്പെട്ട എൽസി ഉപകരണങ്ങളെല്ലാം വാരിക്കെട്ടി അതിന്മേൽ കയറിയിരുന്നു.

പെട്ടെന്ന് ഒരു വലിയ നായ കുറ്റിക്കാട്ടിൽനിന്ന് പുറത്തെത്തി. തുടർന്ന് മറ്റു രണ്ടെണ്ണം കൂടി. അവ കുരച്ചുകൊണ്ട് ഓടി തിരിച്ചെത്തി. അപ്പോൾ നായാട്ടുകാർ ഗുഹയ്ക്കു മുമ്പിലെത്തി. കൂട്ടത്തിൽ രാജ്യത്തിലെ രാജാവുമുണ്ടായിരുന്നു. അതിസുന്ദരൻ. അയാൾ എൽസിയുടെ അടുത്തേക്കു വന്നു.

"സുന്ദരി എങ്ങനെയാണ് ഇവിടെയെത്തിയത്!" രാജാവ് ചോദിച്ചു.

എൽസി തലയിളക്കിയതല്ലാതെ സംസാരിക്കാൻ ധൈര്യപ്പെട്ടില്ല. അവൾ വായ തുറന്നാൽ സഹോദരന്മാരുടെ ജീവൻ അപകടത്തിലാവുമല്ലോ.

രാജാവ് എൽസിയെ കൂടെവരാൻ ക്ഷണിച്ചു. "നിന്റെ സൗന്ദര്യം പോലെതന്നെ നിന്റെ സ്വഭാവവും നല്ലതാണെങ്കിൽ ഞാൻ നിന്നെ വെൽവെറ്റും പട്ടും ധരിപ്പിക്കും. തലയിൽ സ്വർണകിരീടംവെക്കും." രാജാവ് എൽസിയെ കുതിരപ്പുറത്തുകയറ്റി കൊട്ടാരത്തിലേക്കു കൊണ്ടുപോയി. കൊട്ടാരത്തിലെ ആർഭാടങ്ങളൊന്നും എൽസിയെ ആകർഷിച്ചില്ല. രാജകീയ വസ്ത്രങ്ങൾ അണിയിച്ചിട്ടും അവൾ നിശ്ശബ്ദയായി കരഞ്ഞു.

"സുന്ദരിയായ ഈ സ്ത്രീ ഒരു മന്ത്രവാദിനിയാണ്. അവൾ രാജാവിനെ വശീകരിച്ചിരിക്കുകയാണ്." ആർച്ച് ബിഷപ്പ് പറഞ്ഞു.

പക്ഷേ, രാജാവ് അതൊന്നും ചെവിക്കൊണ്ടില്ല.

എൽസിയുടെ കിടക്കമുറിക്കു സമീപം രാജാവ് ഒരു ചെറിയമുറി ഒരുക്കി. കാട്ടിൽ എൽസി ഉപയോഗിച്ച ഗുഹയിലെന്നപോലെ എല്ലാം ക്രമീകരിച്ചു. അവൾ തുന്നിയ ഉടുപ്പുകളും മുൾക്കൈതയുടെ നൂലുകളും ഗുഹയിൽനിന്ന് എടുത്തുകൊണ്ടുവന്നു.

"ഈ മുറിയിൽ ഇരുന്നാൽ നിന്റെ പഴയവീടുപോലെ തോന്നും. അവിടെ ചെയ്ത ജോലി തുടർന്നുകൊള്ളൂ. അതൊരുപക്ഷേ, നിനക്ക് സന്തോഷം നൽകിയേക്കും."

തന്റെ പ്രിയപ്പെട്ട വസ്തുക്കൾ കണ്ടപ്പോൾ എൽസി പുഞ്ചിരിച്ചു. അവളുടെ മുഖം തുടുത്തു. സഹോദരന്മാരെ രക്ഷിക്കാൻ കഴിഞ്ഞേക്കുമെന്നു തോന്നിയപ്പോൾ, അവൾ രാജാവിന്റെ കൈകളിൽ ചുംബിച്ചു. ഉടൻതന്നെ രാജാവ് അവളെ രാജ്ഞിയായി അംഗീകരിച്ചു. പള്ളിമണികൾ മുഴങ്ങി. വിവാഹം മംഗളകരമായി നടന്നു. ആർച്ച് ബിഷപ്പ്തന്നെ എൽസിയുടെ തലയിൽ കിരീടമണിയിച്ചു. നാടെങ്ങും ആഘോഷത്തിലമർന്നു.

എങ്കിലും എൽസി നിശ്ശബ്ദയായിരുന്നു. വായിൽനിന്ന് ഒരുവാക്കു പുറത്തുവന്നാൽ സഹോദരന്മാരുടെ കഥ കഴിയും. സ്നേഹസമ്പന്നനും സുന്ദരനുമായ രാജാവ്. രാജാവിനോടുള്ള സ്നേഹം അവളുടെ കണ്ണുകളിൽ ഓളംവെട്ടി. തന്റെദുഃഖം അദ്ദേഹത്തോട് തുറന്നുപറയാൻ കഴിഞ്ഞെങ്കിൽ എന്ന് അവൾ ആശ്വസിച്ചു. പക്ഷേ, തന്റെ ജോലി പൂർത്തിയാവാതെ സംസാരിക്കുന്നതെങ്ങനെ? അവളുടെ കൊച്ചുമുറിയിലിരുന്ന് അവൾ ഉടുപ്പുനിർമാണത്തിൽ മുഴുകി. ഏഴാമത്തെ ഉടുപ്പിന്റെ പണി തുടങ്ങിയപ്പോൾ അവളുടെ നൂല് തീർന്നുപോയി.

എങ്ങനെയെങ്കിലും ചൊറുതനച്ചെടിയുടെ നൂല് കിട്ടിയേപറ്റൂ. നിലാവുള്ളരാത്രി അവൾ തോട്ടത്തിലിറങ്ങി ഏകാന്തമായ വഴിയിലൂടെ ശ്മശാനത്തിലേക്കു നടന്നു. ഒരു സ്മാരകശിലയ്ക്കു മുകളിൽ വികൃതരൂപികളായ കുറെ പിശാചുക്കൾ ഇരിക്കുന്നതു കണ്ടു. അവർ ശവം മാന്തിയെടുത്ത് മാംസം ഭക്ഷിക്കുകയാണ്. എൽസിക്ക് അതിലെ കടന്നുപോകണം. പിശാചുക്കൾ അവളെ തുറിച്ചുനോക്കി. എൽസി പ്രാർഥന ഉരുവിട്ടുകൊണ്ട് വേണ്ടത്ര ചൊറുതനച്ചെടികൾ പറിച്ചെടുത്ത് തിരിച്ചുനടന്നു. പക്ഷേ, എൽസിയുടെ യാത്ര രാത്രി ഉണർന്നിരിക്കാറുള്ള ആർച്ച് ബിഷ

പ്പിന്റെ ശ്രദ്ധയിൽപ്പെട്ടു. എന്തൊക്കെയോ രഹസ്യമുള്ളതുപോലെ അയാൾക്കു തോന്നി. ‘അവളൊരു മന്ത്രവാദിനിതന്നെ. രാജാവിനെ മയക്കിയെടുത്തിരിക്കുകയാണ്’ അയാൾ ഉറച്ചു വിശ്വസിച്ചു.

താൻ കണ്ടകാര്യം ആർച്ച് ബിഷപ്പ് രാജാവിനോടു പറഞ്ഞു. രാജാവ് പ്രാർഥനയ്ക്ക് എത്തിയതായിരുന്നു. അപ്പോൾ രാജസദസിലെ വിശുദ്ധ പ്രതിമകൾ ‘അല്ല’ എന്ന അർഥത്തിൽ തലയാട്ടി. അത് ബിഷപ്പ് തനിക്കനുകൂലമായി വ്യാഖ്യാനിച്ചു.

രാജാവിന് സംശയമായി. അയാളുടെ കണ്ണ് നിറഞ്ഞൊഴുകി. രാത്രി അയാൾക്ക് ഉറങ്ങാൻ പറ്റിയില്ല. എൽസി എഴുന്നേറ്റ് അവളുടെ കൊച്ചുമുറിയിലേക്കു പോകുന്നത് രാജാവ് ശ്രദ്ധിച്ചു.

ദിവസംകഴിയുന്തോറും രാജാവിന്റെ മുഖം ഇരുണ്ടുവരുന്നത് എൽസിയുടെ ശ്രദ്ധയിൽപ്പെട്ടു. അതിന്റെ കാരണം അവൾക്ക് മനസിലായില്ല. അവൾക്ക് വല്ലാത്ത വേദന തോന്നി. സ്വന്തം സഹോദരന്മാർക്കു വേണ്ടി അവൾ സഹിക്കുന്ന പ്രയാസം വേറെയും. അവളുടെ ചുടുകണ്ണീർ വെൽവെറ്റ് തുണിയിൽവീണ് മുത്തുമണികൾപോലെ തിളങ്ങി.

അവളുടെ ജോലി ഏതാണ്ടു തീരാറായി. ഒരു ഉടുപ്പുകൂടി ഉണ്ടാക്കണം. അതിന് നൂൽ തികയില്ല. ഒരിക്കൽക്കൂടി ശ്മശാനത്തിൽപോയി ചൊറുതനച്ചെടി സംഭരിക്കാതെ വയ്യ. ഒറ്റയ്ക്ക് ഭീകരരൂപികളുടെ അടുത്തുകൂടെ പോകുന്ന കാര്യം ഓർത്തപ്പോൾ നടുങ്ങി. പക്ഷേ, അവളുടെ തീരുമാനം ദൈവത്തിലുള്ള വിശ്വാസംപോലെ ദൃഢമായിരുന്നു.

എൽസി പോകുമ്പോൾ രാജാവും ആർച്ച് ബിഷപ്പും അവളെ പിൻതുടർന്നു. അവൾ ശ്മശാനത്തിൽ സ്മാരകശിലമേൽ ഇരിക്കുന്ന പിശാചുക്കളുടെ അടുത്തെത്തി. വൈകുന്നേരം തന്റെ മാറിൽ ചേർന്നു നിന്ന എൽസിയെ, പിശാചുക്കളുടെകൂടെ നിൽക്കുന്നതു കണ്ട ഉടനെ രാജാവ് തിരിഞ്ഞുനടന്നു.

“ജനങ്ങൾ അവൾക്കുള്ള വിധി കൽപ്പിക്കട്ടെ” അയാൾ പറഞ്ഞു. ജനം അവളെ ചുട്ടുകൊല്ലുവാൻ വിധിച്ചു.

രാജകൊട്ടാരത്തിൽനിന്ന് എൽസിയെ വലിച്ചിഴച്ച് ഇരുണ്ട ജയിൽ മുറിയിൽ അടച്ചു. ജനൽക്കമ്പിയിലൂടെ കാറ്റ് ചൂളം വിളിച്ചു. അവൾ പറിച്ചെടുത്ത ചൊറുതനച്ചെടികൾ അവൾക്ക് തലയണയായി, അവൾ തുന്നിയെടുത്ത ഉടുപ്പുകൾ പുതപ്പും. ദൈവത്തോട് പ്രാർഥിച്ചുകൊണ്ട് അവൾ അവിടെയും തന്റെ ജോലി തുടർന്നു. പുറത്ത് കുട്ടികൾ അവളെ കൂക്കുന്നുണ്ടായിരുന്നു. ആരും അവളെ ആശ്വസിപ്പിച്ചില്ല.

സന്ധ്യയായപ്പോൾ ജനലിനടുത്ത് അരയന്നത്തിന്റെ ചിറകടിയൊച്ചകേട്ടു. അത് അവളുടെ ഇളയസഹോദരനായിരുന്നു. എൽസി സന്തോഷംകൊണ്ട് തേങ്ങിക്കരഞ്ഞു. സഹോദരൻ അടുത്തുണ്ടെങ്കിലും അത് തന്റെ അവസാനരാത്രിയായിരിക്കുമെന്ന് അവൾക്കറിയാമായിരുന്നു.

അവസാനസമയത്ത് ആർച്ച് ബിഷപ്പ് അവളെ കാണാനെത്തി. ആംഗ്യംകൊണ്ട് അവൾ അയാളെ പറഞ്ഞുവിട്ടു. അയാൾ കോപിച്ച് തിരിച്ചുപോയി. തന്റെ ജോലി പൂർത്തിയാക്കിയില്ലെങ്കിൽ ഇതുവരെയുള്ള അധ്വാനവും കഷ്ടപ്പാടും വെറുതെയാവും. താൻ നിഷ്കളങ്കയാണ് എന്ന വിശ്വാസത്തോടെ അവൾ ജോലിയിൽ മുഴുകി. ചെറിയ എലികൾ അവളെ സഹായിക്കാനെത്തി. കുരുവി ജനലിൽ വന്നിരുന്നു പാടി.

സൂര്യനുദിക്കാൻ ഒരുമണിക്കൂർകൂടി സമയമുണ്ട്. അപ്പോൾ എൽസിയുടെ പതിനൊന്നു സഹോദരന്മാരും കൊട്ടാരത്തിൽ രാജാവിനെ കാണാനെത്തി. രാജാവ് ഉറക്കമായതുകൊണ്ട് അപ്പോൾ കാണാൻ പറ്റില്ലെന്ന് കാവൽക്കാരൻ. കണ്ടേ മതിയാവൂ എന്ന് കാണാനെത്തിയവർ. ബഹളം കേട്ട് രാജാവ് പുറത്തുവന്നു. ആ സമയം സൂര്യനുദിക്കുകയും, സഹോദരന്മാർ അപ്രത്യക്ഷമാവുകയും ചെയ്തു. പകരം പതിനൊന്ന് അരയന്നങ്ങൾ അവിടെനിന്നു പറന്നുപോയി.

നേരം പുലർന്നപ്പോൾ മന്ത്രവാദിനിയെ ജീവനോടെ ദഹിപ്പിക്കുന്നതുകാണാൻ ആളുകൾ പ്രവഹിച്ചു. ഒരു ചാവാളിക്കുതിര വലിക്കുന്ന വണ്ടിയിലാണ് എൽസിയെ ഇരുത്തിയത്. ചാക്കുകൊണ്ടുള്ള വസ്ത്രമാണ് ധരിച്ചിട്ടുള്ളത്. മുടി അഴിഞ്ഞുകിടക്കുന്നു. മുഖം വിളറിയിട്ടുണ്ട്. ചുണ്ടുകൾ ചലിക്കുന്നുണ്ടായിരുന്നു. അപ്പോഴും അവൾ ഉടുപ്പ് തുന്നിക്കൊണ്ടിരുന്നു. മരണത്തെ മുമ്പിൽക്കണ്ടിട്ടും അവൾ ജോലി മതിയാക്കിയില്ല. പത്ത് ഉടുപ്പുകൾ കാൽക്കൽ കിടപ്പുണ്ട്. അവൾ പതിനൊന്നാമത്തേത് പൂർത്തിയാക്കാനുള്ള തിരക്കിലാണ്. ജനങ്ങൾ അവളെ ആക്ഷേപിച്ചു. ഉടുപ്പുകൾ വലിച്ചു കീറാൻ മുതിർന്നു. പൊടുന്നനെ പതിനൊന്നു വെളുത്ത അരയന്നങ്ങൾ അവിടെ പറന്നെത്തി. അവ എൽസിക്കു ചുറ്റുമിരുന്ന് ചിറകടിച്ചു. ജനക്കൂട്ടം പേടിച്ചു പിന്മാറി.

"അത് സ്വർഗത്തിൽ നിന്നുള്ള സൂചനയാണ്. അവൾ നിഷ്കളങ്കതന്നെയാണ്" ചിലർ പതുക്കെ പറഞ്ഞു.

ഒരു ഉദ്യോഗസ്ഥൻവന്ന് അവളുടെ കൈക്കുപിടിച്ചു. എൽസി പൊടുന്നനെ ഉടുപ്പുകൾ അരയന്നങ്ങളെ അണിയിച്ചു. പതിനൊന്നു രാജകുമാരന്മാർ അവിടെ പ്രത്യക്ഷപ്പെട്ടു. ഇളയവന് ഒരു കൈയ്ക്കുപകരം ചിറകാണ് ഉണ്ടായിരുന്നത്. ഉടുപ്പിന്റെ ഒരുകൈ പൂർത്തിയായിരുന്നില്ല.

"ഇനി എനിക്കു സംസാരിക്കാം. ഞാൻ നിഷ്കളങ്കയാണ്" എൽസി പറഞ്ഞു. എല്ലാം കണ്ടുകൊണ്ടിരുന്ന ജനം അവളെ തൊഴുതു. പക്ഷേ, എൽസി സഹോദരന്മാരുടെ കൈകളിലേക്കു വീണു നിശ്ചലയായി. ഭയവും ദുഃഖവും ആകാംക്ഷയും അവളെ ആകെ തളർത്തിയിരുന്നു.

"അതേ, ഇവൾ നിഷ്കളങ്കയാണ്" മൂത്തസഹോദരൻ പറഞ്ഞു. അയാൾ അവരുടെ അത്ഭുതകഥ വിവരിച്ചു. അപ്പോൾ റോസാപ്പൂക്കളുടെ സുഗന്ധം അവിടെ വ്യാപിച്ചു. ചിതയിലെ വിറകുകഷണങ്ങൾ വേരുറച്ച്

മരങ്ങളായി വളർന്നു. എൽസിക്കു ചുറ്റും റോസാപ്പൂക്കളുടെ ഒരുവേലി പ്രത്യക്ഷപ്പെട്ടു. അതിന്റെ നടുവിൽ ഒരു വെളുത്ത പുഷ്പം നക്ഷത്രം പോലെ തിളങ്ങി. രാജാവ് ആ പൂവ് പറിച്ചെടുത്ത് എൽസിയുടെ മാറിട ത്തിൽവെച്ചു. ഉടൻതന്നെ സന്തോഷത്തോടും സമാധാനത്തോടുംകൂടി അവൾ ഉണർന്നെണീറ്റു.

ആ സമയം പള്ളിമണികളെല്ലാം തനിയെ മുഴങ്ങാൻ തുടങ്ങി. പക്ഷി കൾ കൂട്ടമായി പറന്നെത്തി. വലിയ ആഹ്ലാദപൂർവം ആ ഘോഷയാത്ര കൊട്ടാരത്തിലേക്കു നീങ്ങി.

5

രാപ്പാടിക്കുരുവി

മുമ്പ് ചൈനയിൽ ഒരു ചക്രവർത്തി ഉണ്ടായിരുന്നു.

പിഞ്ഞാണക്കൂട്ടുകൊണ്ടുണ്ടാക്കിയ അതിമനോഹരമായ കൊട്ടാരത്തിലാണ് അയാൾ വസിച്ചിരുന്നത്. കൊട്ടാരത്തിലെ തോട്ടത്തിൽ അത്യപൂർവമായ പൂക്കൾ വിടർന്നുനിന്നു. ആളുകളുടെ ശ്രദ്ധ ആകർഷിക്കാൻ ശബ്ദിക്കുന്ന വെള്ളിമണികൾ ചെടികളിൽ തൂക്കിയിരുന്നു.

തോട്ടത്തിന്റെ വിസ്തൃതിയെപ്പറ്റി തോട്ടക്കാരനുപോലും രൂപമുണ്ടായിരുന്നില്ല. അതിലൂടെ കുറെദൂരം നേരെനടന്നാൽ വലിയ മരങ്ങളും തടാകങ്ങളുമുള്ള മനോഹരമായ ഒരു കാട്ടിൽ എത്തിച്ചേരും. അതിനുപിന്നിൽ ആഴമുള്ള കടലായിരുന്നു. മരച്ചില്ലകളുടെ അടുത്തുവരെ കപ്പൽ എത്തും. ചില്ലകൾക്കിടയിൽ ഒരു രാപ്പാടിക്കുരുവി പാർത്തിരുന്നു. അതിന്റെ മധുരമായ ഗാനംകേട്ട്, രാത്രി വലവീശി മീൻപിടിക്കാൻ വരുന്ന മുക്കുവൻ നിശ്ചലനായി നിന്നുപോകും.

"എന്തു നല്ല പാട്ട്!" അയാൾ പറയും. എന്നിട്ട് തന്റെ ജോലി തുടരുകയും ചെയ്യും. അത് പതിവായിരുന്നു.

ലോകത്തിന്റെ എല്ലാ ഭാഗത്തുനിന്നും യാത്രക്കാർ ചക്രവർത്തിയുടെ നഗരവും കൊട്ടാരവും തോട്ടവും കാണാനെത്തി. രാപ്പാടിയുടെ ഗാനം കേട്ട് എല്ലാവരും പറഞ്ഞു: "അതിമനോഹരമായ പാട്ടുതന്നെ." തിരിച്ചുപോയവർ നാട്ടിലെത്തി രാപ്പാടിയുടെ പാട്ടിനെപ്പറ്റി പറഞ്ഞു. പണ്ഡിതന്മാർ തങ്ങൾ കണ്ട നഗരത്തെപ്പറ്റിയും കൊട്ടാരത്തെപ്പറ്റിയും തോട്ടത്തെപ്പറ്റിയും പുസ്തകങ്ങൾ രചിച്ചു. കവികൾ രാപ്പാടിയെപ്പറ്റി മനോഹരമായ കവിതകൾ എഴുതി.

ആ പുസ്തകങ്ങൾ ലോകം മുഴുവൻ പ്രചരിച്ചു. പുസ്തകത്തിന്റെ കോപ്പി ചക്രവർത്തിയുടെ കൈയിലും എത്തി. ചക്രവർത്തി തോട്ടത്തിൽ

സ്വർണക്കസേരയിലിരുന്ന് അവ വായിച്ചു രസിച്ചു. എന്നാൽ എല്ലാറ്റിലും മനോഹരം രാപ്പാടിക്കിളിയാണ് എന്ന് രേഖപ്പെടുത്തിയിരുന്നു.

രാജാവ് അത്ഭുതപ്പെട്ടു. "ഞാനറിയാത്ത ഒരു രാപ്പാടിക്കിളിയോ! അതും എന്റെ തോട്ടത്തിൽ? ഞാൻ അങ്ങനെയൊന്നിനെപ്പറ്റി കേട്ടിട്ടു പോലുമില്ലല്ലോ. പുസ്തകം വായിച്ചാൽ ഇങ്ങനെയും കാര്യമുണ്ട്."

രാജാവ് ഉടനെ ദ്വാരപാലകനെ വിളിച്ചു വരുത്തി ചോദിച്ചു: "ഇവിടെ അസാധാരണമായ ഒരു പക്ഷിയുള്ളതായി പറയുന്നുണ്ട്. എന്റെ രാജ്യത്ത് എല്ലാറ്റിലും മനോഹരമായിട്ടുള്ളത് ആ രാക്കിളിയാണത്രേ. ഇതുവരെയും ഇങ്ങനെയൊരു കാര്യം എന്തുകൊണ്ട് എന്നോടു പറഞ്ഞില്ല?"

"മഹാരാജാവേ, ക്ഷമിക്കണം. അത്തരം ഒരു ജീവിയെപ്പറ്റി അടിയൻ ഒരിക്കലും കേട്ടിട്ടില്ല."

"ആ കിളി ഇന്നുതന്നെ എന്റെ മുമ്പിൽ വന്ന് പാടണമെന്ന് ഞാൻ ആഗ്രഹിക്കുന്നു. ഇവിടെ എനിക്ക് എന്തൊക്കെയുണ്ടെന്ന് ലോകത്തിൽ എല്ലാവർക്കുമറിയാം. എനിക്കാണെങ്കിൽ അതൊട്ട് അറിയുകയുമില്ല."

"ഞാൻ ഒരിക്കലും കണ്ടിട്ടില്ലാത്ത കിളിയാണ്: എങ്കിലും ഞാൻ അന്വേഷിച്ചു കണ്ടെത്തും" ദ്വാരപാലകൻ പറഞ്ഞു.

പക്ഷേ, പാട്ടുകാരി കിളിയെ എവിടെ കണ്ടെത്തും? അയാൾ ധൃതിപ്പെട്ട് കോണിയിറങ്ങി ഹാളിലും ഇടനാഴിയിലും എല്ലാം അന്വേഷിച്ചു.

കിളിയെ കണ്ടെത്തിയവരായി ആരുമില്ല. ദ്വാരപാലകൻ തിരിച്ചുവന്ന് രാജാവിനോടു പറഞ്ഞു: "അങ്ങ് പുസ്തകത്തിലുള്ളത് എല്ലാം അപ്പടി വിശ്വസിക്കരുത്. അത് പുസ്തകം എഴുതിയവർ ഉണ്ടാക്കിയ ഒരു കെട്ടുകഥയായിരിക്കും."

"പക്ഷേ, ഞാൻ വായിച്ച പുസ്തകം ജപ്പാനിലെ ചക്രവർത്തി എനിക്ക് അയച്ചുതന്നതാണ്. അതിൽ അസത്യമുണ്ടാവാൻ വഴിയില്ല. എനിക്ക് ഇന്നു വൈകുന്നേരംതന്നെ രാപ്പാടിക്കുരുവിയുടെ പാട്ടുകേൾക്കണം. ഇല്ലെങ്കിൽ അത്താഴസമയത്ത് എല്ലാവർക്കും ചാട്ടവാറടി ഉറപ്പാണ്."

ദ്വാരപാലകൻ ഞെട്ടിപ്പോയി. അയാൾ മുകളിലും താഴെയും ഹാളിലും ഇടനാഴിയിലും എല്ലാം തിരക്കിട്ട് ഓടിനടന്നു. രാജസദസിലെ പകുതിയും അന്വേഷണത്തിൽ മുഴുകി. കിളിയെക്കുറിച്ച് ഒരുപാടു ചോദ്യങ്ങൾ ഉയർന്നു.

ഒടുവിൽ അടുക്കളയിൽ ജോലി ചെയ്യുന്ന ഒരു പാവം പെൺകുട്ടിപറഞ്ഞു: "രാപ്പാടിക്കുരുവിയെ ഞാനറിയും. എല്ലാദിവസവും വൈകുന്നേരം ഞാൻ രോഗിയായ എന്റെ അമ്മയ്ക്ക് ഭക്ഷണം കൊണ്ടുപോയി കൊടുക്കാറുണ്ട്. അമ്മ താമസിക്കുന്നത് കടൽത്തീരത്താണ്. ഞാൻ തിരിച്ചു പോരുമ്പോൾ കാട്ടിൽ കുറച്ചുസമയം വിശ്രമിക്കും. അപ്പോൾ രാപ്പാടിക്കുരുവിയുടെ പാട്ടുകേൾക്കാം. ആ പാട്ടു കേൾക്കുമ്പോൾ അമ്മ ഉമ്മ വെച്ചിട്ടെന്നപോലെ എന്റെ കണ്ണുകൾ നിറഞ്ഞൊഴുകും."

"പാട്ടുകാരിക്കിളിയെ ഞങ്ങൾക്കു കാണിച്ചു തന്നാൽ നിനക്ക് അടുക്കളയിൽ സ്ഥിരം ജോലി വാങ്ങിത്തരാം. കൂടാതെ രാജാവ് ഭക്ഷണം കഴിക്കുന്നത് നിനക്കു കാണുകയും ചെയ്യാം" ദ്വാരപാലകൻ പറഞ്ഞു.

കാട്ടിൽ കുരുവി പതിവായി പാടുന്ന സ്ഥലത്തേക്ക് അവർ പുറപ്പെട്ടു. രാജസദസിലെ പകുതിയോളം പേർ ഒപ്പമുണ്ട്. പാതിദൂരം പിന്നിട്ടപ്പോൾ ഒരു പശു അമറുന്ന ശബ്ദംകേട്ടു.

അപ്പോൾ മുഖ്യപരിചാരകൻ പറഞ്ഞു: "ങാ, കണ്ടെത്തിയല്ലോ. ഒരു ചെറിയ ജീവിക്ക് എത്ര അസാധാരണമായ ശബ്ദമാണ്! ഈ ശബ്ദം മുമ്പ് ഞാൻ കേട്ടിട്ടുള്ളതുപോലെ."

"അത് പശു അമറുന്ന ശബ്ദമാണ്" കൊച്ചു പെൺകുട്ടി പറഞ്ഞു. "നമുക്ക് ഇനിയും കുറെ പോകണം."

കുളത്തിൽനിന്ന് അപ്പോൾ തവളകൾ കരഞ്ഞു.

"അതാ, കേട്ടില്ലേ മനോഹരമായ പാട്ട്? പള്ളിമണിയുടെ നേർത്ത നാദംപോലുണ്ട്" സഭാനേതാവ് പറഞ്ഞു.

"അത് തവളകൾ കരയുന്ന ശബ്ദമാണ്" പെൺകുട്ടി പറഞ്ഞു. "ഏതായാലും വൈകാതെ നമുക്ക് പാട്ടുകേൾക്കാം."

അപ്പോൾത്തന്നെ രാപ്പാടിക്കുരുവിയുടെ ഗാനം ഉയർന്നു.

"കേട്ടില്ലേ? കുരുവി അതാ അവിടെയിരിക്കുന്നു." ശാഖകൾക്കിടയിലേക്ക് ചൂണ്ടി പെൺകുട്ടി പറഞ്ഞു. ചാരനിറത്തിലുള്ള ഒരു കൊച്ചുകിളി.

"പാട്ടുകാരിരാപ്പാടിക്കുരുവി ഇങ്ങനെയായിരിക്കുമെന്ന് ഞാൻ ഒരിക്കലും കരുതിയില്ല. എത്ര ലളിതമായ രൂപം! ഇത്രയും മാന്യവ്യക്തികളെ ഒന്നിച്ചു കണ്ടപ്പോൾ കിളിയുടെ നിറം മങ്ങിയതായിരിക്കുമോ?" ദ്വാരപാലകൻ സംശയിച്ചു.

"കൊച്ചുരാക്കുരുവീ, നമ്മുടെ ചക്രവർത്തി നിന്റെ പാട്ടുകേൾക്കണമെന്ന് അതിയായി ആഗ്രഹിക്കുന്നു." പെൺകുട്ടി പറഞ്ഞു.

"വലിയ സന്തോഷം" കുരുവി മറുപടി പറഞ്ഞു. കിളി അതീവസുന്ദരമായി പാടാൻ തുടങ്ങി. നിരവധി ചില്ലുമണികൾ ശബ്ദിക്കുന്നതുപോലെ തോന്നി.

"കണ്ടില്ലേ, കിളിയുടെ തൊണ്ട ചലിക്കുന്നത്! കൊട്ടാരത്തിലെത്തിയാൽ കിളിക്ക് ശോഭനമായ ഭാവി ഉറപ്പാണ്." ദ്വാരപാലകൻ പറഞ്ഞു.

"ചക്രവർത്തിക്കുവേണ്ടി ഞാൻ ഇനിയും പാടണോ?" ചക്രവർത്തി കൂട്ടത്തിലുണ്ടെന്നു കരുതി കിളി ചോദിച്ചു.

"ഇന്നു വൈകുന്നേരം രാജസദസിൽവെച്ചു ചേരുന്ന ആഘോഷത്തിൽ രാപ്പാടിക്കുരുവിയുടെ പാട്ടുവേണമെന്ന് ചക്രവർത്തിക്ക് വലിയ നിർബന്ധമാണ്. അതിന് ക്ഷണിക്കാനാണ് ഞാൻ വന്നത്" ദ്വാരപാലകൻ അറിയിച്ചു.

"എന്റെ ഗാനം കൂടുതൽ നന്നാവുക കാട്ടിലെ വൃക്ഷക്കൊമ്പിലിരുന്ന് പാടുമ്പോഴാണ്." എന്നാലും ചക്രവർത്തിയുടെ ആഗ്രഹമനുസരിച്ച് കൂടെവരാമെന്ന് കിളി സമ്മതിച്ചു.

കൊട്ടാരം മുഖം മിനുക്കി അണിഞ്ഞൊരുങ്ങി. നിലത്തും ചുമരിലുമെല്ലാം സ്വർണവിളക്കുകൾ തെളിഞ്ഞു. മനോഹരപുഷ്പങ്ങൾകൊണ്ട് എല്ലായിടവും അലങ്കരിച്ചു. ഹാളിൽ രാജാവിന്റെ അരികിൽ കിളിക്ക് ഇരി

ക്കാനായി സ്വർണത്തിന്റെ ഇരിപ്പിടം തയാറാക്കി. രാജസദസിൽ എല്ലാവരും മുന്തിയവേഷത്തിൽ ഹാജരുണ്ടായിരുന്നു. അപ്പോഴേക്കും അടുക്കളറാണിയായി മാറിയ പെൺകുട്ടി വാതിൽക്കൽത്തന്നെനിന്നു. എല്ലാ കണ്ണുകളും കിളിയെത്തന്നെ ഉറ്റുനോക്കി.

രാപ്പാടിക്കിളിയുടെ മധുരഗാനം ഉയർന്നതോടെ രാജാവിന്റെ കണ്ണുകൾ നിറഞ്ഞൊഴുകി. എല്ലാവരുടെ ഹൃദയത്തിലും ഗാനം അലയടിച്ചു. രാജാവ് തന്റെ സ്വർണപാദുകം കിളിക്ക് സമ്മാനമായി കൊടുക്കുവാൻ തയാറായി. എന്നാൽ തനിക്ക് അർഹമായ സമ്മാനം കിട്ടിക്കഴിഞ്ഞതായി കിളി പറഞ്ഞു.

"ഞാൻ പാടിയപ്പോൾ രാജാവിന്റെ കണ്ണുനിറയുന്നതായി ഞാൻ കണ്ടു. ആ കണ്ണുനീർ അമൂല്യമാണ്. ദൈവത്തിനറിയാം, എനിക്ക് ഏറ്റവും വലിയ സമ്മാനം ലഭിച്ചു കഴിഞ്ഞുഎന്ന്!"

കിളിയുടെ മധുരഗാനം വീണ്ടും ഉയർന്നുകേട്ടു. സന്നിഹിതരായ സ്ത്രീകൾക്കും അതുപോലെ പാടാൻ തോന്നി. അവർ തൊണ്ട ചലിപ്പിച്ചു. ഒരിക്കലും തൃപ്തിതോന്നാത്ത ഭൃത്യരടക്കം എല്ലാവരും കിളിയുടെ ഗാനത്തിൽ ആകൃഷ്ടരായി.

രാപ്പാടിക്കിളിക്ക് കൊട്ടാരത്തിൽ സ്വന്തമായി ഒരു കൂടുകിട്ടി. പകൽ രണ്ടു നേരം പുറത്തുപോകാം. രാത്രി ഒരു നേരവും. പന്ത്രണ്ടോളം പരിചാരകർ. കിളിയുടെ കാലിൽ സിൽക്ക്നൂൽ ബന്ധിച്ച് അവർ എപ്പോഴും കൂടെയുണ്ടാവും. കിളിക്ക് ഒരു സന്തോഷവും തോന്നിയില്ല.

പട്ടണം മുഴുവനും ഈ കിളിയെക്കുറിച്ചുള്ള സംസാരംമാത്രം. പലരും കുട്ടികൾക്ക് കിളിയുടെ പേരിട്ടു. പക്ഷേ, കിളിയുടെ മനോഹര ശബ്ദം മാത്രം ആർക്കും കിട്ടിയില്ല.

ഒരുദിവസം രാപ്പാടിക്കിളിയുടെ പേരെഴുതിയ ഒരു വലിയ പാർസൽ രാജാവിനു ലഭിച്ചു.

പക്ഷിയെക്കുറിച്ചുള്ള മറ്റൊരു പുസ്തകമായിരിക്കുമെന്നാണ് രാജാവ് വിചാരിച്ചത്. എന്നാൽ അതൊരു കൃത്രിമ രാപ്പാടിക്കിളിയായിരുന്നു. കണ്ടാൽ ജീവനുള്ളതുപോലെതോന്നും. വൈരക്കല്ലുകളും രത്നക്കല്ലുകളും പതിച്ച് വളരെ ആകർഷകമാക്കിയിട്ടുണ്ട്. വൈന്റ് ചെയ്താൽ മിന്നുന്ന വാലിളക്കി അത്പാടും. 'ചൈനയിലെ ജപ്പാൻ ചക്രവർത്തിയുടേതാണ്' എന്ന് എഴുതി അതിന്റെ കഴുത്തിൽ തൂക്കിയിരുന്നു. കിളിയെ കൊണ്ടുവന്ന ആളെ, ബഹുമതി നൽകി ആദരിക്കുകയും ചെയ്തു.

രണ്ടുകിളികളും കൂടി ഒന്നിച്ചുപാടണമെന്ന് എല്ലാവർക്കും ആഗ്രഹം. അങ്ങനെ പാടിയപ്പോൾ ശരിക്കുള്ള കിളി പതിവുപോലെ പാടി. കൃത്രിമക്കിളിയുടേത് അതിനോട് യോജിച്ചുപോയില്ല. ചക്രങ്ങളുടെ ചലനമനുസരിച്ചാണ് ശബ്ദം വരുന്നത്. അത് കിളിയുടെ കുഴപ്പമല്ല. വിദഗ്ധർ വിശദീകരിച്ചു.

അതിനുശേഷം കൃത്രിമക്കിളി ഒറ്റയ്ക്കു പാടി. അത് യഥാർഥ കിളിയുടെ പാട്ടുപോലെ നന്നായി. കിളിയുടെ രൂപമാണെങ്കിൽ യഥാർഥ കിളി

യേക്കാൾ സുന്ദരവും. മുപ്പത്തിമൂന്നുതവണ ഒരേപാട്ട് ആവർത്തിക്കപ്പെട്ടു. അപ്പോൾ ശരിക്കുള്ള കിളിയുടെ പാട്ടുകൂടി കേൾക്കണമെന്ന് രാജാവ് പറഞ്ഞു. പക്ഷേ, കിളിയെവിടെ? തുറന്നിട്ട ജനലിലൂടെ അത് അവിടെ നിന്നു രക്ഷപ്പെട്ട് കടൽത്തീരത്തെ കാട്ടിൽ എത്തിക്കഴിഞ്ഞിരുന്നു.

"ഇതിന്റെയൊക്കെ അർഥം എന്താണ്?" രാജാവ് ചോദിച്ചു. എല്ലാവരും നന്ദികേടിന് രാപ്പാടിക്കിളിയെ അപലപിച്ചു. "നമുക്കിപ്പോൾ ഏറ്റവും നല്ല പക്ഷിയെ കിട്ടിയല്ലോ. എത്രതവണ വേണമെങ്കിലും പാടും. കാണാനും എന്തൊരു ചന്തം?" ആളുകൾ പറഞ്ഞു. പക്ഷിയുടെ പാട്ടിനെ വിദഗ്ധൻ വാനോളം പുകഴ്ത്തി.

"ശരിക്കുള്ള പക്ഷി എങ്ങനെയാണ് പാടുന്നതെന്ന് നമുക്ക് അറിയാൻ പറ്റുമോ? എന്നാൽ കൃത്രിമപക്ഷി എങ്ങനെയാണ് പാടുന്നതെന്ന് കാണിച്ചുതരാൻ പറ്റും" വിദഗ്ധൻ പറഞ്ഞു. അയാൾ കിളിയുടെ ഓരോ ഭാഗവും വേർപെടുത്തി വിശദീകരിച്ചുകൊടുത്തു. എല്ലാവരും അത്ഭുതപ്പെട്ട് തലയിളക്കി. രാപ്പാടിക്കുരുവിയുടെ പാട്ടുകേട്ട് ശീലമുള്ള ഒരു മുക്കുവൻ അപ്പോൾ പറഞ്ഞു:

"പാട്ടൊക്കെ അതുപോലെത്തന്നെയുണ്ട്. പക്ഷേ, എന്തോ ഒന്നിന്റെ കുറവുണ്ട്. അതെന്താണെന്ന് എനിക്കറിയില്ല."

അവസാനം യഥാർഥ രാപ്പാടിക്കുരുവി നാട്ടിൽനിന്ന് ബഹിഷ്കൃതമായി.

ചക്രവർത്തിയുടെ കിടക്കയ്ക്കു സമീപമായിരുന്നു യന്ത്രക്കിളിയുടെ സിൽക്ക് കുഷ്യൻവിരിച്ച ഇരിപ്പിടം. ചുറ്റും വിലപിടിച്ച സമ്മാനങ്ങൾ പ്രദർശിപ്പിച്ചിരുന്നു. ഹൃദയം ഇടതുവശത്തായതുകൊണ്ട് തന്റെ ഇടതുവശത്തുതന്നെ പാട്ടുകാരൻ കിളിയും വേണമെന്ന് രാജാവിന് നിർബന്ധമായിരുന്നു. യന്ത്രക്കിളിയെ മഹത്വവൽക്കരിച്ച് പണ്ഡിതന്മാർ ചൈനീസ് ഭാഷയിൽ നിരവധിവാല്യങ്ങളുള്ള പുസ്തകങ്ങൾ രചിച്ചു. അതിലെ കടുത്ത ഭാഷ ഒന്നും മനസിലായില്ലെങ്കിലും, എല്ലാവരും മനസിലായതായി നടിച്ചു.

ഒരു കൊല്ലം അങ്ങനെ കഴിഞ്ഞു. യന്ത്രക്കിളിയുടെ പാട്ട് എല്ലാവർക്കും കാണാപ്പാഠമായി. രാജാവടക്കം എല്ലാവരും അത് പാടി രസിച്ചു. തെരുവുകുട്ടികൾ പാട്ട് പാടി നടന്നു.

ഒരുദിവസം രാജാവ് കിളിപ്പാട്ട് കേട്ടു രസിച്ചുകൊണ്ട് കിടക്കുകയായിരുന്നു. പെട്ടെന്ന് ഫർർർ....... എന്നൊരു ശബ്ദം. അതോടെ പാട്ടുനിലച്ചു.

ഉടനെ ചക്രവർത്തി കിടക്കയിൽനിന്ന് ചാടിയെണീറ്റു. കൊട്ടാരം വൈദ്യനെ വിളിച്ചു. മെക്കാനിക്കിനെ വരുത്തി. അയാൾ പരിശോധിച്ചു. ആണിതേഞ്ഞുപോയതാണ്. നന്നാക്കുക വിഷമം!

എങ്കിലും മെക്കാനിക് ഏറെനേരം പണിപ്പെട്ട് യന്ത്രക്കിളിയെ തൽക്കാലം പൂർവസ്ഥിതിയിലാക്കി. എന്നിട്ടു പറഞ്ഞു:

"യന്ത്രക്കിളിക്ക് ഇനി കൊല്ലത്തിൽ ഒരുപാട്ടു മാത്രമേ പാടാൻ പറ്റൂ. അതും പഴയതുപോലെ പാടാൻ പറ്റണമെന്നില്ല."

അതുകേട്ട് എല്ലാവർക്കും കരച്ചിൽവന്നു.

അതിനുശേഷം അഞ്ചുവർഷം കടന്നുപോയി. ചക്രവർത്തി രോഗബാധിതനായി. നാളുകൾ എണ്ണപ്പെട്ടു എന്നു ബോധ്യമായപ്പോൾ പുതിയ ചക്രവർത്തിയെ തീരുമാനിച്ചു. തണുത്തുവിളറി ചക്രവർത്തി എപ്പോഴും കിടക്കയിൽത്തന്നെ കിടന്നു. പലരും രാജാവ് മരിച്ചതായി സംശയിച്ചു. പുതിയ ചക്രവർത്തിയെ സ്വീകരിക്കാൻ ഒരുക്കങ്ങൾ തുടങ്ങി.

ചക്രവർത്തി കിടക്കയിൽ നിശ്ചലമായി കിടപ്പ് തുടർന്നു. മറ്റുള്ളവരുടെ കാൽപ്പെരുമാറ്റം കേൾക്കാതിരിക്കാൻ നിലത്ത് തുണികൾ വിരിച്ചിരുന്നു. തുറന്നിട്ട ജനലിലൂടെ ചന്ദ്രന്റെ പ്രകാശംവന്ന് രാജാവിനെയും യന്ത്രക്കിളിയെയും തഴുകി. രാജാവിന് ശ്വസിക്കാൻ പ്രയാസം അനുഭവപ്പെട്ടു. മരണം അടുത്തെത്തിയതായിത്തോന്നി. പലരും ചക്രവർത്തിയുടെ നല്ലതും ചീത്തയുമായ ചെയ്തികളെക്കുറിച്ച് പറഞ്ഞു.

"ഇത് ഓർക്കുന്നില്ലേ?" "ഇത് അറിയില്ലേ?" എന്നെല്ലാം ചോദിക്കുന്നതുകേട്ട് "ഒന്നും ഓർക്കുന്നില്ല" എന്നും തനിക്ക് സംഗീതം കേൾക്കണമെന്നും രാജാവ് മറുപടി പറഞ്ഞു.

അയാൾ കിളിയെ നോക്കി. "ഒന്നു പാടൂ. ഞാൻ യാചിക്കുകയാണ്. ഒരു പാട്ട്. എന്തെല്ലാം വിലപിടിപ്പുള്ള സമ്മാനങ്ങൾ ഞാൻ തന്നിരിക്കുന്നു!"

എന്നാൽ യന്ത്രക്കിളി നിശ്ശബ്ദമായിരുന്നു. വൈന്റ് ചെയ്യാതെ പാടാൻ പറ്റില്ല. മരണം രാജാവിന്റെ കുഴിഞ്ഞ കണ്ണുകളിലേക്ക് തുറിച്ചുനോക്കുകയാണ്. പേടിപ്പെടുത്തുന്ന നിശ്ശബ്ദത അവിടെ തങ്ങിനിന്നു.

പെട്ടെന്ന് ജനലിലൂടെ മധുരതരമായ ഗാനം ഒഴുകിവന്നു. പുറത്തൊരു മരക്കൊമ്പിലിരുന്ന് രാപ്പാടിക്കുരുവി പാടുകയായിരുന്നു. ചക്രവർത്തിയുടെ അസുഖത്തെക്കുറിച്ചുകേട്ട് അദ്ദേഹത്തെ തന്റെ പാട്ടുകൊണ്ട് ആശ്വസിപ്പിക്കാനെത്തിയതാണ്. കുരുവിയുടെ ഗാനം ഉയർന്നതോടെ മുറിയിൽനിന്ന് ഭൂതപ്രേതാദികൾ മാറിനിന്നു. രാജാവിന്റെ ക്ഷീണിച്ച സിരകളിലൂടെ വീണ്ടും രക്തപ്രവാഹമുണ്ടായി. മരണംപോലും അത്ഭുതത്തോടെ പറഞ്ഞു: "പാടൂ കുരുവി ഇനിയും പാടൂ."

"രാജാവിന്റെ സ്വർണവാളും കൊടിയും കിരീടവും എനിക്കു തരുമോ? എന്നാൽ പാടാം."

അവയൊക്കെ ഒരു ഗാനത്തിനുവേണ്ടി മരണം ഉപേക്ഷിച്ചു. കുരുവി പാട്ടു തുടർന്നു. ശബ്ദംകൂടിക്കൂടി വന്നു. നിശ്ശബ്ദമായ ശ്മശാനത്തിൽ അത് അലയടിച്ചു. വെളുത്ത റോസാപ്പൂക്കളേയും വേർപാടിന്റെ കണ്ണീർ വീണ പുൽക്കൊടികളേയും ആ ഗാനം തഴുകി. മരണം പരാജയം സമ്മതിച്ചു, തണുത്ത വെള്ളനിഴലായി ജനലിലൂടെ പോയ് മറഞ്ഞു.

"സ്വർഗത്തിലെ പക്ഷീ, നിനക്കുനന്ദി" രാജാവു പറഞ്ഞു. "നാട്ടിൽനിന്ന് നിന്നെ ബഹിഷ്കരിച്ചിട്ടും, നീ വന്ന് എനിക്കുവേണ്ടി പാടി. ഭൂതപ്പിശാചുക്കളെ എന്റെ കിടക്കയിൽനിന്ന്, മരണത്തെ എന്റെ ഹൃദയത്തിൽനിന്നും അകറ്റി. നിനക്ക് ഞാനെന്തു സമ്മാനം തരും?"

"ഞാൻ ആദ്യമായി പാടിയപ്പോൾത്തന്നെ സമ്മാനം എനിക്കു തന്നു കഴിഞ്ഞല്ലോ. ഞാൻ അങ്ങയുടെ കണ്ണുകൾ നിറഞ്ഞൊഴുകുന്നതു കണ്ടു. അത് നന്മയുടെ മുത്തുകളാണ്. ഞാനൊരിക്കലും അതു മറക്കില്ല. അങ്ങ് ഇപ്പോൾ ഉറങ്ങൂ. ഉന്മേഷത്തോടെ ആരോഗ്യവാനായി എഴുന്നേൽക്കുക. ഞാൻ പാടി ഉറക്കാം."

കുരുവിയുടെ പാട്ടുകേട്ട് ചക്രവർത്തി നിദ്രയിൽ അമർന്നു.

രാവിലെ രാജാവ് ഉന്മേഷവാനായി എഴുന്നേറ്റപ്പോൾ ജനലിലൂടെ സൂര്യപ്രകാശം കടന്നുവരുന്നുണ്ടായിരുന്നു. സേവകന്മാർ ആരും എത്തി യിട്ടില്ല. അവർ കരുതിയത് ചക്രവർത്തി മരിച്ചു കഴിഞ്ഞു എന്നാണ്. എന്നാൽ കുരുവി അപ്പോഴും പുറത്തിരുന്നു പാടിക്കൊണ്ടിരുന്നു.

"നീ എപ്പോഴും എന്റെ കൂടെ ഉണ്ടായിരിക്കണം." ചക്രവർത്തി കിളി യോടു പറഞ്ഞു. "നിനക്ക് ഇഷ്ടമുള്ളപ്പോൾ പാടിയാൽ മതി. യന്ത്രക്കി ളിയെ ഞാൻ കഷണങ്ങളാക്കി നുറുക്കും."

"അങ്ങനെ ചെയ്യരുത്. അതിന് കഴിയുന്നത്രയും അത് ചെയ്തിട്ടു ണ്ട്. യന്ത്രക്കിളിയെ അങ്ങ് കാത്തുസൂക്ഷിക്കണം" രാപ്പാടിക്കുരുവി പറ ഞ്ഞു. "കൊട്ടാരത്തിൽ എനിക്കു താമസിക്കാൻ പറ്റില്ല. പക്ഷേ, വേണ മെന്നുതോന്നുമ്പോൾ ഞാൻ വരും. വൈകുന്നേരം ജനലിനുപുറത്ത് മര ക്കൊമ്പിലിരുന്ന്, അങ്ങയ്ക്ക് സന്തോഷിക്കാനും ചിന്തിക്കാനുംവേണ്ടി ഞാൻ പാടും. സന്തോഷത്തിലും ദുഃഖത്തിലും നന്മയിലും തിന്മയിലും ഞാൻ പാടും. അതുപോലെ പാവപ്പെട്ട കൃഷിക്കാരന്റെയും മുക്കുവന്റെ യും കുടിലുകളിൽ ഞാൻ പാടും. അങ്ങയുടെ കിരീടത്തെക്കാൾ ഞാൻ അങ്ങയുടെ ഹൃദയത്തെ സ്നേഹിക്കുന്നു. നിങ്ങൾ ആഗ്രഹിക്കുമ്പോൾ ഞാൻ വന്നു പാടാം. ഒരു കാര്യം നിങ്ങൾ എന്നോട് സത്യം ചെയ്യണം!"

ചക്രവർത്തി വാൾമുന ഹൃദയത്തിനുനേരെ പിടിച്ച് ശപഥം ചെയ്തു.

"എന്റെ അഭ്യർഥന ഇതാണ്: നിങ്ങളോട് എല്ലാകാര്യവും പറയുന്ന ഒരു കൊച്ചു കുരുവിയുണ്ടെന്ന് ഒരാളോടും പറഞ്ഞുപോകരുത്. എങ്കിൽ എല്ലാം ശുഭമായ് വരും."

രാപ്പാടിക്കുരുവി പറന്നകന്നു.

6

ജലകന്യക

പുറംകടലിലെ ജലത്തിന് നീലനിറമാണ്. അതിന് കണ്ണാടിപോലെ തിളക്കമുണ്ട്. പക്ഷേ, ആഴം അഗാധമാണ്. നിരവധി ഗോപുരങ്ങൾ അടുക്കിവെച്ചാലേ മുകളിലെത്തൂ. കടലിലെ മനുഷ്യർ അവിടെയാണ് വസിക്കുന്നത്.

സമുദ്രത്തിനടിയിൽ മണൽ മാത്രമല്ല ഉള്ളത്. വിചിത്രമായ മരങ്ങളും സസ്യങ്ങളും അവിടെ വളരുന്നുണ്ട്. അവയുടെ തണ്ടും ഇലകളും ജലത്തിൽ ഇളകിക്കൊണ്ടിരിക്കും. കരയിലെ മരക്കൊമ്പുകളിൽ പക്ഷികളെന്നപോലെ, വലുതും ചെറുതുമായ മത്സ്യങ്ങൾ അവയ്ക്കിടയിലൂടെ സഞ്ചരിക്കുന്നു.

ഏറ്റവും താഴ്ചയുള്ള സ്ഥലത്താണ് കടൽരാജാവിന്റെ കൊട്ടാരം സ്ഥിതിചെയ്യുന്നത്. കൊട്ടാരത്തിന്റെ ഭിത്തികൾ പവിഴപ്പുറ്റുകൾ കൊണ്ടാണ് നിർമിച്ചിട്ടുള്ളത്. ജനാലകൾ പവിഴംകൊണ്ടും മേൽക്കൂര ഭംഗിയുള്ള ചിപ്പികൾകൊണ്ടുമാണ് പണിതിട്ടുള്ളത്. ചിപ്പികൾക്കുള്ളിൽ രാജ്ഞിയുടെ കിരീടത്തെ അണിയിക്കുന്ന തിളങ്ങുന്ന മുത്തുകളുണ്ട്.

വർഷങ്ങൾക്കുമുമ്പേ കടലിലെ രാജാവ് വിഭാര്യനായി കഴിഞ്ഞിരുന്നു. വൃദ്ധയായ അമ്മയാണ് കൊട്ടാരകാര്യങ്ങൾ നോക്കിയിരുന്നത്. അവർ വലിയ അഭിമാനിയായിരുന്നു. മറ്റുള്ളവർ വാലിൽ ആറുമുത്തുകൾ അണിയുമ്പോൾ അവർ പന്ത്രണ്ട് മുത്തുകൾ ധരിച്ചിരുന്നു. എങ്കിലും പൗത്രിമാരോട് അവർക്ക് വലിയ സ്നേഹമായിരുന്നു. ആറുപൗത്രിമാരിൽ ഏറ്റവും ഇളയവളായിരുന്നു അതിസുന്ദരി. അവളുടെ ചർമം റോസാദളംപോലെ മൃദുലമായിരുന്നു. കണ്ണുകൾക്ക് കടലിന്റെ നീലനിറവും. എന്നാൽ മറ്റു ജലകന്യകമാരെപ്പോലെ അവൾക്ക് കാലുകൾ ഉണ്ടായിരുന്നില്ല. പകരം ഒരു മീനിന്റേതുപോലുള്ള വാൽ മാത്രം.

ദിവസം മുഴുവനും കുട്ടികൾ കൊട്ടാരത്തിൽ കളിച്ചുകൊണ്ട് സമയം ചെലവഴിച്ചു. ചുറ്റും പൂക്കൾ വിടർന്നു നിൽക്കുന്നുണ്ടാവും. പവിഴജനൽ തുറന്നിട്ടാൽ മീനുകൾ അകത്തേക്ക് നീന്തിവരും. രാജകുമാരിമാരുടെ കൈയിൽനിന്ന് അവ തീറ്റ വാങ്ങിക്കഴിക്കും. അവർ മീനുകളെ തൊട്ടു തലോടുകയും ചെയ്യും.

കൊട്ടാരത്തിനു മുമ്പിലായി വലിയൊരു തോട്ടമുണ്ട്. അവിടെ നിറയെ ചുവപ്പും നീലനിറമുള്ളതുമായ ധാരാളം മരങ്ങളുണ്ടായിരുന്നു. സ്വർണ വർണമുള്ള ഫലങ്ങളും സൂര്യനെപ്പോലെ ജ്വലിക്കുന്ന പൂക്കളും അവയിൽ നിറഞ്ഞുനിന്നു. നിലത്തെ മണലിന്റെ നിറം നീലയാണ്. എല്ലാറ്റിലും നീലിമ കലർന്നിരുന്നു. കടലിന്റെ അടിത്തട്ടിലല്ല, നീലാകാശമാകുന്ന അന്തരീക്ഷത്തിലാണ് നിൽക്കുന്നതെന്ന് തോന്നിപ്പോകും. ശാന്തമായ കടലിൽ സൂര്യന്റെ പ്രതിബിംബം ഒരു വലിയ ചുവന്ന പൂവുപോലെ തോന്നും.

ഓരോ രാജകുമാരിക്കും തോട്ടത്തിൽ അവളുടേതായ സ്ഥലമുണ്ടായിരുന്നു. അവർക്ക് ഇഷ്ടപ്പെട്ട രീതിയിൽ തോട്ടപ്പണി ചെയ്യാം. ഒരുവളുടെ തോട്ടത്തിന് തിമിംഗലത്തിന്റെ ആകൃതിയാണ്. മറ്റൊരുവളുടേത് ജലകന്യകയുടെ രൂപത്തിലാണ്. ഇളയവളുടെ തോട്ടം സൂര്യനെപ്പോലെ വൃത്താകൃതിയിലാണ്. അവിടെ അവൾ ചുവന്ന പൂക്കളുണ്ടാവുന്ന ചെടികൾ നട്ടു. അവൾ എപ്പോഴും ശാന്തസ്വഭാവമുള്ള, ഒറ്റപ്പെട്ട കുട്ടിയായിരുന്നു. പൊളിഞ്ഞകപ്പലിൽനിന്ന് എല്ലാവിധ കൗതുകവസ്തുക്കളും രാജകുമാരിമാർ ശേഖരിച്ചു. ഒരാൺകുട്ടിയുടെ മാർബിൾ പ്രതിമയാണ് ഇളയവൾ ആവശ്യപ്പെട്ടത്. അവൾ ആ പ്രതിമ തോട്ടത്തിൽ സ്ഥാപിച്ചു. അടുത്ത് ചുവന്ന അരളിച്ചെടികൾ നട്ടു. പൂമരം വേഗത്തിൽ വളർന്ന്, ശാഖകൾ പ്രതിമയ്ക്കു മുകളിലൂടെ താഴോട്ട് തൂങ്ങിക്കിടന്നു. നിഴലുകൾ ശാഖകൾക്കൊപ്പം ചാഞ്ചാടിക്കൊണ്ടിരുന്നു. ശാഖകളുടെ അറ്റങ്ങളും പൂമരത്തിന്റെ വേരുകളും അന്യോന്യം പിടിച്ചു കളിച്ചു.

ഇളയരാജകുമാരിക്ക് കടലിനു മുകളിലുള്ള മനുഷ്യരെക്കുറിച്ചറിയാനായിരുന്നു ഏറെ താൽപ്പര്യം. മുത്തശ്ശി കപ്പൽ, പട്ടണം, മനുഷ്യർ, മൃഗങ്ങൾ എന്നിവയെക്കുറിച്ചെല്ലാം വിസ്തരിച്ചു പറഞ്ഞു. ഭൂമിയിലെ പൂക്കൾ കടലിലെ പൂക്കളെപ്പോലെയല്ല. അവയ്ക്ക് സുഗന്ധമുണ്ട്. ശാഖകൾക്കിടയിലൂടെ ചലിക്കുന്ന മത്സ്യങ്ങൾ പാട്ടുപാടും. മത്സ്യങ്ങൾ എന്നു മുത്തശ്ശി പറഞ്ഞത് പക്ഷികളെ ഉദ്ദേശിച്ചാണ്. കടലിന്നടിയിലെ രാജകുമാരിമാർ പക്ഷികളെ കണ്ടിട്ടില്ലല്ലോ.

“നിനക്ക് പതിനഞ്ചുവയസായാൽ കടലിന്റെ ഉപരിതലത്തിലേക്ക് പോകാം. നിലാവിൽ പാറക്കെട്ടുകളിലിരുന്ന് നിനക്ക് കപ്പലും പട്ടണവും, മനുഷ്യരെയും എല്ലാം കാണാം” മുത്തശ്ശി പറഞ്ഞു.

അടുത്തവർഷം മൂത്തസഹോദരിക്ക് പതിനഞ്ചുവയസായി. മറ്റുള്ളവർ ഓരോ വയസിന് താഴെയാണ്. ഇളയവൾക്ക് മുകളിലത്തെ ലോകം എന്താണെന്നറിയാൻ അഞ്ചുവർഷം കാത്തിരിക്കണം. മൂത്തവൾ തിരിച്ചു

വരുമ്പോൾ സഹോദരിമാരോട് എല്ലാ വിവരവും പറയാമെന്നേറ്റു. എങ്കിലും ഇളയവൾ തന്റെ ഊഴംവരാൻ ആകാംക്ഷയോടെ കാത്തിരുന്നു. പലരാത്രികളിലും അവൾ ജനാലതുറന്ന് പുറത്തെ നീല ജലത്തിലേക്കു നോക്കും. അപ്പോൾ അവൾക്കു ചുറ്റും മീനുകൾ കളിച്ചുപുളയ്ക്കും. വെള്ളത്തിൽ ചന്ദ്രനെയും നക്ഷത്രങ്ങളെയും കാണാം. ചിലപ്പോൾ തിമിംഗലമോ കപ്പലോ കടന്നുപോകും. സുന്ദരിയായ ഒരു ജലകന്യക വെള്ളത്തിനടിയിൽനിന്ന് കൈയുയർത്തി തങ്ങളെ നോക്കുന്നതായിട്ട് കപ്പലിലെ ആളുകൾ അറിഞ്ഞില്ല.

പതിനഞ്ചു വയസായപ്പോൾ മൂത്തസഹോദരിക്ക് സമുദ്രത്തിന്റെ ഉപരിതലത്തിലേക്ക് പോകാൻ അനുവാദം കിട്ടി. തിരിച്ചുവന്നപ്പോൾ അവൾക്ക് നൂറുകൂട്ടം കാര്യങ്ങളെക്കുറിച്ച് പറയാനുണ്ടായിരുന്നു. നിലാവിൽ സമുദ്രതീരത്തെ മണൽപ്പുറത്തിരുന്ന് കാഴ്ചകൾ കാണുന്നതു വല്ലാത്ത രസമാണ്. അകലെയുള്ള പട്ടണത്തിൽ നക്ഷത്രങ്ങളെപ്പോലെ വിളക്കുകൾ കാണാം. സംഗീതവും വാഹനങ്ങളുടെയും മനുഷ്യരുടെയും ശബ്ദവും കേൾക്കാം. പള്ളിമണികൾ അടിക്കുന്നത് അവൾ കേൾക്കുന്നുണ്ടായിരുന്നു. ഇതെല്ലാംകേട്ട് ഇളയവൾ രാത്രി ജനൽതുറന്ന് പുറത്തേക്കുനോക്കിയപ്പോൾ എല്ലാം കാണുകയും കേൾക്കുകയും ചെയ്യുന്നതുപോലെ അവൾക്കുതോന്നി.

അടുത്തവർഷം രണ്ടാമത്തവളുടെ ഊഴംവന്നു. സൂര്യൻ അസ്തമിക്കുമ്പോഴാണ് അവൾ മുകൾത്തട്ടിലെത്തിയത്. അവൾക്ക് ഏറ്റവും ഹൃദ്യമായി തോന്നിയത് അപ്പോഴത്തെ കാഴ്ചയാണ്. ആകാശം സ്വർണം പൂശിയതുപോലെ തിളങ്ങി. ചുകപ്പും വയലറ്റും വർണങ്ങളുള്ള മേഘങ്ങൾ അവളുടെ തലയ്ക്കു മുകളിലൂടെ കടന്നുപോയി. ഒരുകൂട്ടം അരയന്നങ്ങൾ അതിവേഗം സൂര്യന്റെ നേർക്ക് പറന്നുപോകുന്നുണ്ടായിരുന്നു. അവൾ അതേ ദിശയിലേക്ക് നീന്തിയെങ്കിലും സൂര്യൻ അസ്തമിച്ചു കഴിഞ്ഞു. അന്തരീക്ഷത്തിലെ വർണങ്ങൾ കടലിൽ അലിഞ്ഞുചേർന്നു.

മൂന്നാമത്തെ രാജകുമാരി കൂടുതൽ ധൈര്യശാലിയായിരുന്നു. അവൾ മുകൾപ്പരപ്പിലെത്തിയപ്പോൾ സമുദ്രത്തിൽ ചേരുന്ന ഒരു പുഴയിലൂടെ നീന്തി. ചുറ്റും കാടും പച്ചക്കുന്നുകളും. പുഴയോരത്ത് വീടുകളും കൊട്ടാരങ്ങളും. അവൾ പക്ഷികളുടെ പാട്ടുകേട്ടു. സൂര്യപ്രകാശത്തിന് നല്ല ചൂടു തോന്നി. അതുകൊണ്ട് ഇടയ്ക്കിടെ അവൾ വെള്ളത്തിൽ ഊളിയിട്ടു. ചെറിയൊരു ഉൾക്കടലിൽ നഗ്നരായ കുറെ കുട്ടികൾ നീന്തിക്കളിക്കുന്നുണ്ടായിരുന്നു. അവൾക്ക്, കൂടെ കളിക്കാൻ തോന്നി. പക്ഷേ, കുട്ടികൾ അവളെക്കണ്ട് ഓടിക്കളഞ്ഞു. ഒരു നായ അവളെക്കണ്ട് കുരച്ചു. അവൾ പേടിച്ച് അതിവേഗം തിരിച്ചു നീന്തി. കുന്നും കാടും, നീന്തുന്നവാലില്ലാത്ത കുട്ടികളും അവൾക്ക് മറക്കാൻ കഴിയാത്ത കാഴ്ചകളായിരുന്നു.

നാലാമത്തെ സഹോദരിക്ക് അത്ര ധൈര്യമില്ലായിരുന്നു. അവൾ ചുറ്റുമുള്ള കാഴ്ചകൾ നോക്കി കടലിൽത്തന്നെസമയം ചെലവഴിച്ചു. അവിടം അതിമനോഹരമാണെന്ന് അവൾ തിരിച്ചെത്തിയപ്പോൾ പറഞ്ഞു.

കണ്ണാടിപോലെ മിന്നുന്ന ആകാശം, യാത്രപോകുന്ന കപ്പലുകൾ, വെള്ളത്തിൽ കരണം മറിയുന്ന കടൽപ്പന്നികൾ, മുകളിലേക്ക് വെള്ളം ചീറ്റുന്ന തിമിംഗലങ്ങൾ – ഇവയൊക്കെ അവൾക്ക് ആകർഷകമായിത്തോന്നി.

അഞ്ചാമത്തെ സഹോദരി ശീതകാലത്താണ് പോയത്. അവളുടെ പിറന്നാൾ അപ്പോഴായിരുന്നു. കടലിന് ആകെ പച്ചനിറം. കൂറ്റൻ ഹിമക്കട്ടകൾ അതിൽ പൊങ്ങിക്കിടന്നു പവിഴംപോലെ തിളങ്ങി. അവൾ ഒരു ഹിമക്കട്ടയിൽ കയറിയിരുന്നു. കാറ്റ് അവളുടെ നീണ്ടതലമുടിയെ പറപ്പിച്ചുകളിച്ചു. വൈകുന്നേരമായപ്പോൾ ആകാശത്ത് മേഘങ്ങൾ നിറഞ്ഞു. ഇടിവെട്ടി. കപ്പൽ യാത്രക്കാർ ഭയന്നു. രാജകുമാരി അതെല്ലാം നോക്കി ഇളകുന്ന ഹിമക്കട്ടയിൽ സ്വസ്ഥമായിരുന്നതേയുള്ളൂ.

കടലിന്റെ മുകൾപ്പരപ്പിൽ നിന്നുള്ള കാഴ്ചകൾ ആദ്യമാദ്യം സഹോദരിമാർക്ക് പുതുമയുള്ളതായി തോന്നിയിരുന്നു. ആ പുതുമ നശിച്ചപ്പോൾ പുറംലോകത്തെക്കാൾ കടലിന്നടിയിലെ തങ്ങളുടെ വാസഗൃഹംതന്നെ കൂടുതൽ ആകർഷകമായിത്തോന്നി. എങ്കിലും ചിലദിവസങ്ങളിൽ സഹോദരിമാർ കൈകോർത്തുപിടിച്ച് കടലിന്റെ മുകൾപ്പരപ്പിലേക്കു നീന്തും. കൊടുങ്കാറ്റടിക്കുമ്പോൾ അവർ കപ്പലുകളുടെ മുമ്പിൽ നീന്തിക്കൊണ്ട് സമുദ്രത്തിലെ മനോഹാരിതയെപ്പറ്റി പാട്ടുകൾ പാടും. അവരുടെ സ്വരം അതിമധുരമായിരുന്നു. കപ്പൽ മുങ്ങിയാൽ പേടിക്കേണ്ടെന്ന് ഉദ്ബോധിപ്പിക്കും. എന്നാൽ കപ്പലിലെ ആളുകൾക്ക് അവ കാറ്റിന്റെ ചൂളംവിളിയായി മാത്രമേ തോന്നിയുള്ളൂ.

വൈകുന്നേരങ്ങളിൽ സഹോദരിമാർ കടലിൽ നീന്തുമ്പോൾ, ഇളയരാജകുമാരി കൊട്ടാരത്തിൽ ഒറ്റയ്ക്കിരുന്ന് നെടുവീർപ്പിടും. ജലകന്യകമാർക്ക് കരയാൻ കഴിയാത്തതുകൊണ്ട് അവൾ എല്ലാ ദുഃഖവും മനസിലൊതുക്കും. പതിനഞ്ചു വയസാവാൻ അവൾ അക്ഷമയോടെ കാത്തിരുന്നു. പുറംലോകത്തെയും അവിടെ വസിക്കുന്നവരെയും ഞാൻ വളരെയേറെ ഇഷ്ടപ്പെടും അവൾ പറഞ്ഞു.

ഒടുവിൽ അവൾക്കും പതിനഞ്ചു വയസായി. അപ്പോൾ മുത്തശ്ശി പറഞ്ഞു: "ഇപ്പോൾ നീ മുതിർന്നവളായി. നിന്റെ ജ്യേഷ്ഠത്തിമാരെ അണിയിച്ചതുപോലെ നിന്നെ ഞാൻ അണിയിച്ചൊരുക്കാം."

രാജകുമാരിയുടെ തലമുടിയിൽ പവിഴംകൊണ്ടുള്ള വെളുത്ത മാല ചാർത്തി. വാലിൽ പദവിയുടെ ചിഹ്നമായി എട്ടുവലിയ പവിഴങ്ങളും.

"എനിക്ക് വല്ലാതെ നോവുന്നല്ലോ" അവൾ പറഞ്ഞു.

"പദവിക്ക് അതിന്റേതായ അസൗകര്യങ്ങളുണ്ട്" മുത്തശ്ശി ഓർമിപ്പിച്ചു.

സ്ഥാനമാനങ്ങൾക്കുപകരം സ്വന്തംതോട്ടത്തിലെ ചുവന്നപൂക്കൾ മതിയായിരുന്നു എന്നവൾക്കുതോന്നി. എങ്കിലും അതു പറഞ്ഞില്ല. അവൾ യാത്ര പറഞ്ഞ് അനായാസം സമുദ്രനിരപ്പിലേക്ക് നീന്തിപ്പോയി.

ജലകന്യക ഉപരിതലത്തിലെത്തിയപ്പോൾ സൂര്യൻ ചക്രവാളത്തിൽ താണുകഴിഞ്ഞിരുന്നു. മേഘങ്ങൾ സ്വർണനിറത്തിൽ തിളങ്ങി. ആകാ

ശത്ത് സന്ധ്യാതാരം പ്രത്യക്ഷപ്പെട്ടു. ഇളങ്കാറ്റ് വീശി. കടൽ ശാന്തമാണ്. വലിയൊരു കപ്പൽ ദൂരെ നങ്കൂരമിട്ടിരുന്നു. നാവികർ മേൽത്തട്ടിൽ ഇരിക്കുന്നുണ്ട്. കപ്പലിൽനിന്ന് പാട്ടും കൂത്തും കേൾക്കുന്നുണ്ടായിരുന്നു. ഇരുട്ടായപ്പോൾ നിരവധി വിളക്കുകൾ തെളിഞ്ഞു.

ജലകന്യക കപ്പലിന്റെ അടുത്തേക്കു നീങ്ങി. ക്യാപ്റ്റന്റെ കേബിനടുത്തെത്തി. തിരമാലകൾ ഉയർന്നപ്പോൾ അവൾക്ക് ജനലിലൂടെ അകത്തേക്ക് നോക്കാൻ കഴിഞ്ഞു. മോടിയിൽ വസ്ത്രംധരിച്ച കുറേപ്പേർ അവിടെയുണ്ടായിരുന്നു. വിടർന്നു കറുത്തകണ്ണുകളുള്ള രാജകുമാരനായിരുന്നു കൂട്ടത്തിൽ സുന്ദരൻ. രാജകുമാരന്റെ പതിനാറാം ജന്മദിനാഘോഷമായിരുന്നു അന്ന്. കപ്പലിലെ ഡെക്കിൽ നാവികർ നൃത്തം ചെയ്യുന്നുണ്ടായിരുന്നു. രാജകുമാരൻ അവിടെ എത്തിയപ്പോൾ നൂറുകണക്കിൽ റോക്കറ്റുകൾ മേൽപ്പോട്ടുയർന്നു. അവയുടെ കണ്ണഞ്ചിപ്പിക്കുന്ന പ്രകാശംകണ്ട് ഭയപ്പെട്ട് ജലകന്യക തൽക്ഷണം വെള്ളത്തിൽ മുങ്ങിക്കളഞ്ഞു. അവൾ തലയുയർത്തിയപ്പോൾ നക്ഷത്രമഴപോലെ സ്ഫുലിംഗങ്ങൾ താഴോട്ടു പതിക്കുകയാണ്. ചുറ്റും നിരവധി സൂര്യന്മാർ വെള്ളത്തിൽ പ്രതിഫലിക്കുന്നപോലെ തോന്നി. കപ്പലിനകത്തേക്കും വെളിച്ചം പരന്നു. ആ വെളിച്ചത്തിൽ രാജകുമാരൻ അതീവസുന്ദരനായി തോന്നി. അയാൾ ചിരിച്ചുകൊണ്ട് ഓരോരുത്തർക്കും കൈകൊടുത്തു. രാത്രിയുടെ നിശ്ശബ്ദതയിൽ മധുരസംഗീതം അവിടെ മുഴങ്ങിക്കൊണ്ടിരുന്നു.

നേരം ഏറെ വൈകിയിട്ടും ജലകന്യകയ്ക്ക് കപ്പലിൽനിന്നും രാജകുമാരനിൽനിന്നും കണ്ണെടുക്കാൻ പറ്റിയില്ല. വിളക്കുകൾ കെട്ടു. തിരമാലകളിൽ അമ്മാനമാടിക്കൊണ്ട് അവൾ ജനലിലൂടെ അകത്തേക്കുതന്നെ നോക്കി. കപ്പൽ നീങ്ങാൻ തുടങ്ങിയിരുന്നു. കപ്പൽപ്പായകൾ നിവർന്നു. തിരമാലകൾ ശക്തിയാർജിച്ചു. കറുത്തമേഘങ്ങൾ ഉരുണ്ടുകൂടി. ദൂരെ മിന്നലുകൾ ദൃശ്യമായി. കാലാവസ്ഥ മോശമാവുകയാണ്. നാവികർ കപ്പൽപ്പായകൾ മടക്കിവെച്ചു. ക്ഷോഭിച്ച കടലിൽ കപ്പൽ ഇളകിമറിഞ്ഞു. കൊടുങ്കാറ്റിൽ കറുത്ത കുന്നുകൾപോലെ തിരമാലകൾ കപ്പലിന്റെ മുകളിൽ ആഞ്ഞടിച്ചു. ജലകന്യകയ്ക്ക് ആ കാഴ്ച രസകരമായി തോന്നി. പക്ഷേ, നാവികർ ഭയന്നുവിറയ്ക്കുകയായിരുന്നു. തിരമാലകളുടെ സമ്മർദംമൂലം കപ്പൽപ്പലകകൾ വളഞ്ഞു. പെട്ടെന്ന് വെള്ളം കപ്പലിലേക്ക് ആഞ്ഞടിച്ചു. പായ്മരങ്ങൾ പൊട്ടിവീണു. കപ്പൽ അപകടത്തിൽപ്പെട്ടതായി ജലകന്യക മനസിലാക്കി. കപ്പലിന്റെ പലകകളും തടികളും ദേഹത്തുമുട്ടാതിരിക്കാൻ അവൾ ശ്രദ്ധിച്ചു. രാജകുമാരൻ കപ്പൽ പൊളിഞ്ഞ് വെള്ളത്തിൽ വീഴുന്നത് മിന്നൽവെളിച്ചത്തിൽ അവളുടെ കണ്ണിൽപ്പെട്ടു. കടലിന്നടിയിലെ കൊട്ടാരത്തിൽ എത്തുമ്പോഴേക്കും അയാൾ മരിച്ചുപോകുമല്ലോ എന്ന് അവൾ ഭയന്നു. ഇളകിമറിയുന്ന കടലിൽ രാജകുമാരന് അധികസമയം നീന്താൻ കഴിഞ്ഞില്ല. അയാളുടെ കൈകാലുകൾ കുഴഞ്ഞു. അവശനായ രാജകുമാരൻ കടലിൽ താഴാൻ തുടങ്ങി. അപ്പോഴേക്കും തിരമാലകളോട് മല്ലിട്ടു നീന്തി ജലകന്യക അടുത്തെത്തി. അവൾ

പ്രയാസപ്പെട്ട് അയാളുടെ തല വെള്ളത്തിനു മുകളിൽ ഉയർത്തിപ്പിടിച്ചു തിരമാലകളോടൊപ്പം നീങ്ങി.

നേരം പുലർന്നതോടുകൂടി കൊടുങ്കാറ്റു നിലച്ചു. കപ്പലിന്റെ യാതൊരു അവശിഷ്ടവും എങ്ങും കണ്ടില്ല. സൂര്യൻ ചുവപ്പു വർണം പൂണ്ടുതിളങ്ങി. രാജകുമാരന്റെ കവിളിൽ ജീവന്റെ തുടിപ്പുകൾ കണ്ടു. പക്ഷേ, കണ്ണുകൾ അടഞ്ഞുതന്നെ കിടന്നു. ജലകന്യക അയാളുടെ നെറ്റിയിൽ ചുംബിച്ചു. തന്റെ പൂന്തോട്ടത്തിലെ മാർബിൾ പ്രതിമയെ അവൾ ഓർത്തുപോയി. അവൾ രാജകുമാരനെ വീണ്ടും ചുംബിക്കുകയും, വേഗം സുഖം പ്രാപിച്ചു കാണാൻ ആഗ്രഹിക്കുകയും ചെയ്തു.

അപ്പോൾ മഞ്ഞണിഞ്ഞ മലകളുള്ള കര ദൃശ്യമായി. കടൽത്തീരത്ത് പച്ചക്കാടുകളും അവയ്ക്കിടയിൽ ഒരു കെട്ടിടവും കണ്ടു. പള്ളിയോ കന്യാമഠമോ എന്ന് വ്യക്തമല്ല. കെട്ടിടത്തിനുചുറ്റും ധാരാളം നാരകമരങ്ങൾ ഉണ്ടായിരുന്നു. വഴിയിൽ വരിയായി തലയുയർത്തിനിൽക്കുന്ന പനകളും. അവിടം ചെറിയൊരു ഉൾക്കടൽ രൂപംകൊണ്ടിട്ടുണ്ട്. ശാന്തമെങ്കിലും അവിടെ അഗാധമാണ്. ജലകന്യക രാജകുമാരനെയുംകൊണ്ട് നീന്തി, ഒരു പാറയ്ക്കു സമീപം കരയ്ക്കണഞ്ഞു. രാജകുമാരനെ മുഖം സൂര്യവെളിച്ചത്തിന് അഭിമുഖമായി മണലിൽക്കിടത്തി.

അപ്പോൾ അടുത്തുള്ള കെട്ടിടത്തിൽനിന്ന് മണിയടിക്കുന്ന ശബ്ദം കേട്ടു. അതിനുശേഷം ധാരാളം ചെറുപ്പക്കാരികൾ തോട്ടത്തിലൂടെ നടന്നുവരുന്നതു കണ്ടു. ജലകന്യക പാറക്കല്ലുകൾക്കിടയിലൂടെ നീന്തി മറവിലൊളിച്ചു. തന്നെ ശ്രദ്ധിക്കാതിരിക്കാൻ മുഖവും മുടിയും കടൽനുരകൾകൊണ്ട് മൂടി. എന്നിട്ട് രാജകുമാരന്റെ അടുത്ത് ആരാണ് വരുന്നത് എന്നറിയാൻ കാത്തിരുന്നു.

ആ സമയം ഒരു പെൺകുട്ടി നടന്നുവന്ന് രാജകുമാരന്റെ അടുത്തെത്തി. അവൾ പേടിച്ച് കൂട്ടുകാരികളെ വിളിച്ചു. രാജകുമാരൻ എഴുന്നേറ്റിരിക്കുന്നതും അവരോട് ചിരിക്കുന്നതും ജലകന്യക കണ്ടു. ഹാവൂ! രാജകുമാരൻ ജീവനോടെയുണ്ടല്ലോ. അവൾക്ക് ആശ്വാസമായി. പക്ഷേ, താനാണ് രക്ഷിച്ചതെന്നകാര്യം രാജകുമാരന് അറിയില്ലല്ലോ. അതോർത്ത് അവൾക്ക് ദുഃഖം തോന്നി. എന്നാൽ പെൺകുട്ടികൾ അദ്ദേഹത്തെ അവരോടൊപ്പം കെട്ടിടത്തിലേക്ക് കൂട്ടിക്കൊണ്ടുപോയി. അതുകണ്ട് ജലകന്യക വെള്ളത്തിൽ മുങ്ങി, വിഷാദമഗ്നയായി കൊട്ടാരത്തിൽ തിരിച്ചെത്തി.

മുമ്പേ അവൾ ശാന്തയും ചിന്താമഗ്നയുമാണ്. ഇപ്പോളതു വർധിച്ചു. സഹോദരിമാർ ചോദിച്ചതിനൊന്നും അവൾ മറുപടി പറഞ്ഞില്ല.

പല വൈകുന്നേരങ്ങളിലും കടലിന്റെ മുകൾപ്പരപ്പിലെത്തി അവൾ രാജകുമാരനെ കൊണ്ടുചെന്നാക്കിയ സ്ഥലത്തേക്കുനോക്കി. മഞ്ഞുമൂടിയമലകളും തോട്ടത്തിലെ മൂത്തുപഴുത്തപഴങ്ങളും അവൾ കണ്ടു. എന്നാൽ രാജകുമാരനെ മാത്രം കണ്ടില്ല. കൂടുതൽ ദുഃഖിതയായാണ് ഓരോ പ്രാവശ്യവും കൊട്ടാരത്തിലേക്ക് മടങ്ങിയത്. അവളുടെ ആകെ

ആനന്ദം തോട്ടത്തിലിരുന്ന്, രാജകുമാരനെപ്പോലെ സൗന്ദര്യമുള്ള മാർബിൾ പ്രതിമയെ വീക്ഷിക്കുകയായിരുന്നു. പൂക്കളോടുള്ള താൽപ്പര്യം കുറഞ്ഞു. ചെടികളെ ശ്രദ്ധിക്കാതായി. പാതകളിലേക്ക് അവ പടർന്നു. പൂന്തോട്ടം ഒരു വള്ളിക്കുടിലായി മാറി.

മനസിലെ ദുഃഖം സഹിക്കാതായപ്പോൾ ജലകന്യക വിവരങ്ങളെല്ലാം ഒരു സഹോദരിയെ ധരിപ്പിച്ചു. അവൾ മറ്റു സഹോദരിമാരോട് വിവരം പറഞ്ഞു. അവരിൽനിന്ന് സുഹൃത്തുക്കളും വിവരമറിഞ്ഞു. അതിലൊരു ജലകന്യക കപ്പലിലെ ആഘോഷം കണ്ടിരുന്നു. രാജകുമാരനേയും അയാൾ വസിക്കുന്ന സ്ഥലവും അവൾക്കറിയാമായിരുന്നു.

“കൂടെവാ” ഇളയസഹോദരിയേയും കൂട്ടി രാജകുമാരിമാർ കൈകോർത്ത് ജലനിരപ്പിലേക്കു നീങ്ങി. അവൾ രാജകുമാരന്റെ കൊട്ടാരത്തിന്റെ മുമ്പിലെത്തി.

കൊട്ടാരം തിളങ്ങുന്ന മഞ്ഞക്കല്ലുകൊണ്ടാണ് നിർമിച്ചിട്ടുള്ളത്. കടൽവരെ എത്തുന്ന കോണിപ്പടികൾ, പൊന്നുപൂശിയ താഴികക്കുടങ്ങൾ, സ്തംഭങ്ങൾക്കിടയിലെ വെണ്ണക്കൽ പ്രതിമകൾ, കണ്ണാടിച്ചില്ലുകളിലൂടെ കാണുന്ന വിശാലമുറികൾ, മനോഹരചിത്രങ്ങൾകൊണ്ട് അലങ്കരിച്ച ചുമരുകൾ എല്ലാം ആകർഷകമായിരുന്നു. വലിയൊരു മുറിയിൽ ഒരു ധാരായന്ത്രം പ്രവർത്തിക്കുന്നുണ്ടായിരുന്നു. കണ്ണാടികൊണ്ടുള്ള മേൽത്തട്ടിലൂടെ സൂര്യരശ്മികൾ വെള്ളത്തിൽത്തട്ടി പ്രകാശിച്ചു. വെള്ളം ചുറ്റുമുള്ള ചെടികളിൽ ചിതറിവീഴുകയും ചെയ്തു.

രാജകുമാരന്റെ വാസസ്ഥലം മനസിലായപ്പോൾ എല്ലാ വൈകുന്നേരവും ജലകന്യക അവിടെ എത്താൻ തുടങ്ങി. കൊട്ടാരത്തിലെ മാർബിൾ ബാൽക്കണിയിലൂടെ അടിയിലുള്ള നീർച്ചാലിൽ അവൾ നീന്തിയെത്തും. ബാൽക്കണിയിൽ ഒറ്റയ്ക്കിരിക്കുന്ന രാജകുമാരനെ അവൾ കണ്ണിമയ്ക്കാതെ നോക്കി നിൽക്കും. ചിലപ്പോൾ അലങ്കരിച്ച ബോട്ടിൽ സംഗീതോപകരണങ്ങളുടെ അകമ്പടിയോടെ രാജകുമാരൻ സഞ്ചരിക്കാറുണ്ട്. ജലകന്യക അപ്പോൾ വെള്ളത്തിൽനിന്ന് തലയുയർത്തിനോക്കും. അവളുടെ തലമുടി കാറ്റിൽ പറക്കുമ്പോൾ ഒരു വെള്ള അരയന്നം ചിറകുവിടർത്തുകയാണെന്നേ തോന്നൂ.

രാത്രിയിൽ മുക്കുവന്മാർ വലയെറിഞ്ഞ് മീൻപിടിക്കുമ്പോൾ രാജകുമാരന്റെ അപദാനങ്ങളെക്കുറിച്ച് പറയുന്നത് അവൾ കേട്ടിരുന്നു. വെള്ളത്തിൽ മുങ്ങിത്താഴുന്ന രാജകുമാരനെ താങ്ങിയെടുത്ത് രക്ഷിച്ചതും അയാളുടെ കവിളിൽ ഉമ്മവെച്ചതും എല്ലാം അപ്പോളവൾ ഓർത്തു. എങ്കിലും അത്തരം കാര്യങ്ങൾ രാജകുമാരൻ മനസിലാക്കിയതേയില്ല.

മനുഷ്യജീവികളോടുള്ള അവളുടെ സ്നേഹം അനുദിനം വർധിച്ചുവന്നു. അതിലൊരാളാണ് താനെന്നും അവൾക്കു തോന്നി. അവരുടെ ലോകം വിശാലമാണ്. കടലിലൂടെ കപ്പലിൽ അവർക്ക് സഞ്ചരിക്കാം. മാനം തൊടുന്ന കുന്നുകളിൽ കയറാം. കണ്ണെത്താത്ത ദൂരത്തിൽ അവരുടെ സാമ്രാജ്യം പരന്നുകിടക്കുന്നു. ജലകന്യകയ്ക്ക് അറിയാൻ താൽപ്പ

ര്യമുള്ള നിരവധി കാര്യങ്ങളുണ്ട്. പക്ഷേ, അവളുടെ സഹോദരിമാർ അത്തരം കാര്യങ്ങളെക്കുറിച്ച് അജ്ഞരാണ്. അതുകൊണ്ട് കടലിനുമുകളിലുള്ള ലോകത്തെക്കുറിച്ച് അവൾ മുത്തശ്ശിയോട് ചോദിച്ചു.

"മുത്തശ്ശീ, നമുക്കു മരണമുള്ളതുപോലെ മനുഷ്യർക്കും മരണമുണ്ടോ?"

"മനുഷ്യർക്ക് മരണമുണ്ട്. അവർ നമ്മേക്കാൾ കുറച്ചുകാലം മാത്രമേ ജീവിക്കൂ" മുത്തശ്ശി പറഞ്ഞു. "നമുക്ക് മൂന്നുറുവർഷത്തോളം ആയുസുണ്ട്. മരിച്ചാൽ കടലിലെ പതയായി നാം മാറും. എന്നാൽ മനുഷ്യരെപ്പോലെ നമുക്ക് ആത്മാവില്ല. മനുഷ്യർ മരിച്ചു മണ്ണടിഞ്ഞാലും അവരുടെ ആത്മാവ് അനശ്വരമായി നിലനിൽക്കും. നമുക്ക് കാണാനാവാത്ത അജ്ഞാതലോകത്തിലേക്ക് അത് ഉയർന്നുപോകും."

"നമുക്ക് എന്തുകൊണ്ടാണ് ആത്മാവ് ഇല്ലാത്തത്?" ജലകന്യക ചോദിച്ചു. "ഒരു ദിവസം മനുഷ്യനായി ജീവിച്ചാൽ സ്വർഗരാജ്യത്തെത്തുമെങ്കിൽ, അതിനുവേണ്ടി എന്റെ ആയുസ്സ് മുഴുവൻ ഉപേക്ഷിക്കാൻ ഞാൻ തയാറാണ്."

"അങ്ങനെയൊന്നും ചിന്തിക്കരുത് കുട്ടീ. മനുഷ്യരെക്കാൾ എത്രയോ സന്തുഷ്ടരായാണ് നാം ജീവിക്കുന്നത്!"

"അപ്പോൾ ഞാൻ മരിക്കണം അല്ലേ? ഒരിക്കലും ഉണരാനാവാതെ, സുന്ദരമായതെല്ലാം ഉപേക്ഷിച്ച് കടലിൽ നുരയായി ഞാൻ മാറണോ? എനിക്ക് അനശ്വരമായ ആത്മാവു നേടിയെടുക്കാൻ വഴിയൊന്നുമില്ലേ, മുത്തശ്ശീ?"

"സ്വന്തം അച്ഛനമ്മമാരെക്കാളും ഒരു മനുഷ്യൻ നിന്നെ സ്നേഹിക്കുന്നുവെങ്കിൽ, സമ്പൂർണസ്നേഹത്തോടുകൂടി ഒത്തു ജീവിക്കുന്നുവെങ്കിൽ, അവന്റെ ആത്മാവിന്റെ ഒരംശം നിനക്കു ലഭിച്ചേക്കാം. പക്ഷേ, അതിനുസാധ്യത കുറവാണ്. കാരണം ഭൂമിയിലെ മനുഷ്യന് നമ്മുടെ മനോഹരമായ വാൽ ഒരിക്കലും ഇഷ്ടമാവുകയില്ല."

ജലകന്യക തന്റെ ഭംഗിയുള്ള വാൽ നോക്കി നെടുവീർപ്പിട്ടു.

ഒടുവിൽ മുത്തശ്ശി പറഞ്ഞു: "നമുക്ക് ഇവിടെ സുഖമായി ജീവിക്കാം കുട്ടീ. നീണ്ട മുന്നൂറുവർഷത്തോളം നീന്തുകയും പാടുകയും ചെയ്തുകഴിയാം. ഒടുവിൽ ശാന്തമായി വിശ്രമംകൊള്ളാം. പിന്നെ ഇന്നുരാത്രി നമുക്ക് കൊട്ടാരത്തിൽ ഒരു നൃത്ത പരിപാടിയുണ്ടെന്നകാര്യം മറക്കേണ്ട."

നൃത്തശാല അത്യന്തം മനോഹരമായി അലങ്കരിച്ചിരുന്നു. കണ്ണാടികൊണ്ടു നിർമിച്ച ഭിത്തികളും, അവയിൽ പതിച്ചുവെച്ച പലവർണത്തിലുള്ള ചിപ്പികളും. വെളിച്ചം അവയിൽത്തട്ടി ചുറ്റും പ്രസരിക്കുന്നുണ്ടായിരുന്നു. പല വലിപ്പത്തിലും നിറത്തിലുമുള്ള മത്സ്യങ്ങൾ കണ്ണാടിച്ചുമരുകളുടെ നേർക്ക് നീന്തിവരുന്നു. നൃത്തശാലയുടെ നടുവിലൂടെ ഒരു പുഴ ഒഴുകുന്നുണ്ടായിരുന്നു. അതിൽ സമുദ്രത്തിലെ കുമാരീ കുമാരന്മാർ മധുരമായി പാടിക്കൊണ്ട് നൃത്തം ചെയ്തു. ഏറ്റവും മനോഹര

മായി പാടിയത് ഇളയരാജകുമാരിയാണ്. അവളെ മറ്റുള്ളവർ കൈയടിച്ചു അഭിനന്ദിച്ചു.

എന്നാൽ പെട്ടെന്ന് അവളുടെ ചിന്ത കടലിനുമുകളിലുള്ള ലോകത്തെക്കുറിച്ചായി. അവൾ സുന്ദരനായ രാജകുമാരനെക്കുറിച്ചോർത്തു. തനിക്ക് അദ്ദേഹത്തെപ്പോലെ ആത്മാവില്ലല്ലോ എന്നോർത്ത് അവൾ സങ്കടപ്പെട്ടു. അവൾ ആഘോഷങ്ങളിൽനിന്ന് പിൻവലിഞ്ഞ് തന്റെ പൂന്തോട്ടത്തിൽ ഒറ്റയ്ക്ക് ചെന്നിരിപ്പായി. അപ്പോൾ ഒരു കാഹളംകേട്ടതുപോലെ രാജകുമാരിക്കു തോന്നി. അവൾ സ്വയം പറഞ്ഞു: 'എന്റെ എല്ലാമായ രാജകുമാരൻ ഇപ്പോൾ മുകളിലൂടെ യാത്ര ചെയ്യുന്നുണ്ട്. ഞാൻ എപ്പോഴും സ്നേഹിക്കുകയും ആരാധിക്കുകയും ചെയ്യുന്ന രാജകുമാരൻ. അനശ്വരമായ ആത്മാവിനെ നേടാൻ എല്ലാം ഞാൻ സഹിക്കും. സഹോദരിമാർ നൃത്തം ചെയ്യട്ടെ. ഇതുവരേയും ഭയപ്പെട്ടിരുന്ന മന്ത്രവാദിനിയുടെ അടുത്തുപോയി ഇപ്പോൾ ഞാൻ സഹായമഭ്യർഥിക്കും.'

ജലകന്യക തോട്ടത്തിൽനിന്ന് നേരെ പോയത് മന്ത്രവാദിനിയുടെ താമസസ്ഥലത്തേക്കാണ്. സമുദ്രത്തിലെ പതയുന്ന ചുഴികൾക്കിടയിലാണ് അവളുടെ വാസം. വഴിയിലൊന്നും പായലോ പൂക്കളോ ഉണ്ടായിരുന്നില്ല. പകരം ചാരനിറം കലർന്ന മണൽമാത്രം. മിൽചക്രംപോലെ ഇരമ്പിക്കൊണ്ട് ചുറ്റിത്തിരിയുന്ന ചുഴി എല്ലാറ്റിനേയും തന്നിലേക്ക് ആവാഹിക്കും. ആ ചുഴിയുടെ നടുവിലൂടെയാണ് രാജകുമാരി സഞ്ചരിക്കേണ്ടത്. അതുകഴിഞ്ഞപ്പോൾ മുമ്പിൽ ചളിനിറഞ്ഞ പാത. പാതയുടെ അവസാനം വിചിത്രമായ കാടാണ്. അതിലാണ് മന്ത്രവാദിനി വസിക്കുന്നത്. അവിടത്തെ എല്ലാ മരങ്ങളും ചെടികളും പാതി ജന്തുവും പാതി സസ്യവുമായിരുന്നു. നൂറുതലയുള്ള പാമ്പുകൾ നിലത്തുനിന്ന് വളർന്നു നിൽക്കുന്നതുപോലുള്ള മരങ്ങൾ. ശാഖകൾക്ക് പുളയുന്ന പുഴുക്കളെപ്പോലുള്ള വിരലുകൾ. എന്തിനേയും അവ പിടിയിലൊതുക്കും. രാജകുമാരി വല്ലാതെ ഭയന്നു. തിരിച്ചുപോയാലോ എന്നുപോലും തോന്നി. പക്ഷേ, രാജകുമാരന്റെയും ആത്മാവിന്റെയും ചിന്ത അവൾക്ക് ധൈര്യം പകർന്നു. ദുഷ്ടജീവികളുടെ പിടിയിൽപ്പെടാതിരിക്കാൻ അവൾ നീണ്ടതലമുടി ചുരുട്ടിക്കെട്ടി. എന്നിട്ട് മത്സ്യത്തെക്കാൾ വേഗത്തിൽ കുതിച്ചു. ദുഷ്ടജീവികൾ പിടിക്കാൻ നോക്കിയെങ്കിലും, ജലകന്യകയെ കിട്ടിയില്ല. അവയുടെ കൈകളിൽ പലതും പിടിച്ചുവെച്ചത് അവൾ കണ്ടു. കടലിൽ മുങ്ങിമരിച്ച മനുഷ്യരുടെ അസ്ഥികൂടങ്ങൾ, തകർന്ന കപ്പലിൽനിന്ന് കിട്ടിയ തുഴകളും പെട്ടികളും, മൃഗങ്ങളുടെ എല്ലുകൾ, കഴുത്തു ഞെരിച്ചുകൊന്ന ഒരു ജലകന്യക അങ്ങനെപലതും.

ഭീകരവനം കടന്നപ്പോൾ വലിയൊരു ചളിക്കെട്ടിലാണ് രാജകുമാരി എത്തിയത്. അതിൽ നീർപ്പാമ്പുകൾ പുളഞ്ഞുകളിക്കുന്നുണ്ടായിരുന്നു. ചളിക്കെട്ടിന്റെ മധ്യത്തിൽ ഒരു വീട്. കപ്പൽച്ചേതത്തിൽ മരിച്ചവരുടെ എല്ലുകൾകൊണ്ടാണ് അത് പണിതിട്ടുള്ളത്. അതിലാണ് മന്ത്രവാദിനി ഇരിക്കുന്നത്. അവൾ ഒരു തവളയെ തലോടിക്കൊണ്ടിരുന്നു. ദേഹത്ത് പാമ്പുകൾ ഇഴയുന്നുണ്ടായിരുന്നു.

"നീ വന്നതെന്തിനാണെന്ന് എനിക്കറിയാം" ജലകന്യകയെ കണ്ട ഉടനെ മന്ത്രവാദിനി പറഞ്ഞു. "അല്ലയോ, സുന്ദരീ നിന്റെ ആഗ്രഹം മണ്ട ത്തരമാണെങ്കിലും അതുസാധിക്കും. അതു നിന്റെ നിർഭാഗ്യവുമായിരിക്കും. നിനക്ക് വാലിനുപകരം രണ്ടുകാലുകൾ വേണം. എന്നിട്ട് രാജകുമാരന്റെ സ്നേഹം സമ്പാദിക്കണം. അങ്ങനെ അനശ്വരമായ ആത്മാവിനെ നേടണം. ശരിയല്ലേ?" അങ്ങനെ പറഞ്ഞ് മന്ത്രവാദിനി പൊട്ടിച്ചിരിച്ചു.

അവൾ തുടർന്നു: "നീ ഏതായാലും ഇന്നു വന്നതു നന്നായി. നാളെയാണെങ്കിൽ ഒരുകൊല്ലംവരെ കാത്തിരിക്കേണ്ടി വന്നേനെ. ഞാൻ നിനക്ക് ഒരു കഷായം ഉണ്ടാക്കിത്തരാം. അതിരാവിലെ കരയിൽച്ചെന്നിരുന്ന് അതു കുടിച്ചാൽ മതി. നിന്റെ വാൽ അപ്രത്യക്ഷമാകും. പകരം രണ്ടുകാലുകൾ വളർന്നു വരും. അപ്പോൾ അസഹ്യമായ വേദന തോന്നും. രൂപാന്തരം വന്നു കഴിഞ്ഞാൽ നീയായിരിക്കും ലോകസുന്ദരി. നിന്റെ നടത്തം അതിമനോഹരമായിരിക്കും. നിനക്ക് നൃത്തം ചെയ്യുകയുമാവാം. പക്ഷേ, വാൾമുനയിൽ നടക്കുന്നതുപോലുള്ള വേദന അനുഭവപ്പെടും."

എല്ലാം സഹിക്കാൻ തയാറാണെന്ന് ജലകന്യക പറഞ്ഞു. അപ്പോൾ മന്ത്രവാദിനി വീണ്ടും പറഞ്ഞു: "നിനക്ക് മനുഷ്യരൂപം കിട്ടിക്കഴിഞ്ഞാൽ, ഒരിക്കലും പൂർവരൂപം തിരിച്ചുകിട്ടുകയില്ല. നിനക്ക് അച്ഛന്റെ കൊട്ടാരത്തിലേക്കോ സഹോദരിമാരുടെ അടുത്തേക്കോ പോകാൻ പറ്റുകയില്ല. എന്തെങ്കിലും കാരണംകൊണ്ട് രാജകുമാരന്റെ സ്നേഹം നിനക്ക് നേടാൻ കഴിഞ്ഞില്ലെന്നിരിക്കട്ടെ, അപ്പോൾ ദുഃഖംകൊണ്ട് നീ ഹൃദയം പൊട്ടി മരിക്കേണ്ടിവരും."

ജലകന്യക വിറച്ചുകൊണ്ട് അപ്പോഴും സമ്മതംമൂളി.

"മറ്റൊരുകാര്യം. എന്റെ രക്തംകൊണ്ടുണ്ടാക്കിയ മാന്ത്രികമരുന്നാണ് ഞാൻ നിനക്കുതരുന്നത്. എനിക്ക് പ്രതിഫലംവേണം. ചെറുതൊന്നും പോരാ. നിന്റെ മനോഹരമായ ശബ്ദമാണ് എനിക്കു വേണ്ടത്."

"എന്റെ ശബ്ദം തന്നാൽ രാജകുമാരനെ ഞാൻ എങ്ങനെ വശീകരിക്കും."

"നിന്റെ മനോഹരമായ രൂപം, ആകർഷകമായ നടത്തം, വാചാലമായ കണ്ണുകൾ – ഒരു മനുഷ്യഹൃദയത്തെ വശീകരിക്കാൻ അതു ധാരാളംമതി. എന്താ ധൈര്യം ചോർന്നുപോയോ? നാക്കു നീട്ട്. നിന്റെ നാക്കു ഞാൻ മുറിച്ചെടുക്കട്ടെ."

"അങ്ങനെയെങ്കിൽ അങ്ങനെ." ജലകന്യക നാക്കുനീട്ടി.

മന്ത്രവാദിനി ഒരു പാത്രമെടുത്തു വൃത്തിയാക്കി. സ്വന്തം ദേഹത്തുനിന്ന് കട്ടച്ചോര അതിലേക്കു വീഴ്ത്തി. പാത്രം അടുപ്പത്തുവെച്ചു. ആവി ഉയരാൻ തുടങ്ങിയപ്പോൾ ഭീകരരൂപങ്ങൾ അതിൽനിന്ന് തലയുയർത്തി. അപ്പോൾ മന്ത്രവാദിനി പലതരം മരുന്നുകൾ പാത്രത്തിലേക്കിട്ടു. തിളയ്ക്കാൻ തുടങ്ങിയപ്പോൾ ഒരു മുതല കരയുന്ന ശബ്ദം പാത്രത്തിൽനിന്നുയർന്നു. ഒടുവിൽ മാന്ത്രികകഷായം തയാറായി. അത് ശുദ്ധജലം പോലെ തെളിമയുള്ളതായിരുന്നു.

മാന്ത്രികദ്രാവകം തയാറായ ഉടനെ മന്ത്രവാദിനി ജലകന്യകയുടെ നാവ് മുറിച്ചെടുത്തു. അതോടെ അവൾ മൂകയായി. പാടാനോ സംസാരിക്കാനോ ഉള്ള ശക്തി നഷ്ടപ്പെട്ടു. മാന്ത്രികമരുന്നുമായി അവൾ കൊട്ടാരത്തിലേക്കു മടങ്ങി.

അവിടെ വിളക്കുകളെല്ലാം അണഞ്ഞിരുന്നു. എല്ലാവരും ഉറക്കത്തിലാണ്. സംസാരശേഷി നഷ്ടപ്പെട്ടതുകൊണ്ട് അവൾ അകത്തേക്കുപോയില്ല. എന്നെന്നേക്കുമായി അവിടം വിട്ടുപോകണമല്ലോ എന്ന ചിന്ത അവളെ തളർത്തിക്കളഞ്ഞു. അവൾ തോട്ടത്തിൽ നുഴഞ്ഞുകയറി. ഓരോ സഹോദരിമാരുടെ തോട്ടത്തിൽനിന്നും ഓർമയ്ക്കായി ഓരോ പൂവു പറിച്ചു. കൊട്ടാരത്തോടു വിടപറഞ്ഞ് അവൾ നീലസമുദ്രത്തിലൂടെ മേലോട്ടുയർന്നു.

രാജകുമാരന്റെ കൊട്ടാരത്തിനു സമീപമെത്തിയപ്പോൾ നേരം പുലർന്നിരുന്നില്ല. അവൾ പരിചിതമായ മാർബിൾ പടികൾ കയറി. ആകാശത്ത് ചന്ദ്രൻ അപ്പോഴും പ്രകാശിക്കുന്നുണ്ടായിരുന്നു. അവൾ മാന്ത്രികദ്രാവകം എടുത്തു കുടിച്ചു. വാളുകൊണ്ട് ശരീരം പിളർക്കുന്ന വേദന. അവൾ ബോധംകെട്ടുവീണുപോയി. സൂര്യനുദിച്ചപ്പോൾ ബോധം തെളിഞ്ഞെങ്കിലും വേദന മാറിയില്ല. അപ്പോഴുണ്ട് രാജകുമാരൻ സമീപം വന്നു നിൽക്കുന്നു! അയാൾ അത്ഭുതപൂർവം അവളെ ഉറ്റുനോക്കുകയാണ്. അവൾക്ക് നാണം തോന്നി. തന്റെ വാലിന്റെ സ്ഥാനത്ത് മനോഹരമായ രണ്ടുകാലുകൾ രൂപപ്പെട്ടിരിക്കുന്നു. രാജകുമാരന്റെ ചോദ്യങ്ങൾക്ക് അവൾക്ക് മറുപടി പറയാൻ കഴിഞ്ഞില്ല. പകരം, നീലക്കണ്ണുകൾ വിടർത്തി അവൾ ചിരിക്കുക മാത്രം ചെയ്തു. രാജകുമാരൻ അവളുടെ കൈപിടിച്ച് കൊട്ടാരത്തിലേക്ക് കൂട്ടിക്കൊണ്ടുപോയി. ചാരുതയാർന്ന നടത്തത്തിലും അവൾ കാലിന്റെ വേദന കടിച്ചമർത്തി.

കൊട്ടാരത്തിലെത്തിയപ്പോൾ മനോഹരമായ പട്ടുവസ്ത്രങ്ങളും മസ്ലിൻ തുണികളും അവൾക്കു നൽകി. അവിടെയുള്ള ആരെക്കാളും അവൾ സുന്ദരിയായിരുന്നു. വിലപിടിച്ച വസ്ത്രം ധരിച്ച സ്ത്രീകൾ അവിടെ പാടുന്നുണ്ടായിരുന്നു. ഒരുവളുടെ പാട്ടുകേട്ട് രാജ്ഞി കൈയടിച്ചു. അതിനെക്കാൾ എത്ര മനോഹരമായി താൻ പാടുമായിരുന്നു എന്നോർത്ത് രാജകുമാരിക്കു സങ്കടമായി. രാജകുമാരനു വേണ്ടിയാണ് തന്റെ മധുരശബ്ദം നഷ്ടപ്പെടുത്തിയത് എന്നത് അയാൾക്ക് അറിയില്ലല്ലോ എന്നും അവൾ ഓർത്തു. സ്ത്രീകൾ നൃത്തം തുടങ്ങിയപ്പോൾ ജലകന്യകയും അതിൽ പങ്കുകൊണ്ടു. അവൾ തന്റെ മൃദുലകരങ്ങൾ ഉയർത്തിപ്പിടിച്ച് നൃത്തം തുടർന്നു. ശരീരചലനങ്ങൾ അവളുടെ സൗന്ദര്യത്തിന് മാറ്റുകൂട്ടി. വാചാലമായ കണ്ണുകൾ കാണികളെ വശീകരിച്ചു. ഓരോ പാദചലനത്തിലും അവളനുഭവിക്കുന്ന വേദന മറ്റുള്ളവർക്ക് മനസിലായില്ല. അവൾ എപ്പോഴും തന്റെ കൂടെയുണ്ടാവണമെന്ന് രാജകുമാരൻ ആഗ്രഹിച്ചു. അവൾക്ക് തന്റെ കിടപ്പുമുറിക്കുസമീപം മെത്തയൊരുക്കി.

അവർ ഒന്നിച്ച് കുതിരസവാരി ചെയ്തു. മരങ്ങൾക്കിടയിലൂടെ പക്ഷികളുടെ പാട്ടുകേട്ട് അവർ സഞ്ചരിച്ചു. രാജകുമാരൻ കുന്നിൻമുകളിലേക്കു കയറുമ്പോൾ, കാലിന്റെ വേദനമറന്ന് അവളും കൂടെ ചെല്ലും. അവിടെയിരുന്നു നോക്കിയാൽ മേഘങ്ങൾ താഴ്‌വാരത്തിലൂടെ ദേശാടനക്കിളികളെപ്പോലെ സഞ്ചരിക്കുന്നതു കാണാമായിരുന്നു.

രാത്രി കൊട്ടാരത്തിൽ എല്ലാവരും ഉറക്കമായാൽ ജലകന്യക മാർബിൾപ്പടികൾ ഇറങ്ങി താഴെവരും. വെള്ളത്തിൽ കാലിറക്കിവെച്ച് അവൾ കാലിന്റെ വേദന ശമിപ്പിക്കും. അപ്പോൾ കടലിന്നടിയിൽ വസിക്കുന്ന പ്രിയപ്പെട്ടവരെ അവൾ ഓർക്കുമായിരുന്നു.

ഒരുദിവസം രാത്രി ജലകന്യകയുടെ സഹോദരിമാർ കൈകോർത്ത് അവിടെ നീന്തിയെത്തി. അവർ വെള്ളത്തിൽക്കിടന്ന് ശോകമാർന്ന പാട്ടുകൾപാടി. പെട്ടെന്ന് അവൾ സഹോദരിമാരെ വിളിച്ചു. അവളില്ലാത്തതുകൊണ്ട് തങ്ങൾ ഏറെ ദുഃഖിതരാണെന്ന് സഹോദരിമാർ പറഞ്ഞു. അതിനുശേഷം എല്ലാ രാത്രിയിലും അവർ വരാൻ തുടങ്ങി. ഒരുദിവസം മുത്തശ്ശിയെകൂടെ കൊണ്ടുവന്നു. മുത്തശ്ശി വളരെക്കാലം മുകളിലെ ലോകം കണ്ടിരുന്നില്ല. മറ്റൊരു ദിവസം അച്ഛനെ ഒപ്പം കൂട്ടി. എന്നാൽ കരയുടെ അടുത്തുവന്നു മകളോടു സംസാരിക്കാൻ അവർ തയാറായില്ല.

ദിവസം കഴിയുന്തോറും ജലകന്യകയോടുള്ള രാജകുമാരന്റെ സ്നേഹം വർധിച്ചുവന്നു. എന്നാൽ ഓമനത്തം തുളുമ്പുന്ന ഒരു കുട്ടി എന്ന നിലയ്ക്കേ, അയാൾ അവളെ കണക്കാക്കിയുള്ളൂ. തന്റെ കാമുകി എന്ന നിലയ്ക്കുള്ള ചിന്ത അയാൾക്കുണ്ടായില്ല. രാജകുമാരന്റെ ഭാര്യയായില്ലെങ്കിൽ അനശ്വരമായ ആത്മാവ് അവൾക്ക് ലഭിക്കുകയില്ല. കടൽപ്പരപ്പിലെ നുരയായി മാറുകയേ പിന്നെ ഗതിയുള്ളൂ.

“അങ്ങ് മറ്റ് എല്ലാവരേയുംകാൾ എന്നെ സ്നേഹിക്കുന്നുണ്ടോ?” ഒരിക്കൽ രാജകുമാരൻ നെറ്റിയിൽ ചുംബിച്ചപ്പോൾ അവൾ മൂകഭാഷയിൽ ചോദിച്ചു.

“തീർച്ചയായും. നീ എനിക്ക് ഏറ്റവും ഇഷ്ടപ്പെട്ടവളാണ്” അയാൾ പറഞ്ഞു. “നീ നല്ലവളും സ്നേഹമുള്ളവളുമാണ്. നിന്നെപ്പോലെയുള്ള ഒരു പെൺകുട്ടിയെ ഞാൻ മുമ്പ് കണ്ടിരുന്നു. ഞാൻ സഞ്ചരിച്ചിരുന്ന കപ്പൽ പൊളിഞ്ഞപ്പോൾ തിരമാലകൾ എന്നെ കരയിൽ എത്തിച്ചു. അടുത്തുള്ള ദേവാലയത്തിൽ നിന്നുവന്ന ഒരു പെൺകുട്ടിയാണ് എന്നെ രക്ഷിച്ചത്. ഒരിക്കൽമാത്രമേ ആ പെൺകുട്ടിയെ ഞാൻ കണ്ടിട്ടുള്ളൂ. ലോകത്തിൽ അവളെ മാത്രമേ എനിക്കു സ്നേഹിക്കാൻ കഴിയൂ. നിനക്ക് അവളുടെ നല്ല ഛായയുണ്ട്. നീ അടുത്തെത്തിയത് എന്റെ ഭാഗ്യമാണ്. ഇനി ഒരിക്കലും നാം തമ്മിൽ പിരിയുകയില്ല.”

“ഞാനാണ് ജീവൻ രക്ഷിച്ചതെന്നകാര്യം രാജകുമാരൻ അറിയുന്നില്ലല്ലോ.” ജലകന്യകയുടെ സങ്കടം അതായിരുന്നു. അവൾ നെടുവീർപ്പിട്ടു. പക്ഷേ, ഞാൻ എപ്പോഴും അദ്ദേഹത്തിന്റെ കൂടെയുണ്ടല്ലോ. ഞാൻ അദ്ദേ

ഹത്തെ അതിരറ്റു സ്നേഹിക്കുന്നു. ഞാനെന്റെ ജീവിതം മുഴുവൻ അദ്ദേഹത്തിനുവേണ്ടി ഉഴിഞ്ഞുവെക്കും. അവൾ നിശ്ചയിച്ചു.

രാജകുമാരൻ വിവാഹം കഴിക്കാൻ പോകുന്നതായ വാർത്ത അപ്പോൾ കൊട്ടാരത്തിൽ പരന്നു. അയൽരാജാവിന്റെ സുന്ദരിയായ മകളാണ് വധു. രാജകുമാരൻ അവിടേക്ക് അലങ്കരിച്ച കപ്പലിൽ യാത്രയാകുന്നു.

അയാൾ ജലകന്യകയോടു പറഞ്ഞു: "അച്ഛനമ്മമാർ പറഞ്ഞതനുസരിച്ചാണ് ഞാൻ പോകുന്നത്. എന്നാൽ ഇക്കാര്യത്തിൽ അവരെന്നെ നിർബന്ധിക്കില്ല. ദേവാലയത്തിൽ ഞാൻ കണ്ട പെൺകുട്ടിയെപ്പോലെ അവൾ സുന്ദരിയാവാനും തരമില്ല. ഞാൻ സ്വമനസാലെ തിരഞ്ഞെടുക്കുന്ന വധു നീയായിരിക്കും. മൂകയെങ്കിലും വാചാലമായ കണ്ണുകളുള്ള നീ മാത്രം. രാജകുമാരൻ അവളെ ചുംബിച്ചു. തലമുടിയിൽ തലോടി. അപ്പോൾ അവളുടെ ഹൃദയം ആത്മാവിനെക്കുറിച്ചോർത്ത് ആനന്ദനിർവൃതിയിൽ ലയിച്ചു."

അവർ ഇരുവരും കപ്പലിൽ കയറി. അപ്പോൾ രാജകുമാരൻ ചോദിച്ചു: "നിനക്ക് കടലിനെ പേടിയാണോ?" അയാൾ കടലിലെ കൊടുങ്കാറ്റിനെക്കുറിച്ചും കടലിന്നടിയിലെ വിചിത്രമത്സ്യങ്ങളെക്കുറിച്ചും കടലിൽ മുങ്ങുന്നവർ കാണുന്ന അത്ഭുതകരമായ കാഴ്ചകളെക്കുറിച്ചും പറഞ്ഞു. കടലിനെക്കുറിച്ച് കൂടുതൽ അറിവുള്ള ജലകന്യക അപ്പോൾ പുഞ്ചിരിക്കുകമാത്രം ചെയ്തു.

രാത്രി നല്ല നിലാവുണ്ടായിരുന്നു. എല്ലാവരും ഉറക്കമായപ്പോൾ ജലകന്യക വെള്ളത്തിനടിയിലേക്കു നോക്കി. അവിടെ അച്ഛന്റെ കൊട്ടാരം കണ്ണിൽപ്പെട്ടു. വെള്ളത്തിൽ ഉയർന്നുവന്ന സഹോദരിമാർ അവളുടെ നേർക്ക് കൈകൾ നീട്ടി. അവൾ പുഞ്ചിരിച്ചുകൊണ്ട് തന്റെ ആഗ്രഹമെല്ലാം സഫലമാകുമെന്ന കാര്യം പറയാൻ ആഗ്രഹിച്ചു. അപ്പോൾ കപ്പലിലെ ഒരു ജോലിക്കാരൻ അവിടെയെത്തി. സഹോദരിമാർ പെട്ടെന്ന് വെള്ളത്തിൽ മുങ്ങിക്കളഞ്ഞു. തിരമാലകളുടെ നുരയായി മാത്രമേ അവനത് തോന്നിയുള്ളൂ.

പിറ്റേന്നുരാവിലെ കപ്പൽ അയൽരാജാവിന്റെ തുറമുഖത്തെത്തി. ആ സമയം പള്ളിമണികൾ മുഴങ്ങി. കൊട്ടാരത്തിൽനിന്ന് കാഹളം ഉയർന്നു. ആയുധധാരികളായ ഭടന്മാർ അണിനിരന്നു. അടുത്തദിവസങ്ങളിൽ ഉത്സവംപോലെ ആഘോഷമായിരുന്നു. വിദൂരമായ ദേവാലയത്തിൽ വിദ്യാഭ്യാസം ചെയ്യുന്ന രാജകുമാരി വന്നെത്താൻ അൽപ്പം വൈകി.

രാജകുമാരിയുടെ സൗന്ദര്യം എത്രത്തോളമുണ്ടെന്നറിയാൻ ജലകന്യകയ്ക്ക് ആകാംക്ഷയുണ്ടായിരുന്നു. അവളെ കണ്ടപ്പോഴാകട്ടെ, അതുപോലൊരു സുന്ദരി ലോകത്തിലില്ലെന്ന് ബോധ്യമായി.

"ഇത് അവളാണല്ലേ" രാജകുമാരൻ അത്ഭുതപ്പെട്ടു. "കടൽത്തീരത്ത് ബോധമറ്റുകിടന്നിരുന്ന എന്നെ രക്ഷിച്ചവൾ. ഓ, ഞാൻ എത്രമാത്രം സന്തുഷ്ടനാണ്!" രാജകുമാരൻ ജലകന്യകയുടെ നേർക്കുനോക്കി.

"ഒരിക്കലും സംഭവിക്കില്ലെന്നു കരുതിയത് ഇതാ സംഭവിച്ചിരിക്കുന്നു. എന്നെ ഏറ്റവുമധികം സ്നേഹിക്കുന്നവൾ എന്ന നിലയ്ക്ക് എന്റെ സന്തോഷത്തിൽ നിനക്ക് ആനന്ദം തോന്നുന്നില്ലേ?"

ദുഃഖം കടിച്ചമർത്തി ജലകന്യക അദ്ദേഹത്തിന്റെ കൈയിൽ ചുംബിച്ചു. ഹൃദയംപൊട്ടുന്നതുപോലെ അവൾക്കു തോന്നി. രാജകുമാരന്റെ വിവാഹദിവസം താൻ മരിച്ച് കടലിലെ നുരയായി മാറും!

പള്ളിമണികൾ വീണ്ടും മുഴങ്ങി. തെരുവുകളിൽ എങ്ങും വിവാഹാഘോഷമാണ്. വേദികളിൽ വെള്ളി വിളക്കുകൾ തെളിഞ്ഞു. സുഗന്ധം പരന്നൊഴുകി. വധൂവരന്മാരെ പുരോഹിതൻ അനുഗ്രഹിക്കുന്നു. ജലകന്യക വധുവിന്റെ വസ്ത്രാഞ്ചലം പിടിച്ച് പിന്നിൽ നിൽക്കുകയാണ്. പക്ഷേ, അവളുടെ കണ്ണുകൾ ഒന്നും കണ്ടില്ല. അവളുടെ കാതുകൾ ഒന്നും കേട്ടില്ല. അടുത്തുവരുന്ന മരണത്തെക്കുറിച്ചും തനിക്കു നഷ്ടപ്പെട്ട ലോകത്തെക്കുറിച്ചും മാത്രമാണ് അവൾ ചിന്തിച്ചത്.

വൈകുന്നേരം വധൂവരന്മാർ കപ്പലിൽക്കയറിയപ്പോൾ പീരങ്കിവെടികൾ മുഴങ്ങി. കാറ്റിൽ കൊടിക്കൂറകൾ പാറിക്കളിച്ചു. ദമ്പതികൾക്ക് ഉറങ്ങാൻ കപ്പലിനകത്ത് സ്വർണമയമായ പട്ടുകൂടാരം ഒരുക്കിയിരുന്നു.

അനുകൂലമായ കാറ്റിൽ കപ്പൽ ചലിക്കാൻ തുടങ്ങി. രാത്രിയായപ്പോൾ കപ്പലിൽ പല വർണത്തിലുള്ള വിളക്കുകൾ തെളിഞ്ഞു. കപ്പലിന്റെ മുകൾത്തട്ടിൽ നൃത്തപരിപാടികൾ ആരംഭിച്ചു. താൻ ആദ്യമായി കടലിന്റെ മുകൾത്തട്ടിൽ വന്നപ്പോൾ കണ്ട കാഴ്ചകൾ അപ്പോൾ ജലകന്യകയുടെ ഓർമയിൽ തെളിഞ്ഞു. നൃത്തപരിപാടിയിൽ അവളും പങ്കുകൊണ്ടു. അവളുടെ നൃത്തം അതിമനോഹരമായിരുന്നു. എല്ലാവരും കൈയടിക്കുകയും അവളെ അനുമോദിക്കുകയും ചെയ്തു. കാലിന്റെ വേദന അസഹ്യമായിരുന്നുവെങ്കിലും കഠിനമായ ഹൃദയവ്യഥയിൽ അവളതറിഞ്ഞില്ല.

രാജകുമാരനെ താൻ അവസാനമായിക്കാണുന്ന വൈകുന്നേരമാണിത്. തന്റെ കുടുംബവും വീടുമെല്ലാം അയാൾക്കു വേണ്ടിയാണ് ഉപേക്ഷിച്ചത്. തന്റെ മനോഹരമായ ശബ്ദംനൽകി വേദന ഏറ്റുവാങ്ങിയതും രാജകുമാരനുവേണ്ടിത്തന്നെ. അതൊന്നും അയാൾക്ക് അറിയില്ല. ഇന്ന് അവസാനമായിട്ടായിരിക്കും താൻ ഈ അന്തരീക്ഷവായു ശ്വസിക്കുന്നത്. നീലക്കടലും നക്ഷത്രങ്ങളുള്ള ആകാശവും, നാളെ തനിക്കു കാണാൻ കഴിയില്ല. ചിന്തകളോ സ്വപ്നങ്ങളോ ഇല്ലാത്ത അന്ധകാരം അവളെ കാത്തിരിക്കുന്നു. മരണത്തെക്കുറിച്ചുള്ള ചിന്തയിലും ജലകന്യക ചിരിക്കുകയും നൃത്തമാടുകയും ചെയ്തു. കപ്പലിലെ ആഘോഷങ്ങൾ പാതിരവരെ നീണ്ടുനിന്നു. അതിനുശേഷം രാജകുമാരൻ തന്റെ വധുവിനെ ചുംബിക്കുകയും പട്ടുകൂടാരത്തിൽ പ്രവേശിക്കുകയും ചെയ്തു.

എല്ലാം നിശ്ശബ്ദമായി. ചുക്കാൻ തുഴയുന്ന ശബ്ദംമാത്രം കേൾക്കാം. ജലകന്യക മാത്രം ഉറങ്ങിയിട്ടില്ല. അവൾ കപ്പലിന്റെ കൈവരിയിൽ കൈയൂന്നി പ്രഭാതത്തിനായി കാത്തിരിക്കുകയാണ്. സൂര്യവെളിച്ചം തട്ടു

ന്നതോടെ തന്റെ അന്ത്യം സംഭവിക്കുമെന്ന് അവൾക്കറിയാം. പെട്ടെന്നവൾ തന്റെ സഹോദരിമാരെ വെള്ളത്തിനു മുകളിൽ കണ്ടു. അവരുടെ നീണ്ടമുടി അപ്രത്യക്ഷമായിരുന്നു.

"ഞങ്ങളുടെ മുടി മന്ത്രവാദിനിക്കു കൊടുത്തു" അവർ പറഞ്ഞു. "നിന്നെ സഹായിക്കാനാണത്. മുടിക്കുപകരം മന്ത്രവാദിനി മൂർച്ചയേറിയ ഒരു കത്തി തന്നിട്ടുണ്ട്. സൂര്യനുദിക്കുന്നതിനുമുമ്പ് നീ രാജകുമാരന്റെ ഹൃദയത്തിൽ ഈ കത്തി താഴ്ത്തണം. അപ്പോൾ ഒഴുകുന്ന ചോര നിന്റെ കാലിൽവീണാൽ, നഷ്ടപ്പെട്ട വാൽ നിനക്ക് തിരിച്ചുകിട്ടും. നീ വീണ്ടും ജലകന്യകയായി മാറും. മൂന്നൂറുവർഷം ജീവിക്കും. സമയമില്ല. പുലരുന്നതിനുമുമ്പ് രാജകുമാരനോ നീയോ മരിച്ചേ പറ്റൂ. രാജകുമാരനെ കൊന്ന് ഞങ്ങളുടെ കൂടെ വാ. വേഗം വേണം. മുത്തശ്ശി നിന്നെ കാത്തിരിപ്പാണ്. അതാ, കിഴക്ക് ചുവപ്പുനിറം തെളിയുന്നു.' അത്രയുംപറഞ്ഞ് നെടുവീർപ്പോടെ സഹോദരിമാർ വെള്ളത്തിൽ മുങ്ങി മറഞ്ഞു.

വധൂവരന്മാർ ഉറങ്ങുന്ന കൂടാരത്തിൽ ജലകന്യക കടന്നു. അവൾ രാജകുമാരന്റെ നെറ്റിയിൽ ചുംബിച്ചു. കിഴക്ക് സൂര്യവെളിച്ചം തെളിയുന്നത് അവൾ കണ്ടു. രാജകുമാരന്റെ ചുണ്ടുകൾ പ്രിയതമയുടെ പേര് മന്ത്രിക്കുന്നുണ്ടായിരുന്നു. ജലകന്യകയുടെ കൈയിൽക്കിടന്ന് തിളങ്ങുന്ന കത്തി വിറച്ചു. പെട്ടെന്ന് അവൾ കത്തി കടലിലേക്ക് വലിച്ചെറിഞ്ഞു. അതു വീണിടത്ത് ചോര തെറിക്കുന്നതുപോലെ തോന്നി. രാജകുമാരനെ അവസാനമായി ഒന്നുകൂടി നോക്കി അവൾ കടലിൽ എടുത്തു ചാടി. അവളുടെ ദേഹം സാവധാനം നുരകളായി മാറി.

സൂര്യൻ കടലിൽനിന്ന് ഉദിച്ചുയർന്നു. സൂര്യരശ്മികൾ ജലകന്യകയുടെമേൽ പതിച്ചു. അവൾക്ക് ഒട്ടും മരണവേദന തോന്നിയില്ല. സൂര്യവെളിച്ചത്തിൽ തലയ്ക്കു മുകളിലൂടെ നൂറുകണക്കിന് സ്വർഗജീവികൾ ഒഴുകിപ്പോകുന്നതു കണ്ടു. കപ്പലിന്റെ വെള്ളപ്പായകളിലൂടെയും ആകാശത്തിലെ ചുവന്നമേഘങ്ങളിലൂടെയും അവ ഒഴുകിനടന്നു. അവയുടെ ശബ്ദം സംഗീതാത്മകവും മധുരവും ആശ്വാസംപകരുന്നതുമായിരുന്നു. പക്ഷേ, മനുഷ്യർക്ക് അവയുടെ ശബ്ദം കേൾക്കാനോ അവയുടെ രൂപം കാണാനോ കഴിയുമായിരുന്നില്ല. ചിറകില്ലാതെ അവ ഒഴുകിനടക്കുന്നു. തനിക്കും സ്വർഗജീവികളുടെ രൂപംകൈവരുന്നതായും, കടലിലെ നുരകളിൽനിന്ന് മേലോട്ട് ഉയരുന്നതായും ജലകന്യകയ്ക്കു തോന്നി.

"എവിടേക്കാണ് എന്നെകൊണ്ടു പോകുന്നത്?" ജലകന്യക ചോദിച്ചു. അവളുടെ സ്വരം ദിവ്യത്വം കലർന്ന സ്വർഗജീവികളുടെ സ്വരമായി മാറിയിരുന്നു.

സ്വർഗജീവകൾ പറഞ്ഞു: "നീ വായുവിന്റെ പുത്രിമാരുടെ അടുത്തേക്കാണ് പോകുന്നത്. ജലകന്യകമാർക്ക് അനശ്വരമായ ആത്മാവില്ല. ഒരു മനുഷ്യന്റെ സ്നേഹം ലഭിക്കാതെ അവർക്കത് കിട്ടുകയുമില്ല. വായുപുത്രിമാർക്കുമില്ല അനശ്വരമായ ആത്മാവ്. എന്നാൽ സൽപ്രവൃത്തികളിലൂടെ അവർക്കത് നേടിയെടുക്കാൻ പറ്റും. ഉഷ്ണരാജ്യങ്ങളിൽ രോഗ

ങ്ങൾ പടരുമ്പോൾ ഞങ്ങളവിടെ ശീതളമായ കാലാവസ്ഥ സൃഷ്ടിക്കും. പൂക്കളിൽ സുഗന്ധംപരത്തി ആശ്വാസവും ഉന്മേഷവും പകരും. മുന്നൂറുവർഷക്കാലം നന്മ ചെയ്താൽ ഞങ്ങൾക്കും അനശ്വരമായ ആത്മാവു ലഭിക്കുകയും മനുഷ്യരുടെ നിത്യമായ ആനന്ദത്തിൽ പങ്കാളികളാവാൻ കഴിയുകയും ചെയ്യും. ആ ലക്ഷ്യത്തിനുവേണ്ടി നീ ഒരുപാടു സഹിക്കുകയും പരിശ്രമിക്കുകയും ചെയ്തിട്ടുണ്ട്. നിന്റെ സൽപ്രവൃത്തികൾ നിന്നെ സ്വർഗജീവികളുടെ ലോകത്തിലേക്കുയർത്തി. മുന്നൂറുവർഷത്തെ സൽക്കർമങ്ങൾക്കുശേഷം നിനക്ക് അനശ്വരമായ ആത്മാവ് ലഭിക്കും.

ജലകന്യക സൂര്യന്റെ നേർക്ക് ഭക്തിപൂർവം കൈകളുയർത്തി. അപ്പോൾ ആദ്യമായി അവളുടെ കണ്ണുകൾ നിറഞ്ഞൊഴുകി. കപ്പലിൽ വീണ്ടും ശബ്ദങ്ങളും ചലനങ്ങളുമുണ്ടായി. വധുവിനോടുകൂടി തന്നെ തിരയുന്ന രാജകുമാരനെ അവൾ കണ്ടു. അവർ വിഷാദപൂർവം തിരകളിലേക്ക് നോക്കുന്നുണ്ടായിരുന്നു. അദൃശ്യയായ ജലകന്യക വധുവിന്റെ നെറുകയിൽ ചുംബിച്ചു. രാജകുമാരന്റെ നേർക്ക് ഒരിക്കൽക്കൂടി നോക്കി. പിന്നെ വായു പുത്രിമാരോടൊപ്പം ഇളംചുവപ്പാർന്ന മേഘത്തിൽക്കയറി ആകാശത്തിലേക്കുയർന്നുപോയി.

“മുന്നൂറുവർഷം കഴിഞ്ഞാൽ നമ്മൾ സ്വർഗത്തിൽ എത്തിച്ചേരും.”

അപ്പോൾ ഒരു വായു പുത്രി പറഞ്ഞു: “ഒരുപക്ഷേ അതിനു മുമ്പു തന്നെ എത്തിയേക്കാം. കുട്ടികളുള്ള വീടുകളിൽ നമ്മൾ അദൃശ്യരായി കടന്നുചെല്ലും. മാതാപിതാക്കളെ ആനന്ദിപ്പിക്കുകയും, മാതാപിതാക്കൾ സ്നേഹിക്കുകയും ചെയ്യുന്ന നല്ല കുട്ടികളെ കണ്ടെത്തിയാൽ നമ്മുടെ പരീക്ഷണകാലവും കുറയും. കുട്ടികളുടെ സൽസ്വഭാവം കണ്ട് നാം പുഞ്ചിരിച്ചാൽ മുന്നൂറിൽ ഒരു വർഷം കുറഞ്ഞുകിട്ടും. മറിച്ച് ചീത്തക്കുട്ടികളെക്കണ്ട് നാം കണ്ണീർപൊഴിക്കാനിടവന്നാൽ ഓരോ ദിവസം പരീക്ഷണകാലത്തിന് കൂടുകയും ചെയ്യും.”

7

ഡെയ്സിച്ചെടി

എന്റെ കഥ ശ്രദ്ധിക്കൂ........

നാട്ടിൻപുറത്ത് പാതയോരത്തുള്ള ആ മനോഹരമായവീട് നിങ്ങൾ കണ്ടിരിക്കും. അതിന്റെ മുമ്പിലായി സുന്ദരമായ ഒരു പൂന്തോട്ടമുണ്ട്. ചുറ്റും വേലികെട്ടി ഭംഗിയാക്കിയിരിക്കുന്നു. ഒരു കുഴിയുടെ വക്കത്ത് പച്ച പ്പുല്ലുകൾക്കിടയിലായി ഒരു ഡെയ്സിച്ചെടിയുണ്ടായിരുന്നു. നല്ല സൂര്യ പ്രകാശം കിട്ടുന്നതുകൊണ്ട് മറ്റുചെടികളെക്കാൾ വേഗത്തിൽ അത് വളർന്നുവന്നു. ഒരു പ്രഭാതത്തിൽ അതിലൊരു പൂവിടർന്നു. നടുവിൽ മഞ്ഞനിറവും ചുറ്റും വെള്ളനിറവുമുള്ള പൂവ്. പുല്ലിന്നിടയിൽ തന്നെ ആരും കാണുകയില്ലല്ലോ എന്ന് ഡെയ്സി ചിന്തിച്ചില്ല. അവൾ സംതൃ പ്തിയോടുകൂടി സൂര്യന് അഭിമുഖംനിന്നു. അന്തരീക്ഷത്തിൽ നിന്നുയ രുന്ന വാനമ്പാടിയുടെ സംഗീതം കേട്ടു രസിക്കുകയും ചെയ്തു.

തിങ്കളാഴ്ച ആയിരുന്നിട്ടും അന്ന് ഒരു ആഘോഷദിനംപോലെ ഡെയ്സിച്ചെടിക്കുതോന്നി. കുട്ടികളെല്ലാം സ്കൂളിൽ പാഠങ്ങൾ പഠിക്കു കയാണ്. ഡെയ്സിപ്പൂവാകട്ടെ പച്ചഞെട്ടിന്മേൽ ഇരിക്കുന്നു. ദൈവത്തിന്റെ മഹിമയെക്കുറിച്ച്, സൂര്യനിൽനിന്നും ചുറ്റുപാടുള്ള വസ്തുക്കളിൽനിന്നും പൂവ് പലതും മനസിലാക്കുകയാണ്. താൻ അനുഭവിക്കുന്ന ആഹ്ലാദം തന്നെ വാനമ്പാടിയുടെ മധുരമായ പാട്ടിലുമുണ്ടല്ലോ. പാടാനും പറക്കാനും കഴിയുന്ന വാനമ്പാടിയെ വളരെ ബഹുമാനത്തോടുകൂടിയാണ് പൂവ് കാണുന്നത്. അങ്ങനെ ചെയ്യാൻ കഴിയാത്തതിൽ പൂവിന് പരിഭവമില്ല. പൂ വിചാരിച്ചു: 'എനിക്ക് കാണാനും കേൾക്കാനും കഴിയുന്നുണ്ട്. സൂര്യൻ എന്റെമേൽ പ്രകാശം ചൊരിയുന്നു. കാറ്റ് എനിക്ക് ഉമ്മ തരുന്നു. ഞാൻ എത്രമാത്രം അനുഗൃഹീതയാണ്!'

തോട്ടത്തിൽ പലചെടികളും അഹന്തയോടെ തലയുയർത്തി നിൽക്കുന്നുണ്ടായിരുന്നു. സുഗന്ധം കുറഞ്ഞവയ്ക്ക് ആർഭാടം കൂടുത

ലാണ്. നിറമുള്ളവയും വലിപ്പമുള്ളവയും തമ്മിൽ മത്സരിച്ച്, ശ്രദ്ധിക്കപ്പെടാൻ തലയുയർത്തി നിൽക്കുന്നു. വേലിക്കു സമീപമുള്ള ഡെയ്സിയെ ആരും ശ്രദ്ധിച്ചില്ല. പക്ഷേ, അവൾ എല്ലാവരേയും നോക്കി ആലോചിച്ചു: 'കാണാൻ എന്തൊരു ഭംഗിയും പകിട്ടുമാണ്? വാനമ്പാടി ഒരുപക്ഷേ അവയുടെ അരികിൽ പറന്നുവന്നേക്കും. അവയുടെ അടുത്തുനിന്ന് ആ സൗന്ദര്യം കാണാൻ കഴിയുന്ന ഞാൻ എത്രമാത്രം സന്തുഷ്ടയാണ്?'

ആ സമയം വാനമ്പാടി ശബ്ദിച്ചുകൊണ്ട് താഴെയിറങ്ങി. അതു പറന്നുവന്നത് ഡെയ്സിയുടെ അടുത്തുള്ള പുല്ലിലേക്കാണ്. ഭയംകൊണ്ടും ആശ്ചര്യംകൊണ്ടും എന്തുചെയ്യണമെന്നറിയാതെ പൂവ് വിഷമിച്ചു. വാനമ്പാടി ഡെയ്സിക്കു ചുറ്റും പാടിക്കൊണ്ട് നൃത്തം ചെയ്തു. എന്നിട്ട് സ്വയം പറഞ്ഞു:

"എന്തുമാർദവമുള്ള പുല്ല്? സ്വർണഹൃദയവും വെള്ളിയുടുപ്പുമുള്ള എത്ര മനോഹരമായ കൊച്ചുപൂവ്?"

ഡെയ്സിയുടെ സന്തോഷത്തിന് അതിരില്ല. പക്ഷി ചുണ്ടുകൊണ്ട് പൂവിന് ഉമ്മകൊടുത്തു. പാട്ടുപാടി. എന്നിട്ട് നീലാകാശത്തിലേക്ക് പറന്നുയർന്നു. പൂവിന് സ്വബോധം തിരിച്ചുകിട്ടാൻ കാൽമണിക്കൂറോളം കഴിയേണ്ടിവന്നു. പാതിനാണത്തോടും, നിറഞ്ഞ സന്തോഷത്തോടുംകൂടി അവൾ തോട്ടത്തിലെ മറ്റു പൂക്കളെ നോക്കി. അവൾക്കു കിട്ടിയ ബഹുമതിയും ആനന്ദവും അവ മനസിലാക്കിയിരുന്നു. അതുകൊണ്ടുതന്നെ മറ്റു പൂക്കളുടെ മുഖം കോപംകൊണ്ടു ചുവന്നു. ചിലർ അസൂയകൊണ്ട് മുഖം തിരിച്ചു. സംസാരശേഷി ഉണ്ടായിരുന്നെങ്കിൽ ഡെയ്സിയെ അവർ ശകാരിച്ചേനെ. തന്നോട് അവർക്ക് ഇഷ്ടമില്ലെന്നു മനസിലായപ്പോൾ പാവം ഡെയ്സിക്ക് വല്ലാത്ത വിഷമം തോന്നി.

കൈയിൽ മൂർച്ചയുള്ള കത്തിയുമായി ഒരു പെൺകുട്ടി അപ്പോൾ തോട്ടത്തിലേക്കുവന്നു. അവൾ കുറെ പൂക്കൾ അറുത്തെടുത്തു. 'ഭയങ്കരംതന്നെ അവയുടെ കഥ കഴിഞ്ഞു' ഡെയ്സി നെടുവീർപ്പിട്ടു.

പെൺകുട്ടി അറുത്തെടുത്ത പൂക്കളുമായി തിരിച്ചുപോയി.

ഒരു കൊച്ചുപൂവായതിലും പുല്ലുകൾക്കിടയിൽ വളരാൻ കഴിഞ്ഞതിലും ഡെയ്സി സന്തുഷ്ടയായിരുന്നു. ദൈവത്തോട് അവൾക്ക് നന്ദി തോന്നി. സൂര്യൻ അസ്തമിച്ചപ്പോൾ അവൾ ഇതളുകൾ മടക്കി ഉറക്കമായി. രാത്രിമുഴുവനും അവൾ സൂര്യനേയും മനോഹരമായ പക്ഷിയേയും സ്വപ്നം കണ്ടു.

പിറ്റേന്നു പ്രഭാതത്തിൽ സന്തോഷത്തോടും ഉന്മേഷത്തോടുംകൂടി പൂവ് തന്റെ ഇതളുകൾ വീണ്ടും നിവർത്തി. തെളിഞ്ഞ സൂര്യപ്രകാശവും ശുദ്ധവായുവും. പക്ഷിയുടെ ശബ്ദം വീണ്ടും കേട്ടു. പക്ഷേ, അതിന്റെ പാട്ട് തികച്ചും ദുഃഖപൂർണമായിരുന്നു. അതിനു പ്രത്യേക കാരണമുണ്ടായിരുന്നു. വാനമ്പാടിയെ ഒരാൾ പിടിച്ചുകൂട്ടിലാക്കി. കൂട് ജനലിനുസമീപം തൂക്കിയിട്ടു. സ്വതന്ത്രവും ആഹ്ലാദകരവുമായ സഞ്ചാരത്തെക്കുറിച്ചും, പച്ചവയലിലെ ധാന്യമണികളെക്കുറിച്ചും ഓർത്ത് പക്ഷി വിലപിച്ചു. ആകാ

ശത്തിൽ ഉയർന്നുപറക്കാൻ കഴിയാതെ പാവം ഇടുങ്ങിയ കൂട്ടിൽ തടവുകാരനായി.

ഡെയ്സിക്ക് പക്ഷിയെ സഹായിക്കണമെന്നുണ്ട്. പക്ഷേ, അതിന് എന്തുണ്ട് വഴി? അതവൾക്കറിയില്ല. പരിസരത്തിന്റെ സൗന്ദര്യമൊക്കെ അവൾ മറന്നു. സൂര്യന്റെ ഇളംചൂടും, തന്റെ ഇതളുകളുടെ ഭംഗിയും അവൾ മറന്നു. തടവിലാക്കപ്പെട്ട പക്ഷിയെക്കുറിച്ചു മാത്രമായി ചിന്ത. തനിക്ക് അതിനെ രക്ഷപ്പെടുത്താൻ കഴിവില്ലല്ലോ എന്നും അവൾക്കു തോന്നി.

ആ സമയം രണ്ട് ആൺകുട്ടികൾ അവിടെയെത്തി. ഒരാളുടെ കൈയിൽ, പെൺകുട്ടിയുടെ കൈയിൽ കണ്ടതുപോലുള്ള മൂർച്ചയുള്ള കത്തി. അവർ നേരെചെന്നത് ഡെയ്സിയുടെ അടുത്തേക്കാണ്. എന്താണ് അവർക്കുവേണ്ടതെന്ന് ഡെയ്സിക്കു മനസിലായില്ല.

"പക്ഷിക്കുവേണ്ടി നമുക്ക് ഇവിടെനിന്ന് കുറച്ചു പുൽക്കട്ടവെട്ടിയെടുക്കാം" ഒരു പയ്യൻ പറഞ്ഞു. അവൻ ഡെയ്സിക്കു ചുറ്റും ആഴത്തിൽ വെട്ടിയെടുക്കാൻ തുടങ്ങി.

"ആ പൂവിനെ പറിച്ചെറിയ്" മറ്റെ കുട്ടി പറഞ്ഞു. ഡെയ്സി ഭയം കൊണ്ടു വിറച്ചു. പറിച്ചെടുത്താൽ താൻ മരിക്കുമെന്ന് പൂവിനറിയാം. ജീവിക്കണമെന്ന് അതിയായ മോഹമുണ്ട്. പുൽത്തകിടിയോടൊപ്പമായാൽ കൂട്ടിലടയ്ക്കപ്പെട്ട വാനമ്പാടിയുടെ അടുത്തെത്താമല്ലോ!

"ഭംഗിയുള്ള പൂവല്ലേ, ഒന്നും ചെയ്യേണ്ട" ആദ്യത്തെ കുട്ടി പറഞ്ഞു. അങ്ങനെ പുൽത്തകിടിയോടൊപ്പം ഡെയ്സി കിളിയുടെ കൂട്ടിലെത്തി.

പക്ഷേ, കൂട്ടിലെ കിളി നഷ്ടപ്പെട്ട സ്വാതന്ത്ര്യത്തെപ്പറ്റിയോർത്ത് കരഞ്ഞ് ഇരുമ്പഴികളിൽ ചിറകിട്ടടിച്ചു. കൊച്ചുപൂവിനാകട്ടെ സംസാരിക്കാൻ പറ്റാത്തതുകൊണ്ട് ആശ്വസിപ്പിച്ച് ഒരുവാക്കു പറയാൻ പറ്റിയതുമില്ല. രാവിലെ മുഴുവൻ അങ്ങനെ കഴിഞ്ഞു.

"ഇവിടെ ഒരു തുള്ളി വെള്ളമില്ല" വാനമ്പാടി കരഞ്ഞു പറഞ്ഞു. "എല്ലാവരും പുറത്തുപോയി. എന്റെ കാര്യം മറന്നു. എന്റെ തൊണ്ട വരണ്ടുപൊട്ടുന്നു. എനിക്ക് ശ്വാസം മുട്ടുന്നു. ഞാൻ ചത്തുപോകുമേ. ഇളംചൂടുള്ള സൂര്യപ്രകാശവും വാടാത്ത പച്ചിലമരങ്ങളും ദൈവം സൃഷ്ടിച്ച എല്ലാ സുന്ദരവസ്തുക്കളും ഞാൻ ഉപേക്ഷിച്ചുപോകണമല്ലോ?"

ആശ്വാസത്തിന് തണുത്തപുല്ലിൽ കിളി ചുണ്ടമർത്തി. എന്നിട്ട് ഡെയ്സിയുടെ നേരെനോക്കി തലകുനിച്ചു പറഞ്ഞു.

"പാവം പൂവേ, നീയും ഇവിടെക്കിടന്നു കരിഞ്ഞു പോകുമല്ലോ. എനിക്കുണ്ടായിരുന്ന വലിയലോകത്തിനുപകരം നിന്നേയും ഈ പുൽത്തകിടിയും അവർ എനിക്കു തന്നു. ഒരു പുൽനാമ്പ് എനിക്കിപ്പോൾ വന്മരമാണ്. നിന്റെ ഓരോ ഇതളും എനിക്കൊരു പൂവാണ്. കഷ്ടം! എനിക്കു നഷ്ടപ്പെട്ടതിന്റെ വില ഞാനിപ്പോളറിയുന്നു."

"എനിക്ക് ഈ പക്ഷിയെ ആശ്വസിപ്പിക്കാൻ കഴിഞ്ഞെങ്കിൽ!" ഡെയ്സി വിചാരിച്ചു. പക്ഷേ, അവൾക്ക് അനങ്ങാനായില്ല. ഡെയ്സി

യുടെ സുഗന്ധം ഇതേതരത്തിലുള്ള പൂക്കളെക്കാൾ വളരെ കൂടുതലാണെന്ന് പക്ഷി മനസിലാക്കി. എങ്കിലും ദാഹംകൊണ്ട് തളർന്ന് അവശയായപ്പോൾ അത് പുൽക്കൊടികളെയല്ലാതെ പൂവിനെ സ്പർശിച്ചില്ല.

വൈകുന്നേരമായി. എന്നിട്ടും ഒരുതുള്ളി വെള്ളംപോലും കിളിക്കു കൊടുക്കാൻ ആരും എത്തിയില്ല. ചിറകുകൾ വിടർത്തി അത് ഭ്രാന്തമായി പിടഞ്ഞു. അതിന്റെ പാട്ട് വിലാപമായി മാറി. അതിന്റെ തല പൂവിനു നേരെ ചാഞ്ഞു. ദാഹംകൊണ്ടും മോഹംകൊണ്ടും അതിന്റെ ഹൃദയം പൊട്ടിയിരുന്നു. ഡെയ്സിക്ക് തലേന്നത്തെ രാത്രിപോലെ ഇതളുകൾ മടക്കി ഉറങ്ങാൻ പറ്റിയില്ല. ദുഃഖംകൊണ്ട് പൂവ് നിലത്ത് തല കുനിച്ചിരുന്നു.

രണ്ടുകുട്ടികളും പിറ്റേന്നു പ്രഭാതത്തിലാണ് എത്തിയത്. മരിച്ചുകിടക്കുന്ന കിളിയെ നോക്കി അവർ വിലപിച്ചു. പിന്നീട് ഒരു ശവക്കുഴിയുണ്ടാക്കി അത് പൂക്കൾകൊണ്ട് അലങ്കരിച്ചു. ഒരു ചുവന്നപെട്ടിയിൽ പക്ഷിയുടെ ശരീരംവെച്ച്, ശവസംസ്കാരം മാന്യമായ രീതിയിൽത്തന്നെ നടത്തി. ജീവിച്ചിരിക്കുകയും പാട്ടുപാടുകയും ചെയ്ത പക്ഷിയെ അവർ കണ്ടില്ല. പകരം കൂട്ടിൽ പിടിച്ചടച്ച് ബുദ്ധിമുട്ടിച്ചു. ചത്തു കഴിഞ്ഞപ്പോഴാകട്ടെ, ബഹുമാനവും കരച്ചിലും!

ഒടുവിൽ പുൽത്തട്ട്, ഡെയ്സിച്ചെടിയോടൊപ്പം അവർ നിരത്തിലേക്ക് വലിച്ചെറിഞ്ഞു. പക്ഷിയെ സ്നേഹിക്കുകയും സാന്ത്വനപ്പെടുത്താൻ ശ്രമിക്കുകയും ചെയ്ത പാവം പൂവിനെക്കുറിച്ച് ആരും ഓർത്തില്ല.

8

ബക്ക്വീറ്റ്

ഒരു കൊടുങ്കാറ്റിനുശേഷം വയലിലേക്കു നോക്കിയാൽ ബക്ക്വീറ്റ് ചെടികൾ തീപടർന്നിട്ടെന്നപോലെ കരിഞ്ഞു കറുപ്പുനിറം കലർന്ന തായിക്കാണാം. അതിന്റെ കാരണം ചോദിച്ചാൽ കൃഷിക്കാരൻ പറയും: "മിന്നലേറ്റിട്ടാണ്."

"മിന്നലിന് എങ്ങനെയാണ് അതിനു കഴിയുക! കുരുവി എന്നോടു പറഞ്ഞകാര്യം ഞാൻ പറയാം." ബക്ക്വീറ്റ് വയലിനു സമീപം വളരുന്ന അരളിമരമാണ് കുരുവിയോട് അക്കഥ പറഞ്ഞത്.

അരളിമരം ഉയരം കൂടിയ മാന്യനാണ്. പക്ഷേ, പ്രായംകൊണ്ട് ദേഹം ചുക്കിച്ചുളിഞ്ഞിട്ടുണ്ട്. തടിയിൽ വിള്ളലുകൾ വീണിട്ടുണ്ട്. അവിടെ പുല്ലും കളകളും വളർന്നിരിക്കുന്നു. മരം മുമ്പോട്ടു വളഞ്ഞിട്ടാണ്. ശാഖ കൾ താഴോട്ടു വളർന്ന് പച്ചമുടിപോലെ തൂങ്ങിക്കിടക്കുന്നു.

അരളിമരത്തിനുചുറ്റും വയലിൽ ചോളവും റാഗിയും ഗോതമ്പും ഓട്സും വളരുന്നുണ്ടായിരുന്നു. ഓട്സ് പാകമായാൽ കാണാൻ എന്തൊരു ഭംഗിയാണെന്നോ? ചോളക്കതിരുകളാവട്ടെ, വിനയപൂർവം തല താഴ്ത്തി നിൽക്കും.

അരളിമരത്തിന്റെ തൊട്ടുമുമ്പിലായി വളരുന്ന ബക്ക്വീറ്റ് ചെടികൾ മറ്റുള്ളവയെപ്പോലെ തലകുനിക്കില്ല. അവ അന്തസിൽ തലയുയർത്തി കുത്തനെ നിൽക്കും.

"ഗോതമ്പുപോലെത്തന്നെ പോഷകമൂല്യം എനിക്കുണ്ട്." ബക്ക്വീറ്റ് പറഞ്ഞു: "കൂടാതെ ഞാൻ അതീവസുന്ദരനുമാണ്. എന്റെ പൂക്കൾ ആപ്പിൾ മരത്തിന്റെ പൂക്കൾപോലെ മനോഹരമാണ്. എന്നെയും എന്റെ കൂട്ടുകാരെയും കാണുന്നതുതന്നെ ആഹ്ലാദകരമായിരിക്കും. ഞങ്ങളെ ക്കാൾ സൗന്ദര്യമുള്ളവരെ, അല്ലയോ വയസൻ അരളിമരമേ, നീ കണ്ടി ട്ടുണ്ടോ?"

“ഉവ്വ്, ഞാൻ കണ്ടിട്ടുണ്ട്” അരളിമരം തലകുനിച്ചു പറഞ്ഞു.

“മരമണ്ടൻ. വയസായി ദേഹം മുഴുവൻ പുല്ലുമുളച്ചതു വെറുതെയല്ല.” ബക്ക്വീറ്റിന്റെ അഹംഭാവമുണർന്നു.

ആസമയം ഒരു കൊടുങ്കാറ്റുയർന്നു. വയലിലെ എല്ലാ ചെടികളും പൂക്കളും കാറ്റേറ്റ് കൂമ്പുകയോ തലകുനിക്കുകയോ ചെയ്തു. എന്നാൽ ബക്ക്വീറ്റ് മാത്രം അഹംഭാവത്തോടെ തലപൊക്കി നിന്നു.

“ഞങ്ങളെപ്പോലെ തലതാഴ്ത്തിക്കോ.” മറ്റുപൂക്കൾ വിളിച്ചുപറഞ്ഞു.

“എനിക്ക് അതിന്റെ ആവശ്യമില്ല” ബക്ക്വീറ്റിന്റെ മറുപടി.

“ഞങ്ങൾ ചെയ്യുന്നതുപോലെ തലകുനിക്ക്” ചോളച്ചെടി ആവർത്തിച്ചു.

“അതാ കൊടുങ്കാറ്റിന്റെ ദേവത അടുത്തെത്തിക്കഴിഞ്ഞു. ദേവതയ്ക്ക് മേഘംതൊട്ട് ഭൂമിവരെ നീണ്ടുകിടക്കുന്ന ചിറകുകളുണ്ട്. കാറ്റ് ആഞ്ഞടിക്കുമ്പോൾ, നിനക്ക് മാപ്പിരക്കാൻപോലും സമയം കിട്ടില്ല.”

“ഇല്ല, ഞാൻ തലകുനിക്കില്ല” ബക്ക്വീറ്റ് പറഞ്ഞു.

“ഇലകൾ മടക്കി പൂക്കൾ മൂടുക” വയസൻ അരളിമരം പറഞ്ഞു.

“ഇടിവെട്ടുമ്പോൾ മിന്നലിലേക്ക് നോക്കരുത്. മനുഷ്യൻപോലും അതിന് ധൈര്യപ്പെടാറില്ല. മിന്നലിലേക്ക് നോക്കുക എന്നാൽ സ്വർഗത്തിലേക്ക് നോക്കുക എന്നാണർഥം. അപ്പോൾ കാഴ്ചതന്നെ നഷ്ടമായേക്കും. മനുഷ്യനെക്കാൾ എത്രയോ താഴേക്കിടയിലുള്ള സസ്യങ്ങളുടെ കാര്യം പിന്നെ പറയേണ്ടതുണ്ടോ?”

“താഴ്ന്നവനാണുപോലും. ഞാൻ ദൈവത്തിന്റെ സ്വർഗലോകത്തേക്ക് നേരിട്ട് നോക്കും.” ബക്ക്വീറ്റ് നിന്ദയോടും അഹന്തയോടുംകൂടി അങ്ങനെ പറഞ്ഞു. എന്നിട്ട് ഒട്ടും കൂസലില്ലാതെ മിന്നൽപിണരിലേക്കു നോക്കി. ലോകം മുഴുവൻ കത്തുന്ന തരത്തിലുള്ള മിന്നലായിരുന്നു അത്.

കൊടുങ്കാറ്റു കഴിഞ്ഞപ്പോൾ പൂക്കളും ധാന്യക്കതിരുകളും മഴയിൽ കുളിച്ച ഉന്മേഷത്തോടെ ശുദ്ധവായു ശ്വസിച്ചു. എന്നാൽ ബക്ക്വീറ്റ് ചെടികൾ മിന്നലിൽ കത്തിക്കരിഞ്ഞു. കറുപ്പുനിറം കലർന്നു. തികച്ചും ഉപയോഗശൂന്യമായി അത് വയലിൽ അങ്ങനെ കിടന്നു.

പഴകിയ അരളിമരം കാറ്റിൽ ശാഖകൾ ഇളക്കുന്നുണ്ടായിരുന്നു. വലിയ വെള്ളത്തുള്ളികൾ അതിന്റെ കണ്ണീർക്കണങ്ങളായി താഴോട്ടു പതിച്ചു. കുരുവികൾ ചോദിച്ചു:

“എന്തിനാണ് കരയുന്നത്? ഇവിടം എത്ര സുന്ദരമാണ്? സൂര്യൻ പ്രകാശിക്കുന്നു. മേഘങ്ങൾ തെളിഞ്ഞ ആകാശത്ത് സഞ്ചരിക്കുന്നു. പൂക്കളുടെ സുഗന്ധമോ, അതീവ ഹൃദ്യം. എന്നിട്ടും വൃദ്ധനായ അരളിമരമേ, എന്തിനാണ് നീ കരയുന്നത്?”

അപ്പോൾ അരളിമരം ബക്ക്വീറ്റിന്റെ അഹന്തയേയും നിന്ദയേയും കുറിച്ചു പറഞ്ഞു. അതിനു കിട്ടിയ ശിക്ഷയെക്കുറിച്ചും പറഞ്ഞു. ഞാൻ ഈ കഥ പക്ഷികൾ പറഞ്ഞുകേട്ടതാണ്. ഒരു വൈകുന്നേരമാണ് അവരീക്കഥ പറഞ്ഞത്.

9

ചുവന്ന ഷൂസ്

ഒരിടത്ത് പാവപ്പെട്ട ഒരു കൊച്ചുപെൺകുട്ടിയുണ്ടായിരുന്നു. കരെൻ എന്നായിരുന്നു അവളുടെപേര്. വേനൽക്കാലത്ത് അവൾ പാദരക്ഷകൾ ധരിച്ചിരുന്നില്ല. തണുപ്പുകാലത്ത് ഒരു മരത്തിന്റെ ഷൂസാണ് ധരിക്കുക. അപ്പോൾ നെരിയാണി ചുവന്നുവേദനിക്കുമായിരുന്നു.

ഗ്രാമത്തിലെ ചെരുപ്പുകുത്തിയുടെ അമ്മ, ചുവന്ന തുണിക്കഷണങ്ങൾകൊണ്ട് അവൾക്ക് ഒരു ജോടി ഷൂസ് ഉണ്ടാക്കിക്കൊടുത്തു. കാണാൻ ഭംഗിയൊന്നുമില്ലെങ്കിലും അത് കരെന്റെ കാലിന് പാകമായിരുന്നു.

അവളുടെ അമ്മയുടെ ശവസംസ്കാരച്ചടങ്ങിന് അവൾ ആ ഷൂസാണ് ധരിച്ചത്. വെറും കാലിൽ അവ ധരിച്ച് കരെൻ ശവപ്പെട്ടിയെ അനുഗമിച്ചു.

അപ്പോൾ ഒരു പഴയവണ്ടി അടുത്തുവന്നു നിന്നു. അതിൽ ഒരു വൃദ്ധസ്ത്രീ ഇരിക്കുന്നുണ്ടായിരുന്നു. അവൾ കരെനെ കണ്ടപ്പോൾ പുരോഹിതനോടു പറഞ്ഞു:

"അവളെ എനിക്കുതരിക. ഞാൻ നോക്കി കൊള്ളാം."

കരെൻ വിചാരിച്ചത് തന്റെ ഷൂസ് കണ്ടാണ് ആ സ്ത്രീ നോക്കുന്നത് എന്നാണ്. എന്നാൽ ഷൂസ് വികൃതമാണ് എന്നു പറഞ്ഞ് അവർ കത്തിച്ചുകളഞ്ഞു. എന്നിട്ട് കരെനെ ഭംഗിയുള്ള വസ്ത്രങ്ങൾ ധരിപ്പിച്ചു സുന്ദരിയാക്കി. ആളുകൾ പറഞ്ഞു:

"എന്തൊരു സുന്ദരി!" കണ്ണാടി പറഞ്ഞു:

"ഇവൾ അതീവസുന്ദരി തന്നെ!"

ഒരിക്കൽ രാജ്ഞി തന്റെ കൊച്ചുമകളുമൊത്ത് അതിലെ യാത്ര ചെയ്യുകയായിരുന്നു. അവരെ കാണാൻ എത്തിയവരുടെ കൂട്ടത്തിൽ കരെനുമുണ്ടായിരുന്നു. രാജകുമാരി ഒരു വെള്ള വസ്ത്രമാണ് ധരിച്ചിരു

ന്നത്. ആഭരണങ്ങളൊന്നും അണിഞ്ഞിരുന്നില്ല. എന്നാൽ അവളുടെ കാലിൽ അതിമനോഹരമായ ചുവന്ന ഷൂസുണ്ടായിരുന്നു.

കരെൻ വളർന്ന് ജ്ഞാനസ്നാനം നടത്തേണ്ട സമയമായി. അവൾക്ക് പുതിയ വസ്ത്രങ്ങളും പുതിയ ഷൂസും മറ്റും അവശ്യമായിരുന്നു. ഷൂസ് വാങ്ങാൻ കടയിൽ ചെന്നപ്പോൾ രാജകുമാരി ധരിച്ച അതേമട്ടിലുള്ള ഷൂസ് അവിടെ കണ്ടു. വൃദ്ധ അതു ശ്രദ്ധിച്ചില്ല. അത് ഒരു പ്രഭുവിന്റെ മകൾക്കുവേണ്ടി ഉണ്ടാക്കിയതാണെന്ന് കടയുടമ പറഞ്ഞു പക്ഷേ, അവൾക്കത് പാകമായില്ല.

പോളിഷ് ചെയ്ത് തിളങ്ങുന്ന ഷൂസ് കരെന്റെ കാലിന് പാകമായിരുന്നു. ജ്ഞാനസ്നാനത്തിന് ചുവന്ന ഷൂസ് ധരിക്കുന്നത് വൃദ്ധയ്ക്ക് ഇഷ്ടമായിരുന്നില്ല. പക്ഷേ, കരെൻ അതുതന്നെ ധരിച്ചു.

പള്ളിയിലെ സഭാമണ്ഡപത്തിൽ എത്തിയപ്പോൾ എല്ലാവരും അവളുടെ ഷൂസിലേക്കുതന്നെ നോക്കി. ഹാളിൽ കൊത്തിവെച്ച പഴയ പ്രതിമകൾപോലും അതിലേക്കു നോക്കിനിന്നു. ബിഷപ്പ് അവളുടെ തലയിൽ കൈവെച്ച് ചടങ്ങിന്റെ ഭാഗമായി ഉപദേശങ്ങൾ നൽകുമ്പോഴും, ഗായകസംഘം ഗാനം ആലപിക്കുമ്പോഴും കരെൻ ശ്രദ്ധിച്ചത് തന്റെ ഷൂസിൽ മാത്രമാണ്.

ഉച്ചയ്ക്കുശേഷമാണ് കരെൻ ജ്ഞാനസ്നാനസമയത്ത് ചുവപ്പ് ഷൂസ് ധരിച്ചകാര്യം വൃദ്ധയുടെ ശ്രദ്ധയിൽപ്പെടുന്നത്. അവർക്ക് വല്ലാത്ത പ്രയാസമായി. പള്ളിയിൽ പോകുമ്പോൾ ചുവന്ന ഷൂസ് ധരിക്കുന്നത് ശരിയല്ലെന്നും, പഴയതായാലും കറുത്ത ഷൂസാണ് ധരിക്കേണ്ടതെന്നും അവർ കരെനെ ഉപദേശിച്ചു.

പിറ്റേത്തെ ഞായറാഴ്ച കൂദാശയുടെ ദിവസമായിരുന്നു. അവൾ കറുത്ത ഷൂസും ചുവന്ന ഷൂസും മാറിമാറി നോക്കി. ഒടുവിൽ ചുവന്ന ഷൂസ് തന്നെ ധരിച്ചു.

നല്ല പ്രകാശമുള്ള കാലാവസ്ഥ. പൊടിപിടിച്ച ചോളവയലിലൂടെ വൃദ്ധയും കരെനും നടന്നു.

പള്ളിവാതിൽക്കൽ ഒരു വൃദ്ധഭടൻ നിൽക്കുന്നുണ്ടായിരുന്നു. അയാൾക്ക് കക്ഷത്തിൽ താങ്ങുവടിയും നീണ്ടുചുവന്ന നരച്ചതാടിയും ഉണ്ടായിരുന്നു. അയാൾ കുനിഞ്ഞുനിന്ന് വൃദ്ധയുടെ ഷൂസിലെ പൊടി തുടച്ചുകൊടുത്തു. അപ്പോൾ കരെനും കാലുനീട്ടി. അയാൾ കൈകൊണ്ട് പൊടി തുടച്ചുകൊടുത്തു:

“എന്തു നല്ല ഷൂസ്. ഡാൻസ് ചെയ്യുമ്പോൾ വഴുതാതെ നോക്കണേ!” അയാൾക്ക് പ്രതിഫലംകൊടുത്ത് അവർ അകത്തു കടന്നു.

എല്ലാവരും കരെന്റെ ഷൂസിലേക്കുതന്നെ നോക്കി. പ്രതിമകളും ചിത്രങ്ങളുംനോക്കി. മുട്ടുകുത്തി പ്രാർഥിക്കുമ്പോഴും കരെൻ ‘എന്റെ പിതാവേ’ എന്ന് ആവർത്തിക്കാൻ മറന്നു. അവൾ ചിന്തിച്ചുകൊണ്ടിരുന്നത് തന്റെ ഷൂസിനെപ്പറ്റി മാത്രമാണ്.

ചടങ്ങുകൾക്കുശേഷം എല്ലാവരും പള്ളിയിൽനിന്ന് പുറത്തുകടന്നു.

വൃദ്ധ വണ്ടിയിൽ കയറിയിരുന്നു. കരെൻ പിന്നാലെ കയറാൻ തുടങ്ങിയപ്പോൾ വൃദ്ധഭടൻ പറഞ്ഞു:

"ഡാൻസ് ചെയ്യാൻ പറ്റിയ നല്ല ഷൂസ്!" അതുകേട്ടപ്പോൾ കരെന് ഡാൻസ് ചെയ്യണമെന്ന് ഒരു തോന്നൽ. അവൾ ഏതാനും ചുവടുവെച്ചപ്പോൾ കാലുകൾ ഡാൻസ് ചെയ്യാൻ തുടങ്ങി. അവൾക്ക് നിറുത്താൻ പറ്റുന്നില്ല. പള്ളിമുറ്റത്തു ചുറ്റും അവൾ ഡാൻസ് തുടർന്നു. ഒടുവിൽ വണ്ടിക്കാരൻ പിന്നാലെ ഓടി അവളെപ്പിടിച്ച് വണ്ടിയിൽകയറ്റി. അപ്പോഴും കാലുകൾ ഡാൻസ് തന്നെ. അവൾ കാലുകൊണ്ട് വൃദ്ധയെ തൊഴിച്ചു. ഒടുവിൽ ഷൂസ് ഊരി മാറ്റുന്നതുവരെ ഡാൻസ് തുടർന്നു.

വീട്ടിലെത്തിയ കരെൻ ഷൂസ് അലമാരയിൽവെച്ചു. ഇടയ്ക്കിടെ കരെൻ അവിടെ ചെന്ന് നോക്കുമായിരുന്നു.

വൃദ്ധ അസുഖം വന്നു കിടപ്പിലായി. അധികകാലം ജീവിക്കുകയില്ലെന്ന് ഡോക്ടർമാർ വിധിയെഴുതി. വൃദ്ധയെ ശുശ്രൂഷിക്കാൻ കരെനല്ലാതെ മറ്റാരാണുള്ളത്? എന്നാൽ പട്ടണത്തിലെ ഒരു ഡാൻസ് പരിപാടിക്ക് അവൾ ക്ഷണിക്കപ്പെട്ടു. മരിക്കാറായ വൃദ്ധയേയും തന്റെ ചുവന്ന ഷൂസിനേയും അവൾ മാറിമാറി നോക്കി. ഒടുവിൽ ഷൂസ് ധരിച്ച് അവൾ ഡാൻസിനു പോയി.

പക്ഷേ, അവൾ വലതു ഭാഗത്തേക്കു തിരിയുമ്പോൾ ഷൂസ് ഇടതു ഭാഗത്തേക്ക് നീങ്ങി. മേലോട്ടു ചാടുമ്പോൾ ഷൂസ് താഴോട്ടു ചാടി. കോണിപ്പടികളിറങ്ങി റോഡിലെത്തി. കരെന് ഡാൻസ് നിറുത്താൻ പറ്റുന്നില്ല. ഒടുവിൽ വയലും പിന്നിട്ട് ഇരുണ്ട കാട്ടിലെത്തി.

പെട്ടെന്ന് മരങ്ങൾക്കിടയിൽ ഒരു പ്രകാശം തെളിഞ്ഞു. ചന്ദ്രൻ പ്രകാശിക്കുകയാണെന്നാണ് അവൾ കരുതിയത്. പക്ഷേ, അത് ചുവന്നതാടിയുള്ള വൃദ്ധന്റെ മുഖമായിരുന്നു. അയാൾ തലകുനിച്ചു പറഞ്ഞു:

"ഡാൻസ് ചെയ്യുന്ന എത്ര ഭംഗിയുള്ള ഷൂസ്!"

കരെൻ ഭയന്നു വിറച്ചു തന്റെ ഷൂസ് ഊരിയെറിയാൻ നോക്കി. പക്ഷേ, ഊരിയെടുക്കാൻ പറ്റിയില്ല. അത് കാലിന്റെ ഒരു ഭാഗമായി ഉറച്ചുപോയിരുന്നു. അവൾക്ക് ചെയ്യാൻ പറ്റുന്നത് ഡാൻസ് മാത്രം. വയലിലും പുൽത്തകിടിയിലും മഴയത്തും വെയിലത്തും, പകലും രാത്രിയും ഡാൻസ് തന്നെ ഡാൻസ്!

രാത്രി തികച്ചും ഭയാനകമായിത്തോന്നി. ഏകാന്തമായ പള്ളിപ്പറമ്പിൽ അവൾ ഡാൻസ് ചെയ്തു. പക്ഷേ, മരിച്ചവരെല്ലാം വിശ്രമത്തിലായിരുന്നതുകൊണ്ടു കൂടെ ഡാൻസ് ചെയ്യാൻ വന്നില്ല. കരെന് എങ്ങും ആശ്വാസം കിട്ടിയില്ല. പള്ളികവാടത്തിലെത്തിയപ്പോൾ വെള്ളവസ്ത്രം ധരിച്ചതും നീണ്ടചിറകുകളുള്ളതുമായ ഒരു മാലാഖയെ കണ്ടു. മാലാഖ ഗൗരവത്തിലായിരുന്നു. കൈയിൽ തിളങ്ങുന്ന ഒരുവാളും.

മാലാഖ പറഞ്ഞു: "ചുവന്ന ഷൂസ് ധരിച്ച് ഡാൻസ് തുടരുക. തണുത്തു വിളറി, ചർമം ചുക്കിച്ചുളിഞ്ഞ് അസ്ഥികൂടമാകുന്നതുവരെ തുടരുക. പൊങ്ങച്ചവും അഹങ്കാരവുമുള്ള കുട്ടികൾ വസിക്കുന്ന വീടു

കളുടെ ഓരോ വാതിലിലും തട്ടി, അവർ പേടിച്ചു നിലവിളിക്കുന്നതുവരെ ഡാൻസ് ചെയ്തുകൊണ്ടിരിക്കുക....."

"ദയ വിചാരിക്കണേ! കരെൻ കരഞ്ഞുകൊണ്ടു പറഞ്ഞു. പക്ഷേ മാലാഖയുടെ മറുപടി അവൾ കേട്ടില്ല. അതിനുമുമ്പേ ഷൂസ് അവളേയുംകൊണ്ട് വയലിലും റോഡിലും എത്തിക്കഴിഞ്ഞു. അപ്പോഴും അവൾ നിറുത്താതെ ഡാൻസ് തുടർന്നുകൊണ്ടിരുന്നു.

ഒരുദിവസം അവൾ ഡാൻസ് ചെയ്തുകൊണ്ട് പരിചിതമായ ഒരു വീടിന്റെ മുമ്പിലെത്തി. അവിടെനിന്ന് പ്രാർഥനാഗീതം കേട്ടു. പൂക്കൾ അണിയിച്ച ഒരു ശവപ്പെട്ടി പുറത്തേക്കു കൊണ്ടുപോയി. നല്ലവരായ ആ വൃദ്ധസ്ത്രീ മരിച്ചതായി അവൾ മനസിലാക്കി. എല്ലാം പരിത്യജിച്ച് അവർ ലോകത്തിൽനിന്ന് യാത്രയായിരിക്കുന്നു.

കരെൻ ഡാൻസ് തുടർന്നുകൊണ്ടേയിരുന്നു. ഷൂസ് മുള്ളിലും മുരടിലുംതട്ടി. അവളുടെ പാദത്തിൽനിന്ന് രക്തമൊഴുകി. ഡാൻസ് ചെയ്തുകൊണ്ട് അവൾ ഒരു ഒറ്റപ്പെട്ട വീട്ടിലെത്തി. അത് ആരാച്ചാരുടെ വീടായിരുന്നു. അവൾ വാതിലിൽ മുട്ടി വിളിച്ചുപറഞ്ഞു:

"പുറത്തുവരൂ എനിക്ക് അകത്തേക്കു വരാൻ വയ്യാ. ഞാൻ ഡാൻസ് ചെയ്യുകയാണ്."

"ഞാൻ ആരാണെന്ന് നിനക്ക് അറിയില്ലായിരിക്കും. ഞാൻ ദുഷ്ടന്മാരുടെ തലവെട്ടുന്നവനാണ്. എന്റെ മഴുവിന് നല്ല മൂർച്ചയാണ്" ആരാച്ചാർ പറഞ്ഞു.

"എന്റെ തലവെട്ടരുത്. എനിക്ക് ഞാൻ ചെയ്ത തെറ്റിന് പ്രായശ്ചിത്തം ചെയ്യേണ്ടതായിട്ടുണ്ട്. ചുവപ്പുഷൂസ് ധരിച്ച എന്റെ പാദമാണ് വെട്ടേണ്ടത്."

തന്റെ കുറ്റങ്ങളെല്ലാം അവൾ ഏറ്റുപറഞ്ഞു. ആരാച്ചാർ അവളുടെ പാദം വെട്ടിമാറ്റി. എന്നാൽ ഷൂസ് അതിലെ പാദത്തോടു കൂടി ഡാൻസ് തുടർന്നുകൊണ്ട് വയലിലൂടെ ദൂരെയുള്ള കാട്ടിലേക്ക് യാത്രതിരിച്ചു.

ആരാച്ചാർ അവൾക്ക് ഒരു ജോടി മരക്കാലുകൾ ഉണ്ടാക്കിക്കൊടുത്തു. ഒരു ജോടി ഊന്നുവടിയും. കുറ്റവാളികൾ പാടുന്ന പ്രാർഥന അവളെ പഠിപ്പിച്ചു. മഴുപിടിക്കുന്ന അയാളുടെ കൈയിൽ ചുംബിച്ചശേഷം അവൾ കുറ്റിച്ചെടികൾക്കിടയിലൂടെ കടന്നുപോയി.

"ചുവന്ന ഷൂസുകാരണം ഞാൻ ഒരുപാടു ബുദ്ധിമുട്ടി. ഞാൻ പള്ളിയിലേക്കു പോകും. ആളുകൾ എന്നെ വീണ്ടും കാണട്ടെ" കരെൻ സ്വയം പറഞ്ഞു.

എന്നാൽ പള്ളിയിലെത്തിയപ്പോൾ ചുവന്ന ഷൂസ് അതാ അവളുടെ മുമ്പിൽവന്ന് ഡാൻസ് ചെയ്യുന്നു! അവൾ ഭയപ്പെട്ട് തിരിച്ചുനടന്നു.

ഒരാഴ്ച മുഴുവൻ അവൾ കരഞ്ഞുകൊണ്ടു കഴിച്ചു. ഞായറാഴ്ചയായപ്പോൾ അവൾ വിചാരിച്ചു: 'ഈ സമയത്തിനിടയ്ക്ക് ഞാൻ ഒരുപാടു സഹിച്ചുകഴിഞ്ഞു. പള്ളിയിൽ വരുന്നവരെപ്പോലെ ഞാനും നല്ലവളാണ്. ഞാൻ പള്ളിയിൽപ്പോയി പ്രാർഥിക്കും.' പക്ഷേ, പള്ളിമുറ്റത്തെ

ത്തിയപ്പോഴേക്കും ചുവന്നഷൂസ് മുന്നിൽ പ്രത്യക്ഷപ്പെട്ട് ഡാൻസ് തുടങ്ങി അവളെ ഭയപ്പെടുത്തി. തന്റെ കുറ്റത്തിൽ പശ്ചാത്തപിച്ചുകൊണ്ട് അവൾ വീണ്ടും തിരിച്ചുപോയി.

കരെൻപള്ളി വികാരിയുടെ വീട്ടിലേക്കാണ് പോയത്. അവൾക്ക് എന്തെങ്കിലും ജോലികൊടുക്കണമെന്നും, പരമാവധി ശ്രദ്ധിച്ച് അധ്വാനിക്കുമെന്നും അവൾ കരഞ്ഞുകൊണ്ടു പറഞ്ഞു. പ്രതിഫലംവേണ്ട. തല ചായ്ക്കാൻ ഒരിടംമതി. സജ്ജനങ്ങളുടെ കൂടെ കഴിഞ്ഞാൽ മതി. വികാരിയുടെ ഭാര്യക്ക് അവളോട് സഹതാപം തോന്നി. അവളെ ജോലിക്കെടുത്തു.

വൈകുന്നേരം വികാരി ഉച്ചത്തിൽ *ബൈബിൾ* വായിക്കുമ്പോൾ അവൾ ശ്രദ്ധിച്ചിരുന്നു. എല്ലാ കുട്ടികൾക്കും അവളെ ഇഷ്ടമായി. അവളുടെ വസ്ത്രത്തെപ്പറ്റിയും സൗന്ദര്യത്തെപ്പറ്റിയും കുട്ടികൾ പറഞ്ഞപ്പോൾ അവൾ തലകുലുക്കി.

വീണ്ടും ഞായറാഴ്ച വന്നു. വികാരിയുടെ വീട്ടിലെ എല്ലാവരും പള്ളിയിലേക്ക് പുറപ്പെട്ടു. കരെൻകൂടെ വരുന്നോ എന്നുചോദിച്ചപ്പോൾ അവൾ കരഞ്ഞുകൊണ്ട് തന്റെ താങ്ങുവടിയിൽ നോക്കി. എല്ലാവരും പോയപ്പോൾ അവൾ തന്റെ കൊച്ചുമുറിയിൽ ചെന്നിരുന്ന് പ്രാർഥനാപുസ്തകം നിവർത്തിവായിക്കാൻ തുടങ്ങി. അവൾ ഭക്തിസാന്ദ്രമായി വായനതുടങ്ങിയപ്പോൾ, പള്ളിയിൽനിന്നുള്ള സംഗീതം കാറ്റ് അവളുടെ മുറിയിലേക്ക് ഒഴുക്കിക്കൊണ്ടുവന്നു. കണ്ണീരൊഴുക്കുന്ന മുഖവുമായി അവൾ തലയുയർത്തി പ്രാർഥിച്ചു: "ദൈവമേ, എന്നെ രക്ഷിക്കണമേ."

അപ്പോൾ സൂര്യൻ ശക്തിയായി പ്രകാശിച്ചു. പള്ളിയിൽവെച്ചു കണ്ട ശുഭ്രധാരിയായ ദൈവദൂതൻ അവളുടെ മുമ്പിൽ പ്രത്യക്ഷപ്പെട്ടു. കൈയിൽ തിളങ്ങുന്ന വാളിനുപകരം, നിറയെ മനോഹര റോസാപുഷ്പങ്ങളുള്ള ചെടിയുടെ പച്ചക്കമ്പ്! അതുകൊണ്ട് അയാൾ മുറിയുടെ മുകൾഭാഗം തൊട്ടു. ഉടനെ മുറി വലുതായി. തൊട്ടഭാഗത്ത് ഒരു സ്വർണനക്ഷത്രം പ്രത്യക്ഷപ്പെട്ടു. ചുമരിൽ തൊട്ടപ്പോഴാകട്ടെ, പള്ളിയിലെ സംഗീതോപകരണങ്ങളും പഴയപ്രതിമകളും അലങ്കരിച്ച ഇരിപ്പിടത്തിലെ സഭാംഗങ്ങളും ഭക്തവൃന്ദവും എല്ലാം അവിടെ കാണപ്പെട്ടു. എല്ലാവരും പ്രാർഥനാപുസ്തകം നോക്കി ഉച്ചത്തിൽ വായിക്കുന്നുണ്ടായിരുന്നു. പള്ളി, പെൺകുട്ടിയുടെ അടുത്തെത്തിയതാണോ അല്ല പെൺകുട്ടിയെ പള്ളിയിലേക്ക് മാറ്റിയതാണോ എന്ന് സംശയം തോന്നും. കരെൻ ഭക്തജനങ്ങളുടെ ഇടയിലിരുന്നു. പ്രാർഥന അവസാനിച്ചപ്പോൾ എല്ലാവരും അവളെ നോക്കി പറഞ്ഞു: "കരെൻ, നീ വന്നതു നന്നായി."

"ദൈവത്തിനുസ്തുതി" അപ്പോൾ അവൾ പറഞ്ഞു.

സംഗീതോപകരണങ്ങൾ വീണ്ടും ശബ്ദിച്ചു. കുട്ടികളുടെ ശബ്ദം മധുരമായി ഉയർന്നു. സൂര്യപ്രകാശം കരെന്റെ അടുത്തേക്ക് ഒഴുകിവന്നു. അവളുടെ ഹൃദയത്തിന്റെ വെളിച്ചവും സമാധാനവും സന്തോഷവും കളിയാടി. അതോടുകൂടി അവളുടെ ആത്മാവ് സ്വർഗത്തിലേക്കുയർന്നു. അവിടെ ചുവപ്പു ഷൂസിനെപ്പറ്റി ആരും ചോദിച്ചതുമില്ല.

10

പമ്പരവും പന്തും

പമ്പരവും പന്തും ഒരലമാരയിൽ മറ്റുകളി സാധനങ്ങളുടെകൂടെ അടുത്തടുത്തു കിടക്കുകയായിരുന്നു. അപ്പോൾ പമ്പരം പന്തിനോടു ചോദിച്ചു:

"നമ്മൾ അടുത്തടുത്തല്ലേ കിടക്കുന്നത്? നമുക്ക് ഭാര്യാഭർത്താക്കന്മാരായാലെന്താ?"

മുന്തിയ മൊറോക്കൊ തുകൽകൊണ്ടു നിർമിച്ച അതിസുന്ദരിയായ പന്തിന് ആ നിർദേശം സ്വീകാര്യമായില്ല.

പിറ്റേന്ന് ഒരുകൊച്ചുകുട്ടിവന്ന് അവന്റെ കളി സാമാനങ്ങൾ പുറത്തെടുത്തു. പമ്പരത്തിൽ അവൻ ചുവപ്പും മഞ്ഞയും ചായം തേച്ചു. നടുവിലായി ഒരു പിച്ചളആണിയും തറച്ചു. അപ്പോൾ പമ്പരം തിരിയുന്നതു കാണാൻ ഒരു ഗമയൊക്കെയുണ്ട്.

"ഇപ്പോൾ എന്നെ നോക്ക്" പമ്പരം പന്തിനോടു പറഞ്ഞു. "എന്നെപ്പറ്റി ഇപ്പോൾ എന്തുപറയുന്നു? നമുക്കിനി ഭാര്യയും ഭർത്താവും ആയാലെന്താ? നമ്മൾ തമ്മിൽ അത്രയും നല്ല യോജിപ്പുണ്ട്. നിനക്ക് ചാടാനറിയാം; എനിക്ക് തിരിയാനും. നമ്മെക്കാൾ സന്തുഷ്ടരായ ദമ്പതികൾ വേറെ ആരുണ്ടാവും?"

"നിന്റെ വിചാരം ശരിയല്ല" പന്തു പറഞ്ഞു. "എന്റെ അച്ഛനും അമ്മയും ആരാണെന്നാണ് നീ വിചാരിക്കുന്നത്? അവർ ഏറ്റവും മുന്തിയ തുകൽ ചെരിപ്പുകളാണ്. എന്റെ ദേഹത്താകട്ടെ ഒരു കോർക്കുമുണ്ട്."

"അതുശരി. പക്ഷേ, എന്നെ നിർമിച്ചിട്ടുള്ളത് മഹാഗണിമരം കൊണ്ടാണ്. കടച്ചിൽചക്രംകൊണ്ട് എന്നെ രൂപപ്പെടുത്തിയപ്പോൾ, എന്നെ നിർമിച്ച ആൾക്ക് എത്ര സന്തോഷമായെന്നോ?" പമ്പരം പറഞ്ഞു.

"നീ പറഞ്ഞത് എനിക്കു വിശ്വസിക്കാമോ?" പന്ത് ചോദിച്ചു.

"ഞാൻ കളവാണ് പറഞ്ഞതെങ്കിൽ എന്നെ ചാട്ടവാറുകൊണ്ട് അടിക്കണം"–പമ്പരം.

"നീ കളവു പറയില്ലെന്ന് എനിക്കറിയാം" പന്തു പറഞ്ഞു. "പക്ഷേ, ഒരു മീവൽപക്ഷിയുമായി എന്റെ വിവാഹം ഉറപ്പിച്ചമട്ടാണ്. ഞാൻ മേലോട്ടുയരുമ്പോൾ മീവൽപക്ഷി കൂട്ടിൽനിന്ന് തലപുറത്തേക്കിട്ടു ചോദിക്കും: 'എന്നെ കല്യാണം കഴിക്കാമോ?' ഞാൻ അവന് വാക്കുകൊടുത്തുപോയി. പക്ഷേ, ഒരു കാര്യം ഞാൻ ഉറപ്പുതരാം. ഞാൻ നിന്നെ ഒരിക്കലും മറക്കില്ല."

"വലിയ ഉപകാരം" പമ്പരം അതിനുശേഷം അക്കാര്യത്തെക്കുറിച്ചു സംസാരിച്ചില്ല.

പിറ്റേന്ന് പന്തിനെ കുട്ടി പുറത്തുകൊണ്ടുപോയി. അത് ആകാശത്തിലേക്ക് പറന്നുയരുന്നത് പമ്പരം കണ്ടു. പിന്നെ നിലത്തു വന്നുതട്ടി വീണ്ടും ഉയർന്നു. ഓരോപ്രാവശ്യം നിലത്തുവന്നു തട്ടുമ്പോഴും പന്ത് കൂടുതൽ ഉയരത്തിലേക്കു പൊങ്ങി. പ്രേമമോ അല്ലെങ്കിൽ ദേഹത്തുള്ള കോർക്കോ ആവാം അതിനുകാരണം."

ഒൻപതാമത്തെ പ്രാവശ്യം പന്ത് തിരിച്ചുവന്നില്ല. കുട്ടി കാത്തുകാത്തിരുന്നു. പക്ഷേ, പന്ത് എങ്ങോ പോയ്ക്കഴിഞ്ഞിരുന്നു.

'അവൾ എവിടെയാണ് പോയതെന്ന് എനിക്കറിയാം.' പമ്പരം നെടുവീർപ്പിട്ടു. 'മീവൽപക്ഷിയുടെ കൂട്ടിൽ അവർ വിവാഹം ആഘോഷിക്കുകയാവും.' അക്കാര്യത്തെപ്പറ്റി ഓർത്തപ്പോൾ പമ്പരത്തിന് പന്തിനോടുള്ള പ്രേമം അതിതീക്ഷ്ണമായി. മറ്റൊരു വധുവിനെ കണ്ടെത്തിയിട്ടും പമ്പരത്തിന് പന്തിനെ മറക്കാൻ കഴിഞ്ഞില്ല. പമ്പരം മൂളിക്കൊണ്ട് വട്ടംകറങ്ങി. അവൻ തന്റെ പ്രിയപ്പെട്ട പന്തിനെ എപ്പോഴും ഓർത്തുകൊണ്ടിരുന്നു. അങ്ങനെ വർഷങ്ങൾ കഴിഞ്ഞു. എങ്കിലും ആ ശാശ്വതമായ പ്രണയത്തിന് മങ്ങലേറ്റില്ല.

പമ്പരം ഇപ്പോൾ യുവാവല്ല. എങ്കിലും ഒരുദിവസം അവൻ അണിഞ്ഞൊരുങ്ങി. അപ്പോൾ മുമ്പൊരിക്കലും ഇല്ലാത്തത്ര സുന്ദരനായി. മിന്നുന്നപമ്പരം പ്രശസ്തനും. അവൻ നിർത്താതെ മൂളിക്കൊണ്ട് ശക്തിയിൽ തിരിയുകയാണ്. പൊടുന്നനെ അവൻ മേലോട്ടുതെറിച്ചു. പിന്നെ കാണുന്നില്ല. എല്ലാടവും അന്വേഷിച്ചിട്ടും കണ്ടെത്തിയില്ല.

അവൻ എവിടെയാണ്? അഴുക്കുചാലിൽനിന്നുള്ള എല്ലാത്തരം ചപ്പുചവറുകളും അടിഞ്ഞുകൂടിയ ഒരു വീപ്പയിലാണ് അവൻ ചെന്നുപതിച്ചത്.

അവിടെക്കിടന്നു തനിക്കു വന്നുപെട്ട ഗതികേടിനെക്കുറിച്ചോർത്ത് പമ്പരം വിലപിച്ചു. അവന്റെ അടുത്ത് ഭയപ്പെട്ടു കിടക്കുന്ന ഒരു കേബേജ് തണ്ടിലേക്കും, ആപ്പിൾപോലെ ഉരുണ്ട മറ്റൊരു വസ്തുവിലേക്കും അവൻ പാളിനോക്കി. ആപ്പിൾപോലെ തോന്നിയ വസ്തു ഒരു പന്തായിരുന്നു. അത് വർഷങ്ങളായി അഴുക്കുചാലിൽ കിടക്കുന്നതാണ്. പന്ത് വെള്ളം കുടിച്ച് ചീർത്തിരുന്നു.

"ദൈവത്തിനുനന്ദി. എനിക്ക് സംസാരിക്കാൻ കൂട്ടിനു പറ്റിയ ഒരാളായി," പന്ത്, പമ്പരത്തെത്തന്നെ ഉറ്റുനോക്കി വിചാരിച്ചു. "വിലകൂടിയതുകൽകൊണ്ട്, ഒരു ചെറുപ്പക്കാരിയുടെ കൈകളാണ് എന്നെ നിർമിച്ചിട്ടുള്ളത്. എനിക്ക് ദേഹത്ത് ഒരു കോർക്കുണ്ട്. എന്നാൽ ആരും ഒരിക്കലും എന്നെയിനി ശ്രദ്ധിക്കില്ല. ഒരു മീവൽപ്പക്ഷിയുമായുള്ള എന്റെ വിവാഹം നടക്കേണ്ടതായിരുന്നു. അപ്പോഴാണ് ഞാൻ അബദ്ധത്തിൽ ഓവുചാലിൽ പതിച്ചത്. അഞ്ചുവർഷമായി ഞാൻ നനഞ്ഞുകുതിർന്ന് ഇവിടെ കിടക്കുന്നു. ഒരു ചെറുപ്പക്കാരിയെ സംബന്ധിച്ചിടത്തോളം അത് എത്രമാത്രം വേദനാകരമാണ്?"

എന്നാൽ പമ്പരം ഒരക്ഷരവും മിണ്ടിയില്ല. അവൻ തന്റെ ചിരകാല കാമുകിയെപ്പറ്റി ഓർക്കുകയായിരുന്നു. കൂടുതൽ കേട്ടപ്പോൾ ഇത് അവൾ തന്നെയാണെന്ന് അവനുറപ്പായി.

വീപ്പ ഒഴിവാക്കാനായി അപ്പോൾ പണിക്കാരത്തി എത്തി. അത് മറിക്കുമ്പോൾ അവൾ ആഹ്ലാദശബ്ദം പുറപ്പെടുവിച്ചു. "ഹാ! പമ്പരമോ?"

അവൾ പമ്പരം എടുത്തുകൊണ്ടുപോയി. പഴയപോലെ പമ്പരത്തെ വീണ്ടും കളിപ്പാട്ടമായി ഉപയോഗിച്ചു. എന്നാൽ പന്തിനെപ്പറ്റി പിന്നീട് ഒന്നും കേട്ടിട്ടില്ല. പമ്പരമാകട്ടെ, അവളെക്കുറിച്ചു സംസാരിച്ചതുമില്ല. അവളോടു തോന്നിയ വികാരംതന്നെ മരിച്ചിരിക്കാം. അത് അങ്ങനെയാകാനേ വഴിയുള്ളൂ. കാരണം അഞ്ചുവർഷക്കാലം അഴുക്കുചാലിൽക്കിടന്ന പന്ത് തിരിച്ചറിയാൻ പറ്റാത്തവിധം മാറിക്കഴിയുമല്ലോ.

11

ദാരുവൃക്ഷം

ഒരിക്കൽ വലിയൊരു കാട്ടിൽ ഭംഗിയുള്ള ഒരു ദാരുവൃക്ഷമുണ്ടായിരുന്നു. ചുറ്റും ആഹ്ലാദം നൽകുന്ന അന്തരീക്ഷം. തെളിഞ്ഞ സൂര്യവെളിച്ചവും എപ്പോഴും വീശുന്ന കാറ്റും. കൂട്ടിന് അയൽക്കാരായി ധാരാളം ദാരുവൃക്ഷങ്ങളും.

എങ്കിലും നമ്മുടെ വൃക്ഷത്തിന് സന്തോഷം തോന്നിയില്ല. തനിക്ക് ഉയരമില്ലല്ലോ എന്നതാണ് പരാതി. ചൂടുള്ള സൂര്യനെയോ ശുദ്ധമായ വായുവിനെയോ, കാട്ടിൽ ഫലങ്ങൾ പറിക്കാൻ വരുന്ന സന്തുഷ്ടരായ കുട്ടികളെയോ അത് ഓർത്തില്ല. ദാരുവൃക്ഷത്തിന്റെ ചുവട്ടിലിരുന്ന് കുട്ടികൾ പറയുമായിരുന്നു:

"ഭംഗിയുള്ള എത്ര ചെറിയ മരം?" അതു കേൾക്കുമ്പോൾ ദാരുവൃക്ഷത്തിന് വല്ലാത്ത വിഷമം തോന്നും.

ഓരോ വർഷവും ഓരോ പച്ചക്കൂമ്പുമാത്രമേ, മരത്തിൽ വിരിയൂ. തടിയിലെ വളയങ്ങളുടെ എണ്ണം നോക്കിയാലറിയാം വൃക്ഷത്തിന്റെ പ്രായം.

'മറ്റുള്ളവരെപ്പോലെ എനിക്കും ഉയരമുണ്ടായിരുന്നെങ്കിൽ!' കൊച്ചു ദാരുവൃക്ഷം നെടുവീർപ്പിട്ടു. 'എങ്കിൽ എനിക്ക് എന്റെ കമ്പുകൾ ദൂരേക്കു നീട്ടാമായിരുന്നു. ശിഖരങ്ങൾക്ക് കൂടുതൽ വിശാലമായ ലോകത്തിലേക്ക് നോക്കാമായിരുന്നു. പക്ഷികൾ എന്റെ ചില്ലകളിൽ കൂടുകൂട്ടാൻ പറന്നെത്തും. ഉയരമുണ്ടെങ്കിൽ കാറ്റടിക്കുമ്പോൾ മറ്റുള്ളവരെപ്പോലെ എനിക്കും സാവധാനം തലയിളക്കാൻ കഴിയും.' സൂര്യപ്രകാശത്തിന്റെ തിളക്കമോ പക്ഷികളുടെ പാട്ടോ തലയ്ക്കു മുകളിലൂടെ കടന്നുപോകുന്ന മേഘങ്ങളുടെ ചുവപ്പോ ദാരുവൃക്ഷത്തെ ആകർഷിച്ചില്ല.

തണുപ്പുകാലത്ത് ചുറ്റും മഞ്ഞുമൂടിക്കിടക്കുമ്പോൾ ഒരു മുയൽ എന്നും വരുമായിരുന്നു. അത് തുള്ളിച്ചാടി ദാരുവൃക്ഷത്തിന്റെ ഉച്ചിയി

ലേക്ക് ചാടുമായിരുന്നു. എന്നാൽ രണ്ടുമൂന്നു ശീതകാലം കഴിഞ്ഞപ്പോൾ മരത്തിന് അൽപ്പം ഉയരംകൂടി. അപ്പോൾ മുയലിന് മരത്തിന്റെ ചുറ്റും വട്ടം കറങ്ങാനേ പറ്റിയുള്ളൂ. 'വളർന്നുവളർന്ന് ഉയരംവെക്കുക. എന്നിട്ട് വൃദ്ധനാവുക.' അതുമാത്രമേ ജീവിതത്തിൽ കാര്യമായുള്ളൂ എന്ന് മരം വിചാരിച്ചു.

ശരത്കാലമായപ്പോൾ പതിവുപോലെ മരംവെട്ടുകാർ എത്തി. അവർ വലിയമരങ്ങൾ നോക്കി വെട്ടിവീഴ്ത്തി. അവ വലിയ ശബ്ദത്തോടെ ഭൂമിയിൽ പതിക്കുന്നത് കൊച്ചുവൃക്ഷം നോക്കിനിന്നു. കമ്പും ഇലയും വെട്ടിമാറ്റി, തടിമിനുക്കി വെളുപ്പിച്ച് മരങ്ങൾ അട്ടിയാക്കിയിട്ടു. വണ്ടിയിൽ കയറ്റി കുതിരകൾ അവ വലിച്ചു കൊണ്ടുപോയി.

"മരത്തടികൾ എവിടേക്കാണ് കൊണ്ടുപോകുന്നത്? എന്തിനാണ് കൊണ്ടുപോകുന്നത്?" വസന്തകാലത്ത് കൂട്ടമായി പറന്നെത്തിയ കൊക്കുകളോടും മീവൽപക്ഷികളോടും കൊച്ചുവൃക്ഷം ചോദിച്ചു.

അതിനെപ്പറ്റി മീവൽപ്പക്ഷികൾ ഒന്നും പറഞ്ഞില്ല. കൊക്ക് കുറെ ആലോചിച്ചശേഷം പറഞ്ഞു: "ഞാൻ പറക്കുമ്പോൾ കടലിൽ ധാരാളം കപ്പലുകൾ കണ്ടിട്ടുണ്ട്. അവയുടെ കൊടിമരം നിർമിക്കാനാണ് ദേവദാരുവൃക്ഷങ്ങൾ കൊണ്ടുപോകുന്നത്. എന്ത് അന്തസിലാണ് അവയുടെ യാത്രയെന്നോ?"

"ഉയരമുണ്ടെങ്കിൽ എനിക്കും അങ്ങനെ പോകാമായിരുന്നു." കടലിനെപ്പറ്റി അറിയാനുള്ള മോഹത്തോടെ ദാരുവൃക്ഷം പറഞ്ഞു.

"നിന്റെ യൗവനത്തിൽ ആഹ്ലാദിക്കുക. അതു നൽകുന്ന സൗഭാഗ്യമോർത്ത് ആനന്ദിക്കുക." സൂര്യരശ്മികൾ അപ്പോൾ പറഞ്ഞു. കാറ്റ് മരത്തിന് ഉമ്മകൊടുത്തു. മഞ്ഞുതുള്ളികൾ കണ്ണീർവീഴ്ത്തി. പക്ഷേ, ദാരുവൃക്ഷത്തിന് അതൊന്നും മനസിലായില്ല.

ക്രിസ്മസ് കാലം വന്നപ്പോൾ ചെറിയമരങ്ങൾ വെട്ടിവീഴ്ത്തി, ഇലയോടുകൂടി വണ്ടിയിൽ കയറ്റി. കുതിരകൾ അവ വലിച്ചുകൊണ്ടുപോയി.

അതുകണ്ട് ദാരുവൃക്ഷം ചോദിച്ചു:

"ഈ മരങ്ങൾ എന്തിനാണ് കൊണ്ടുപോകുന്നത്? എന്റെയത്ര വലിപ്പമല്ലേ അവയ്ക്കുള്ളൂ? കമ്പുകളോടുകൂടി എങ്ങോട്ടാണ് ഇവ കൊണ്ടുപോകുന്നത്?"

"അതു ഞങ്ങൾക്കറിയാം" മീവൽപക്ഷി പറഞ്ഞു. "പട്ടണത്തിലെ വീടുകളിലെ മുറികളിൽ അവയെ അലങ്കരിച്ചുവെച്ചത് ഞങ്ങൾ കണ്ടിട്ടുണ്ട്. കാണാൻ എന്ത് അന്തസാണെന്നോ? മനോഹരമായ കളിപ്പാട്ടങ്ങൾ അവയിൽ തൂക്കിയിരിക്കും. തിളങ്ങുന്ന ആപ്പിളുകളുണ്ടാവും. നൂറുകണക്കിന് കത്തുന്ന മെഴുകുതിരികളും."

"എന്നിട്ടോ?"

"അതൊക്കെത്തന്നെ. അതീവമനോഹരമെന്നേ പറയാനുള്ളൂ."

"ഇതാണ് കൂടുതൽ അന്തസുള്ളതെന്നു തോന്നുന്നു." ദാരുവൃക്ഷം സന്തോഷംകൊണ്ട് തുള്ളി. "കടലിൽ പോകുന്നതിനെക്കാൾ എത്രയോ

നല്ലത്. ഞാൻ എത്രമാത്രം കൊതിക്കുന്നെന്നോ? ക്രിസ്മസ് വീണ്ടും വന്നെങ്കിൽ! ഇപ്പോൾ എനിക്ക് ഉയരമുണ്ട്, നിറയെ ശാഖകളുണ്ട്. വണ്ടിയിൽ കയറ്റി എന്നെയും കൊണ്ടുപോയിരുന്നെങ്കിൽ! തണുപ്പില്ലാത്ത മുറി. എന്നെ ആരാധിക്കുകയും ബഹുമാനിക്കുകയും ചെയ്യുക. ഭംഗിയായി അലങ്കരിക്കുക. ഹൊ, എന്റെ മനസ്സ് പുകയുന്നുണ്ട്. പോകാനുള്ള മോഹം കൊണ്ട് ഞാൻ അസ്വസ്ഥനാണ്."

അപ്പോൾ വായുവും സൂര്യപ്രകാശവും പറഞ്ഞു: "ഞങ്ങളുടെ സ്നേഹത്തിൽ സന്തോഷിക്കുക. നിന്റെ യുവത്വത്തിലും സ്വാതന്ത്ര്യത്തിലും സന്തോഷിക്കുക."

പക്ഷേ, ദാരുവൃക്ഷം ഒട്ടും സന്തോഷിച്ചില്ല. വേനലിലെന്നപോലെ തണുപ്പിലും അതു വളർന്നു. മുഴുവനും പച്ചിലകൾ പുതച്ചുനിന്നു. അതു കണ്ട് ആളുകൾ പറഞ്ഞു: "നല്ല ഭംഗിയുള്ള മരം." പക്ഷേ, അടുത്ത ക്രിസ്മസിന് അതിനെയായിരുന്നു ആദ്യം വെട്ടി വീഴ്ത്തിയത്.

മൂർച്ചയുള്ള മഴു ദേഹത്ത് ആഴ്ന്നിറങ്ങിയപ്പോൾ ഒരു നിലവിളിയോടെ മരം നിലംപതിച്ചു. വേദനകൊണ്ട് ഓർമ മങ്ങി. സ്വന്തം സൗഭാഗ്യങ്ങളെക്കുറിച്ച് ഓർക്കാൻ പറ്റിയില്ല. പകരം ജനിച്ചുവളർന്ന വീടുവിട്ടുപോകുന്നതിലുള്ള ദുഃഖം ഉണർന്നു. പരിചിതമായ കാടും മരങ്ങളും പൂക്കളും ഇനി കാണുകയില്ല. പക്ഷികളെപ്പോലും കാണാൻ പറ്റില്ലല്ലോ എന്നോർത്തപ്പോൾ, ദാരുവൃക്ഷത്തിന് യാത്ര ഒട്ടും സന്തോഷകരമായി തോന്നിയില്ല.

മുറിച്ചമരങ്ങൾ ആദ്യംകൊണ്ടുപോയത് ഒരു വീട്ടുമുറ്റത്തേക്കാണ്. ഒരാൾ പരിശോധിച്ച് ദാരുവൃക്ഷത്തെ നോക്കിപറഞ്ഞു: "ഭംഗിയുള്ള ഇതു തന്നെയാണ് നമുക്കു വേണ്ടത്."

രണ്ടുപേർ ചേർന്ന് ദാരുവൃക്ഷത്തെ സ്വീകരണശാലയിലേക്കു കൊണ്ടുപോയി. ചുമരിൽ മനോഹരമായ ചിത്രങ്ങൾ. ഷെൽഫിൽ ചൈനീസ് പാത്രങ്ങൾ. ആടുന്ന കസേരകളും സിൽക്ക് സോഫകളും. ചിത്രപുസ്തകങ്ങളും പാവകളും നിരത്തിയിട്ടുള്ള മേശകൾ. അവിടെ മണൽനിറച്ച ഒരു വീപ്പയിലാണ് ദാരുവൃക്ഷത്തെ ഇറക്കിവെച്ചത്. ചുറ്റും പച്ചത്തുണികൾകൊണ്ട് അലങ്കരിച്ചിരുന്നു. നിലത്ത് പലവർണത്തിലുള്ള കാർപ്പെറ്റ് വിരിച്ചിരുന്നു. ദാരുവൃക്ഷത്തിന് വിറയൽ അനുഭവപ്പെട്ടു. എന്താണ് സംഭവിക്കാൻ പോകുന്നത്!

ഒരു ചെറുപ്പക്കാരി പരിചാരികമാരോടൊപ്പം വന്ന് വൃക്ഷത്തെ അലങ്കരിക്കാൻ തുടങ്ങി. ചില കൊമ്പിൽ വർണക്കടലാസുകൊണ്ടുണ്ടാക്കിയ ചെറിയ നെറ്റുകൾ തൂക്കി. അതിൽ കൽക്കണ്ടം നിറച്ചു. മറ്റു കമ്പുകളിൽ അണ്ടിയും ആപ്പിളും തൂക്കിയിട്ടു. പലവർണത്തിലുള്ള നൂറിൽപ്പരം മെഴുകുതിരികൾ വൃക്ഷക്കമ്പുകളിൽ നിരന്നു. ഭംഗിയുള്ള പാവകൾ തൂങ്ങിക്കിടന്ന് ഡാൻസ് ചെയ്തു. ഏറ്റവും മുകളിലായി ഒരു വലിയ സ്വർണനക്ഷത്രവും തൂക്കി.

"വൈകുന്നേരമായാൽ വെളിച്ചം കൊളുത്താം" അവൾ പറഞ്ഞു. "വെളിച്ചം കൊളുത്തിയാൽ എങ്ങനെയിരിക്കും?" ദാരുവൃക്ഷം ചിന്തിച്ചു. മറ്റുവൃക്ഷങ്ങൾ കാട്ടിൽനിന്ന് എന്നെ കാണാൻ വരുമോ? മീവൽപക്ഷികൾ പറന്നുവന്ന് ജനൽച്ചില്ലിലൂടെ നോക്കുമോ? തണുപ്പുകാലത്തും വേനൽക്കാലത്തും ഇങ്ങനെ അണിഞ്ഞുനിൽക്കാൻ പറ്റുമോ?

ചിന്തിച്ചുചിന്തിച്ച് ദാരുവൃക്ഷത്തിന് തൊലി നോവാൻ തുടങ്ങി.

മെഴുകുതിരികൾ കത്തിയപ്പോൾ എന്തുപ്രകാശം? മരത്തിന്റെ ചില്ലകൾ വിറപൂണ്ടു. ഒരു ചില്ലയിൽ തീ പടർന്നു. ചെറുപ്പക്കാരി ഉടനെ അത് കെടുത്തി. പിന്നീട് ദാരുവൃക്ഷം വിറകൊണ്ടില്ല. പ്രശസ്തിക്കും പ്രകാശത്തിനും ഇടയിൽ ഗാംഭീര്യത്തിന് മങ്ങലേറ്റാലോ? പൊടുന്നനെ ഒരുകൂട്ടം കുട്ടികൾ വാതിൽ തള്ളിത്തുറന്ന്, തുള്ളിച്ചാടി ബഹളംവെച്ച്, അകത്തേക്കൊഴുകി. മുതിർന്നവർ ശാന്തമായാണ് വന്നത്. കുറച്ചുനേരത്തെ നിശ്ശബ്ദതയ്ക്കുശേഷം കുട്ടികളുടെ ശബ്ദം വീണ്ടും ഉയർന്ന് മുറിയിൽ പ്രതിധ്വനിച്ചു. അവർ മരത്തിനുചുറ്റും ഡാൻസ് ചെയ്തു. ഓരോന്നും വലിച്ചു താഴെ വീഴ്ത്തി.

'എന്താണവർ ചെയ്യുന്നത്? എന്താണിപ്പോൾ സംഭവിക്കുന്നത്?' ദാരുമരം ചിന്തിച്ചു. ചില്ലയിലെ മെഴുകുതിരികൾ താഴെവീണു കെട്ടു. കുട്ടികൾ മരത്തിൽ പാഞ്ഞുകയറിയപ്പോൾ ചില്ലകൾ അടർന്നു. മേൽഭാഗം പിടിച്ചുകെട്ടിയിരുന്നില്ലെങ്കിൽ മരം മറിഞ്ഞുവീണേനെ. കുട്ടികൾ കളിസാമാനങ്ങൾ എടുത്തു കളിക്കുകയും നൃത്തം വയ്ക്കുകയും ചെയ്തു. ആരും ദാരുമരത്തെ ശ്രദ്ധിച്ചില്ല. ഒരു വൃദ്ധസ്ത്രീമാത്രം ആപ്പിളോ മറ്റു ഫലങ്ങളോ ബാക്കിയുണ്ടോ എന്നറിയാൻ എത്തിനോക്കി.

'ഒരു കഥ, ഒരു കഥ' കുട്ടികൾ ഉറക്കെ പറഞ്ഞുകൊണ്ട് ഉയരംകുറഞ്ഞ ഒരു മനുഷ്യനെ വൃക്ഷത്തിന്റെ അടുത്തേക്ക് തള്ളിക്കൊണ്ടുവന്നു. അയാൾ അവിടെ ഇരുന്നശേഷം പറഞ്ഞു: "പച്ചിലകളുടെ തണലിൽ ഇരിക്കുന്നത് ഒരു സുഖംതന്നെ. കൂടാതെ മരത്തിന് ഞാൻ പറയുന്ന കഥ കേൾക്കുകയും ചെയ്യാമല്ലോ. ഒരു കഥ മാത്രമേ പറയൂ. ഏതു കഥയാണ് വേണ്ടത്?"

കുട്ടികൾ പല കഥകളുടെ പേരും പറഞ്ഞ് ബഹളമുണ്ടാക്കി. ദാരുവൃക്ഷം നിശ്ശബ്ദതയോടെ നോക്കി നിന്നതേയുള്ളൂ. ഒടുവിൽ 'ഹംപ്റ്റി, ഡംപ്റ്റി' കഥമതിയെന്ന് തീരുമാനിച്ചു.

കുറിയ മനുഷ്യൻ കോണിപ്പടിയിൽനിന്ന് താഴോട്ടു വീണ ഹംപ്റ്റി ഡംപ്റ്റിയുടെ കഥ പറഞ്ഞു. താഴോട്ടു വീണിട്ടും ഹംപ്റ്റി ഡംപ്റ്റി രാജകുമാരിയെ നേടിയെടുത്ത് സിംഹാസനത്തിൽ ഉപവിഷ്ടനായി. കഥകേട്ട് കുട്ടികൾ കൈയടിച്ചു.

കാട്ടിലെ പക്ഷികൾ ഇത്തരം കഥകളൊന്നും പറഞ്ഞില്ലല്ലോ എന്നോർത്ത് ദാരുമരം ചിന്തയിൽ മുഴുകി. കഥ യാഥാർത്ഥ്യമാണെന്നാണ് മരം കരുതിയത്. 'ഒരുപക്ഷേ ഞാനും ഇതുപോലെ താഴോട്ടുവീണ് ഒരു രാജകുമാരിയെ നേടിയാലോ?' മരം ആശിച്ചു.

രാത്രി മുഴുവനും അടുത്തദിവസത്തെ കാര്യങ്ങളെക്കുറിച്ചാണ് മരം ആലോചിച്ചത്. മെഴുകുതിരികളും കളിസാമാനങ്ങളും സ്വർണവും പഴവുമൊക്കെ അണിയിക്കുമ്പോൾ വിറകൊള്ളരുത്. അന്തസോടെ അപ്പോൾ ആഹ്ലാദിക്കണം. ഹംപ്റ്റി ഡംപ്റ്റി കഥ വീണ്ടും കേൾക്കണം.

രാവിലെ സ്ത്രീകൾ കടന്നുവന്നു. പുതിയദിവസം മരം വിചാരിച്ചു. പക്ഷേ, സ്ത്രീകൾ അവനെ വലിച്ചിഴച്ച് മുകളിലേക്കുകൊണ്ടുപോയി ഇരുണ്ട ഒരു മൂലയ്ക്കിട്ടു.

'ഇതിന്റെ അർഥം എന്താണ്? ഞാൻ എന്താണിവിടെ ചെയ്യേണ്ടത്? എന്താണ് കേൾക്കേണ്ടത്?' മരം ചുമരിൽ ചാരി ആലോചിച്ചു. ദിവസങ്ങൾ കഴിഞ്ഞിട്ടും ആരും അവിടേക്ക് എത്തിനോക്കിയില്ല. ഒരിക്കൽ ഒരാൾ കുറെ പഴയപെട്ടികൾ കൊണ്ടുവന്ന് മൂലയിൽ കൂട്ടിയിട്ടു. അതോടുകൂടി മരം കാഴ്ചയിൽ നിന്നു മറഞ്ഞു.

'ഇപ്പോൾ തണുപ്പുകാലമാണ്. എന്നെ നടാത്തത് അതുകൊണ്ടാണ്. വസന്തംകാലംവരെ ഇവിടെ കഴിയേണ്ടിവരും. എന്തൊരു ഇരുട്ടും ഏകാന്തതയുമാണ്. കാട്ടിൽ എന്തു സുഖമായിരുന്നു? മഞ്ഞു മൂടിയനിലം, എന്റെ തലയിലേക്ക് എടുത്തുചാടുന്ന മുയൽ. അതൊക്കെ ഇതിനേക്കാൾ എത്രഭേദം?' മരം ആലോചിച്ചു.

"സ്ക്വീൽ, സ്ക്വീൽ" ഒരു ചെറിയ എലി അവിടെ പ്രത്യക്ഷപ്പെട്ടു. പിന്നാലെ മറ്റൊന്നും. അവ വൃക്ഷം മണത്തുനോക്കി അതിന്റെ ശാഖകളിൽ കയറിയിറങ്ങി.

"ഇവിടെ എന്തു തണുപ്പ്! അല്ലെങ്കിൽ ഇവിടെ നല്ല സുഖമാണ്: അല്ലേ, വയസൻ ദാരുവൃക്ഷമേ?"

"എനിക്ക് അത്ര വയസൊന്നുമില്ല."

"ഇവിടെ എങ്ങനെയാണ് എത്തിയത്?" എലി ചോദിച്ചു. എന്നിട്ടു പറഞ്ഞു: "ഭൂമിയിലെ ഏറ്റവും സുന്ദരമായ സ്ഥലം ഏതാണെന്ന് അറിയാമോ" അത് സ്റ്റോർ മുറിയാണ്. "ചീസും ഇറച്ചിയും സുലഭം. മെഴുകുതിരിക്കുമീതെ ഡാൻസ് ചെയ്യാം. അകത്തുകടക്കുമ്പോൾ മെലിഞ്ഞവൻ, പുറത്തുകടക്കുമ്പോൾ തടിയനായി മാറും."

"അതിനെപ്പറ്റിയൊന്നും എനിക്കറിയില്ല" മരം പറഞ്ഞു. "എനിക്ക് കാടിനെക്കുറിച്ചേ അറിയൂ. അവിടെ സൂര്യപ്രകാശമുണ്ട്. പക്ഷികളുടെ പാട്ടുണ്ട്." തന്റെ ബാല്യകാലത്തെക്കുറിച്ച് വൃക്ഷം സംസാരിച്ചപ്പോൾ എലി പറഞ്ഞു:

"നീ എന്തൊക്കെ കണ്ടു കഴിഞ്ഞു. നിനക്ക് എന്തു സുഖമായിരുന്നു!"

"അതെ, സുഖമൊക്കെ ആയിരുന്നു" മരം പറഞ്ഞു. ക്രിസ്മസിന് കേക്കും മെഴുകുതിരികളുംകൊണ്ട് അലങ്കരിച്ച കാര്യവും അവൻ പറഞ്ഞു.

"ഈ തണുപ്പു കാലത്താണ് ഞാൻ കാട്ടിൽനിന്ന് ഇവിടെ എത്തിയത്. എനിക്ക് പ്രായം വളരെ കുറവാണ്."

"നിനക്ക് നന്നായി സംസാരിക്കാനറിയാം" എലി പറഞ്ഞു. പിറ്റേന്ന് എലി വന്നപ്പോൾ നാലു കുഞ്ഞെലികൾകൂടി ഒപ്പം ഉണ്ടായിരുന്നു. അവർക്കും ദാരുവൃക്ഷത്തിന്റെ കഥകേൾക്കണം. കൂടുതൽ സംസാരിക്കുന്തോറും ബാല്യകാല സംഭവങ്ങൾ കൂടുതൽ വ്യക്തമായി മനസിൽ വന്നു.

"അവ സന്തുഷ്ട ദിനങ്ങളായിരുന്നു. അവ വീണ്ടും വന്നണയും. ഹംപ്റ്റി ഡംപ്റ്റി താഴെ വീണിട്ടും രാജകുമാരിയെ സ്വന്തമാക്കും." ദാരുവൃക്ഷം പറഞ്ഞു. അപ്പോൾ കാട്ടിലെ സുന്ദരിയായ ബിർച്ച് മരം മനസിൽത്തെളിഞ്ഞു.

"ആരാണ് ഹംപ്റ്റി ഡംപ്റ്റി?" ഒരു കുഞ്ഞെലി ചോദിച്ചു.

"ജീവിതത്തിലെ ഒരു ധന്യമുഹൂർത്തത്തിൽ ഞാൻ കേട്ട കഥയാണത്" മരം പറഞ്ഞു.

"സ്റ്റോർറൂം കഥകളൊന്നും അറിയില്ലേ?"

"ഇല്ല."

എലികൾ അവയുടെ വഴിക്കുപോയി. കുഞ്ഞെലികളൊന്നും പിന്നെ വന്നതുമില്ല.

അവർ ചുറ്റും ഇരുന്ന് ശ്രദ്ധിച്ചുകഥകേൾക്കുന്നത് മരം ഓർത്തു. ഇപ്പോൾ അതും കഴിഞ്ഞ സംഭവമായി. ഇവിടുന്നു പോയാലും അതൊക്കെ ഓർക്കുന്നത് സന്തോഷകരമായിരിക്കുമെന്ന് മരത്തിനുതോന്നി.

ഒരുദിവസം ദാരുവൃക്ഷം കിടന്നമൂലയിൽ ആളുകളെത്തി. അവർ പെട്ടികൾ എടുത്തുകൊണ്ടുപോയി. പിന്നെ മരത്തെ പിടിച്ചുവലിച്ചു. ഒരു പണിക്കാരൻ അവനെ പൊക്കിയെടുത്ത് താഴോട്ടുകൊണ്ടുപോയി. അപ്പോൾ വീണ്ടും വെളിച്ചമുള്ള സ്ഥലത്തെത്തി.

'ജീവിതം വീണ്ടും ആരംഭിക്കുകയാണ്' മരം വിചാരിച്ചു. ശുദ്ധവായുവും ചൂടുള്ള സൂര്യപ്രകാശവും ചുറ്റും കാഴ്ചകളുമുള്ളതുകൊണ്ട് തന്റെ രൂപം മരം നോക്കിയില്ല. പുറത്തെ തോട്ടത്തിൽ പുതിയ പൂക്കൾ വിരിഞ്ഞുനിന്നു. റോസ് സുഗന്ധം പരത്തി. പൂത്തുനിൽക്കുന്ന ചെറുനാരകത്തിനുചുറ്റും മീവൽ പക്ഷികൾ ശബ്ദിച്ചുകൊണ്ട് പറന്നുകളിച്ചു. അവ ദാരുമരത്തെ ശ്രദ്ധിച്ചില്ല.

ജീവിക്കാനുള്ള പ്രതീക്ഷയോടെ മരം തന്റെ കമ്പുകൾ വിടർത്തി. കഷ്ടം! അവ ഉണങ്ങി മഞ്ഞനിറം കലർന്നിരുന്നു. അവൻ കിടക്കുന്നത് ചവറുകളുടെ കൂമ്പാരത്തിലാണ്. അവന്റെ തലയിൽ ഉറപ്പിച്ചിരുന്ന സ്വർണനക്ഷത്രംമാത്രം സൂര്യപ്രകാശമേറ്റ് തിളങ്ങി. ഏതാനും കുട്ടികൾ അവിടെ കളിക്കുന്നുണ്ടായിരുന്നു. ക്രിസ്മസ് സമയത്ത് ചുറ്റുംനിന്നു കളിച്ചവർ. ഒരു കുട്ടി നക്ഷത്രംകണ്ട് അത് കീറിയെടുക്കാൻ ഓടി.

"വൃത്തികെട്ട ക്രിസ്മസ് മരത്തിൽ ഇപ്പോഴും കെട്ടിയിട്ടതു കണ്ടില്ലേ?" അവൻ മരത്തിന്റെ വലിയ കമ്പുകൾ ചവിട്ടിയൊടിച്ചു.

തോട്ടത്തിൽ വിരിഞ്ഞുനിൽക്കുന്ന പുതിയ പൂക്കളേയും തന്നെയും ദാരുവൃക്ഷം മാറിമാറി നോക്കി. ഇരുണ്ട മൂലയിൽക്കിടന്നു വാടുന്നതാണ് ഇതിലും ഭേദമെന്ന് അപ്പോൾ തോന്നി. കാട്ടിലെ സന്തോഷകരമായ ജീവിതവും ക്രിസ്മസ് ദിനത്തിലെ ആഹ്ലാദവും ഹംപ്റ്റി ഡംപ്റ്റിയുടെ കഥ ശ്രദ്ധിച്ചു കേൾക്കുന്ന കുഞ്ഞെലിയും എല്ലാം ഓർമയിൽ മിന്നിമറിഞ്ഞു.

"കഴിഞ്ഞകാലം എത്ര മനോഹരം?" ദാരുവൃക്ഷം പറഞ്ഞു.

അവസാനം വേലക്കാരൻവന്ന് മരം വെട്ടിക്കീറി കൂട്ടിയിട്ട് തീയിട്ടു. കത്തുമ്പോൾ മരം പൊട്ടിക്കരഞ്ഞു. കുട്ടികൾ ഓടിവന്ന് തീക്കുചുറ്റും തുള്ളിക്കളിച്ചു. ഒടുവിൽ നിലവിളിച്ചുകൊണ്ട് ദാരുവൃക്ഷം വെണ്ണീറായി മാറി.

കുട്ടികൾ വീണ്ടും കളി തുടർന്നു. ക്രിസ്മസ്ദിനത്തിൽ വൃക്ഷം തലയിലണിഞ്ഞ നക്ഷത്രം, ഒരു കൊച്ചുകുട്ടിയുടെ മാറിടത്തിൽക്കിടന്നു തിളങ്ങുന്നുണ്ടായിരുന്നു. അങ്ങനെ എല്ലാം ഓർമയായി മാറി. ഏതു കഥയും ഒരിക്കൽ അവസാനിക്കണമല്ലോ.

12

കൊച്ചു വിൽപ്പനക്കാരി

നല്ല തണുപ്പുള്ള ഒരു സായാഹ്നമായിരുന്നു അത്. പോയവർഷത്തിലെ അവസാനദിവസത്തിലെ സായാഹ്നം. ശക്തിയായി മഞ്ഞുപെയ്യുന്നുണ്ടായിരുന്നു. ഇരുട്ടുപരക്കാൻ തുടങ്ങി. പാവപ്പെട്ട ഒരു കൊച്ചുപെൺകുട്ടിമാത്രം ആ തണുപ്പിലും ഇരുട്ടിലും നിരത്തിലൂടെ അലഞ്ഞു നടക്കുന്നുണ്ട്. അവളുടെ തലയും പാദങ്ങളും നഗ്നമാണ്.

വീട്ടിൽനിന്നു പുറപ്പെടുമ്പോൾ അവളുടെ കാലിൽ ചെരിപ്പുണ്ടായിരുന്നു. അത് അവളുടെ അമ്മയുടേതായിരുന്നു. അത് ഒട്ടും അവൾക്ക് പാകമായിരുന്നില്ല. റോഡിലൂടെ ഓടിയപ്പോൾ എങ്ങനെയോ ഒരു ചെരിപ്പ് നഷ്ടപ്പെട്ടു. മറ്റേത് ഏതോ ഒരു പയ്യൻ എടുത്ത് ഓടിക്കളയുകയും ചെയ്തു.

നടന്നുനടന്ന് പെൺകുട്ടിയുടെ കാലടികൾ ചുവന്നു നീലിച്ചു. അവളുടെ കൈവശം കുറെ തീപ്പെട്ടികളാണ് ഉണ്ടായിരുന്നത്. അത് ആരും വാങ്ങിയിരുന്നില്ല. ഒരുപെനിയും ആരും കൊടുത്തതുമില്ല. വിശപ്പുകൊണ്ടും തണുപ്പുകൊണ്ടും ആ പാവംകുട്ടി വല്ലാതെ വിഷമിച്ചു.

അവളുടെ തലയിലും ചുമലിലും മഞ്ഞുപാളികൾ വീഴുന്നുണ്ടായിരുന്നു. പക്ഷേ, തണുപ്പിലും അതൊന്നും അവൾ കാര്യമാക്കിയില്ല. സമീപത്തെ വീടുകളിൽനിന്ന് ജനലിലൂടെ വെളിച്ചം പുറത്തേക്കൊഴുകി. അവിടെനിന്ന് താറാവിറച്ചി പൊരിക്കുന്ന മണം പൊങ്ങുന്നുണ്ടായിരുന്നു. എല്ലാവരും പുതുവർഷത്തെ എതിരേൽക്കാനുള്ള തയാറെടുപ്പിലാണ്.

ഒരുവീടിന്റെ മൂലയിൽ അവൾ ഇരുന്നു. തണുപ്പിൽനിന്നും രക്ഷനേടാൻ കാലുകൾ കൂട്ടിവെച്ച് കുനിഞ്ഞിരുന്നു. ഒറ്റതീപ്പെട്ടിയും വിറ്റിട്ടില്ല. അതുകൊണ്ട് വീട്ടിലേക്കുപോകാൻ ധൈര്യമില്ല. അച്ഛൻ അടിക്കും. വീട്ടിലെത്തിയാലും തണുപ്പിൽനിന്ന് രക്ഷയില്ല. മഞ്ഞും കാറ്റും അകത്തുകടക്കുന്ന ഒരു പൊളിഞ്ഞ ചായ്പ്പാണത്.

അവളുടെ കൈകൾ തണുപ്പുകൊണ്ട് മരവിച്ചിരുന്നു. അവൾ ഒരു തീപ്പെട്ടിക്കൊള്ളി വലിച്ചെടുത്ത് ചുമരിൽ ശക്തിയിൽ ഉരസി. ഹായ്! പ്രകാശിക്കുന്ന തീനാളം. അവൾ കൈ അതിനു മീതെ കാണിച്ച് ചൂടു പിടിപ്പിച്ചു. അലങ്കരിച്ചമുറിയിൽ കത്തുന്ന അടുപ്പിനരികിൽ ഇരിക്കുന്നതുപോലെ അവൾക്കുതോന്നി. പെട്ടെന്ന് തീനാളം കെട്ടടങ്ങി. ആശ്വസിക്കാനൊന്നുമില്ലാതെ കത്തിയ തീപ്പെട്ടിക്കൊള്ളി കൈയിൽപ്പിടിച്ച്, അവൾ തണുപ്പിൽ കുത്തിയിരുന്നു.

രണ്ടാമത്തെ കൊള്ളിയും അവൾ കത്തിച്ചു. ആ വെളിച്ചം ചുമരിൽ പതിച്ചപ്പോൾ അകത്തേക്ക് കാണുന്നതുപോലെ ഒരു തോന്നൽ. തീൻമേശയിൽ തുണിവിരിച്ചിരുന്നു. വിഭവങ്ങൾ നിരന്നു കഴിഞ്ഞു. പൊരിച്ചതാറാവ്. അതിൽനിന്ന് ആവിപറക്കുന്നുണ്ട്. മീതെ കത്തിയും മുള്ളും. പഴങ്ങൾ. പ്ലേറ്റിലെ താറാവിറച്ചി തന്റെയടുത്തേക്ക് ചാടിയിറങ്ങിവരുന്നതുപോലെ പാവം കുട്ടിക്കുതോന്നി. പക്ഷേ, തീപ്പെട്ടിക്കൊള്ളി അണഞ്ഞപ്പോൾ മുമ്പിൽ വീടിന്റെ കനത്ത ചുമർമാത്രം!

അവൾ മൂന്നാമതും തീപ്പെട്ടിക്കൊള്ളി കത്തിച്ചു. ആ വെളിച്ചത്തിൽ താൻ മനോഹരമായ ഒരു ക്രിസ്മസ് ട്രീയുടെ ചുവട്ടിൽ ഇരിക്കുന്നതായി അവൾക്കുതോന്നി. കഴിഞ്ഞ ക്രിസ്മസ് രാത്രിയിൽ ധനികനായ കച്ചവടക്കാരന്റെ വീട്ടിൽ കണ്ടതിനെക്കാൾ സുന്ദരമായ കാഴ്ച. അവിടെ നിരവധി മെഴുകുതിരികൾ പ്രകാശിച്ചുകൊണ്ടിരുന്നു. ചായം പൂശിയ പാവകൾ താഴോട്ട് ഉറ്റുനോക്കുകയാണ്. പെൺകുട്ടി അവയുടെ നേർക്ക് കൈനീട്ടി. പെട്ടെന്ന് അവളുടെ തീപ്പെട്ടിക്കൊള്ളി വെളിച്ചം അണഞ്ഞു. ഉടനെ മെഴുകുതിരികൾ ജ്വലിച്ചുകൊണ്ട് മേലോട്ട് ഉയരുകയാണ്. അവ നക്ഷത്രങ്ങളെപ്പോലെ തിളങ്ങി. പെട്ടെന്ന് അവയിലൊന്ന് അതാ താഴോട്ടുപതിക്കുന്നു. അതിന്റെ പ്രകാശം ഒരു വാലുപോലെ നീണ്ടുകിടന്നു.

'ആരോ മരിക്കുകയാണ്' അവൾ സ്വയം പറഞ്ഞു. അവളുടെ പ്രിയപ്പെട്ട അമ്മൂമ്മയാണ് അക്കാര്യം അവളോടു പറഞ്ഞത്. പാവം അമ്മൂമ്മ! അവർ ഇപ്പോഴില്ല. ഒരു നക്ഷത്രം താഴോട്ടു പതിക്കുമ്പോൾ, ഒരു ആത്മാവ് ഭൂമിയിൽനിന്ന് ദൈവത്തിലേക്ക് തിരിച്ചുപോവുകയാണ്! അവൾ ഒരു തീപ്പെട്ടിക്കൊള്ളികൂടി കത്തിച്ചു. അത്ഭുതം! ആ വെളിച്ചത്തിൽ അവളുടെ എല്ലാമായിരുന്ന അമ്മൂമ്മയതാ, മുമ്പിൽ പ്രത്യക്ഷപ്പെടുന്നു. എപ്പോഴും ദയയും സ്നേഹവുമുണ്ടായിരുന്ന അമ്മൂമ്മ പ്രകാശം ചൊരിഞ്ഞു സന്തുഷ്ടയായി കാണപ്പെട്ടു.

"അമ്മൂമ്മേ" അവൾ വിളിച്ചു. "എന്നെയും കൂടെ കൊണ്ടുപോകണേ. ഈ വെളിച്ചം പോകുന്നതോടുകൂടി അമ്മൂമ്മയും പോകുമെന്ന് എനിക്കറിയാം. അടുപ്പിലെ തീയും പുതുവത്സരത്തിലെ ഗംഭീരസദ്യയും മനോഹരമായ ക്രിസ്മസ് ട്രീയും മറഞ്ഞതുപോലെ അമ്മൂമ്മയും മറഞ്ഞുപോകും.'' അവൾ ധൃതിയിൽ ബാക്കിയുള്ള തീപ്പെട്ടിക്കൊള്ളികൾ ഒന്നിച്ചു കത്തിച്ചു. അപ്പോൾ ഉച്ചവെയിൽപോലെ പ്രകാശം പരന്നു. അമ്മൂമ്മയ്ക്ക് എന്ത് ഉയരം, എന്തു ഗാംഭീര്യം? ഇത്രയും സൗമ്യതയും സൗന്ദ

ര്യവും അവൾ മുമ്പ് കണ്ടിട്ടില്ല. അമ്മൂമ്മ കൊച്ചുപെൺകുട്ടിയെ വാരിയെടുത്തു. അവർ മേലോട്ട് ഉയരുകയാണ്. തണുപ്പും വിശപ്പും വേദനയുമില്ലാത്ത സ്വർഗലോകത്തിലേക്ക്.

നേരം പുലർന്നപ്പോൾ ഭിത്തിയോടു ചേർന്നമൂലയിൽ, പോയ വർഷത്തിലെ അവസാനരാത്രിയിലെ തണുപ്പേറ്റ് ആപെൺകുട്ടി മരിച്ചുകിടക്കുന്നതാണ് കണ്ടത്. അവളുടെ മുഖം തുടുത്തിരുന്നു. ചുണ്ടിൽ മന്ദസ്മിതം തങ്ങിനിന്നു. പുതുവർഷത്തിലെ സൂര്യപ്രകാശം നിർജീവമായ അവളുടെ ദേഹത്തു പതിച്ചു. അവളുടെ മടിയിൽ കത്തിക്കരിഞ്ഞ തീപ്പെട്ടിക്കൊള്ളികൾ കാണാമായിരുന്നു.

ആ കാഴ്ചകണ്ട് ആളുകൾ പറഞ്ഞു: “പാവം, കുട്ടി. അവൾ ദേഹം ചൂടാക്കാൻ ശ്രമിക്കുകയായിരുന്നു.” എന്നാൽ അവൾ കണ്ട കാഴ്ചകൾ എന്താണെന്ന് അവർക്കറിഞ്ഞുകൂടാ. അവൾ അമ്മൂമ്മയോടൊപ്പം ഗംഭീരമായി പുതുവത്സരം ആഘോഷിക്കുകയാണെന്ന കാര്യവും അവർക്കറിയില്ലായിരുന്നു.

13

തീക്കുടുക്ക

ഒരു പട്ടാളക്കാരൻ റോഡിലൂടെ മാർച്ച് ചെയ്തു വരികയായിരുന്നു. ലെഫ്റ്റ് റൈറ്റ്, ലെഫ്റ്റ് റൈറ്റ്. അയാൾ യുദ്ധം കഴിഞ്ഞ് വീട്ടിലേക്കുള്ള വരവാണ്. പുറത്തൊരു സഞ്ചിയും അരയിലൊരു വാളുമുണ്ട്. വഴിയിൽ അയാളൊരു മന്ത്രവാദിനിയെ കണ്ടുമുട്ടി. കണ്ടാലൊരു ഭീകരസത്വം. അതിന്റെ കീഴ്ചുണ്ട് കഴുത്തുവരെ തൂങ്ങിക്കിടന്നിരുന്നു.

മന്ത്രവാദിനി പട്ടാളക്കാരനോടു പറഞ്ഞു:

"കണ്ടാൽ നിങ്ങളൊരു യോഗ്യൻ തന്നെ. തിളങ്ങുന്ന വാളും വലിയസഞ്ചിയും. വിചാരിക്കുന്നത്ര പണം സമ്പാദിക്കുവാൻ നിങ്ങൾക്ക് ഞാനൊരു വഴി പറഞ്ഞുതരട്ടെ."

പട്ടാളക്കാരൻ നന്ദിപറഞ്ഞു.

"ആ വലിയ മരം കണ്ടോ?" മന്ത്രവാദിനി വഴിയിലൊരു വലിയമരം ചൂണ്ടി പറഞ്ഞു. "അതിന്റെ ഉള്ള് പൊള്ളയാണ്. മരത്തിൽ കയറിയാൽ അതിന്റെ ഉള്ളിലോട്ടു നുഴഞ്ഞുകടക്കാൻ ഒരു ദ്വാരമുണ്ട്. നീ അതിനുള്ളിൽ കടക്കണം. ഞാൻ നിന്റെ അരയിലൊരു കയറുകെട്ടാം. നിനക്ക് ആവശ്യമുള്ളപ്പോൾ ഞാൻ വലിച്ചു പൊക്കാം."

"ഞാൻ അതിനുള്ളിൽ എന്താണ് ചെയ്യേണ്ടത്?" പട്ടാളക്കാരൻ ചോദിച്ചു.

"എന്താണ് ചെയ്യേണ്ടതെന്നോ? ധാരാളം പണവുമായി തിരിച്ചുവരണം" മന്ത്രവാദിനി തുടർന്നു: "അതിനുള്ളിൽക്കടന്നാൽ വലിയൊരു ഇടനാഴിക കാണാം. അവിടെ നൂറു വിളക്കുകൾ ഒന്നിച്ചുകത്തുന്ന പ്രകാശമുണ്ട്. അപ്പോൾ മൂന്നുവാതിലുകൾ കണ്ണിൽപ്പെടും. താക്കോൽ പൂട്ടിൽത്തന്നെ കാണും. നീ വാതിൽ തുറക്കണം. ആദ്യത്തെ വാതിൽ തുറന്നാൽ അകത്ത് വലിയൊരു പെട്ടി കാണാം. അതിന്റെ മുകളിൽ വലിയ

കണ്ണുകളുള്ള ഒരു നായ ഇരിക്കുന്നുണ്ടാവും. പക്ഷേ, നീ പേടിക്കേണ്ട. ഞാൻ തരുന്ന നീല മേൽവസ്ത്രം നിലത്തു വിരിക്കണം. എന്നിട്ടു നായയെ പിടിച്ച് അതിൽവെക്കണം. അപ്പോൾ നിനക്ക് പെട്ടിതുറന്ന് ഇഷ്ടംപോലെ നാണയങ്ങൾ എടുക്കാം."

അവയൊക്കെ ചെമ്പുനാണയങ്ങളാണ്. വെള്ളിനാണയങ്ങളാണ് വേണ്ടതെങ്കിൽ അടുത്തമുറിയിൽ കടക്കണം. അവിടെയുള്ള പെട്ടിപ്പുറത്ത് കൂടുതൽ വലിയ കണ്ണുകളുള്ള നായയെ കാണാം. മേൽവസ്ത്രം വിരിച്ച് പഴയതുപോലെ ചെയ്യുക. വെള്ളിനാണയങ്ങൾ എത്രവേണമെങ്കിലും എടുക്കാം. മൂന്നാമത്തെ മുറിയിലെ പെട്ടിയിൽ സ്വർണനാണയങ്ങളാണ്. പെട്ടിപ്പുറത്തെ നായയ്ക്ക് ഏറ്റവും വലിയ കണ്ണുകളുണ്ടായിരിക്കും. ഭയപ്പെടേണ്ടതില്ല. മറ്റേ മുറികളിൽ ചെയ്തത് ആവർത്തിക്കുക. ഇഷ്ടംപോലെ സ്വർണനാണയങ്ങളുമായി പുറത്തു കടക്കാം.

ഈ പരിപാടി കൊള്ളാമല്ലോ എന്ന് പട്ടാളക്കാരന് തോന്നി. "കൊണ്ടുവരുന്ന പണത്തിൽ എത്ര നിങ്ങൾക്കു തരേണ്ടിവരും?" അയാൾ ചോദിച്ചു.

"ഒറ്റ പൈസയും വേണ്ട. എനിക്കുവേണ്ടി കൊണ്ടുവരേണ്ടത് ഒരു പഴയ തീക്കുടുക്കയാണ്. അത് എന്റെ മുത്തശ്ശി അവിടെ മറന്നുവെച്ചതാണ്."

പട്ടാളക്കാരന് മന്ത്രവാദിനി മേൽവസ്ത്രവും, അരയിൽ കെട്ടാനുള്ള കയറും കൊടുത്തു. അയാൾ മരത്തിൽ കയറി ദ്വാരത്തിലൂടെ ഇടനാഴിയിലേക്ക് പ്രവേശിച്ചു.

ആദ്യം ഒന്നാമത്തെ വാതിൽ തുറന്നു. നായ, അതാ അത്ഭുതത്തോടെ തുറിച്ചുനോക്കുന്നു. അയാൾ അമ്പരപ്പോടെ മേൽവസ്ത്രം വിരിച്ച് നായയെ അതിൽ പിടിച്ചുവെച്ചു. പെട്ടിതുറന്ന് ഇഷ്ടംപോലെ ചെമ്പുനാണയങ്ങൾ എടുത്തു പോക്കറ്റിൽ നിറച്ചു. പെട്ടിയടച്ച് നായയെ പൂർവസ്ഥാനത്തുവെച്ചശേഷം രണ്ടാമത്തെ വാതിൽ തുറന്നു.

"ഇങ്ങനെ തുറിച്ചു നോക്കല്ലേ. കണ്ണു തള്ളിപ്പോകും." അയാൾ നായയോടു പറഞ്ഞു. അയാൾ നായയെ മേൽവസ്ത്രത്തിൽ എടുത്തുവെച്ചു. പെട്ടിതുറന്ന് വെള്ളിനാണയങ്ങൾ കണ്ടപ്പോൾ ഉടനെ ചെമ്പുനാണയങ്ങൾ ഒഴിവാക്കി. പകരം പോക്കറ്റും സഞ്ചിയും വെള്ളി നാണയങ്ങൾകൊണ്ടു നിറച്ചു.

അതിനുശേഷം മൂന്നാമത്തെ വാതിൽ തുറന്നു. ചലിച്ചുകൊണ്ടിരിക്കുന്ന നായയുടെ ഭീമൻ കണ്ണുകൾ അയാളെ ഭയപ്പെടുത്തി. അയാൾ തൊപ്പി ഉയർത്തി നായയെ വണങ്ങി, നിശ്ചലമായി കുറച്ചുസമയം നോക്കിനിന്നു. പിന്നെ പെട്ടിമേൽനിന്ന് നായയെ എടുത്തുമാറ്റി. പെട്ടി തുറന്നപ്പോൾ കണ്ണു മഞ്ഞളിച്ചുപോയി. എത്രമാത്രം സ്വർണമാണ്! അതുകൊണ്ട് എന്തും വാങ്ങാം. ഉടൻതന്നെ വെള്ളിനാണയങ്ങൾ വലിച്ചെറിഞ്ഞ് അയാൾ സ്വർണം നിറയ്ക്കാൻ തുടങ്ങി. പോക്കറ്റിലും സഞ്ചിയിലും മാത്രമല്ല, ബൂട്ട്സിനുള്ളിലും തൊപ്പിയിലും എല്ലാം. ഉടനെ നായയെ പെട്ടിമേൽത്തന്നെ കയറ്റിവെച്ചു. മുറിപൂട്ടി അയാൾ പുറത്തിറങ്ങി.

"മുത്തിത്തള്ളേ, എന്നെ വലിച്ചുകയറ്റ്."

"തീക്കുടുക്ക കിട്ടിയോ?"

"അയ്യോ, തിരക്കിൽ ഞാനതു മറന്നു." പട്ടാളക്കാരൻ തിരിച്ചുപോയി തീക്കുടുക്ക എടുത്തുവന്നു. മന്ത്രവാദിനി അവനെ മരത്തിന്റെ പൊത്തിൽക്കൂടി വലിച്ചു കയറ്റി. സ്വർണത്തിന്റെ ഭാരവും പേറി അയാൾ റോഡിലെത്തി.

"ഈ തീക്കുടുക്കകൊണ്ട് എന്താണ് ചെയ്യാൻ പോകുന്നത്?" പട്ടാളക്കാരൻ ചോദിച്ചു.

"അതു നീയറിയേണ്ട. നിനക്ക് ഇഷ്ടംപോലെ ധനം കിട്ടിക്കഴിഞ്ഞു. തീക്കുടുക്ക ഇങ്ങുതാ."

"ഞാൻ ചോദിച്ചതിന് മറുപടി പറഞ്ഞില്ലെങ്കിൽ വാളെടുത്ത് തല ഞാൻ വെട്ടും."

"ഞാൻ പറയില്ല." മന്ത്രവാദിനി തറപ്പിച്ചു പറഞ്ഞു.

പട്ടാളക്കാരൻ വാളെടുത്തു വീശി. മന്ത്രവാദിനിയുടെ തലയറ്റുവീണു. അയാൾ മറ്റൊന്നും ചിന്തിക്കാതെ മേൽവസ്ത്രത്തിൽ സ്വർണം മുഴവൻ ഭാണ്ഡമാക്കി. ഭാണ്ഡം ചുമലിലും തീക്കുടുക്ക പോക്കറ്റിലുമിട്ട് അയാൾ നേരെ അടുത്ത പട്ടണത്തിലേക്കു നടന്നു.

അത് സുന്ദരമായ പട്ടണമായിരുന്നു. അയാൾ ആദ്യം കണ്ട ഹോട്ടലിൽ ഏറ്റവും നല്ല മുറിയെടുത്തു. അത്താഴത്തിന് ഏറ്റവും നല്ല വിഭവങ്ങൾക്ക് ഓർഡർ കൊടുത്തു. ചെലവാക്കാൻ സ്വർണം ഇഷ്ടംപോലെയുണ്ടല്ലോ.

അയാളുടെ ബൂട്ടുകൾ വൃത്തിയാക്കുമ്പോൾ വേലക്കാരന് സംശയം. ഇത്രയും വലിയ ധനികന് ഇത്രമോശം ബൂട്ടുകളോ? പിറ്റേന്നുതന്നെ പുതിയ ബൂട്ടുകളും ഉടുപ്പുകളും അയാൾ സംഘടിപ്പിച്ചു.

വലിയ ആളായിക്കഴിഞ്ഞ പട്ടാളക്കാരൻ, ഹോട്ടൽ ജീവനക്കാരിൽനിന്ന് പട്ടണത്തിലെ ഉല്ലാസകേന്ദ്രങ്ങളെപ്പറ്റി ചോദിച്ചറിഞ്ഞു. കൂടാതെ അവിടത്തെ രാജാവിനെപ്പറ്റിയും സുന്ദരിയായ രാജകുമാരിയെപ്പറ്റിയും മനസിലാക്കി.

"എനിക്ക് രാജകുമാരിയെ കണ്ടാൽകൊള്ളാമെന്നുണ്ട്." പട്ടാളക്കാരൻ പറഞ്ഞു.

"ആർക്കും അവളെ കാണാൻ സാധ്യമല്ല. ഒരു ചെമ്പുകൊട്ടാരത്തിലാണ് അവൾ താമസിക്കുന്നത്. ചുറ്റും വലിയ മതിലുകളും ഗോപുരങ്ങളുമാണ്. രാജാവിനു മാത്രമേ അവിടെ പ്രവേശനമുള്ളൂ. പിന്നെ അവൾ ഒരു സാധാരണ പട്ടാളക്കാരനെയാണ് വിവാഹം കഴിക്കുക എന്നൊരു പ്രവചനമുണ്ട്. അത് രാജാവിന് ഇഷ്ടമില്ല.

ഒരിക്കലെങ്കിലും അവളെ കാണണമെന്ന് പട്ടാളക്കാരന് കൊതിയായി.

പട്ടാളക്കാരന്റെ ജീവിതം തികച്ചും ആർഭാടപൂർണമായിരുന്നു. മിക്ക ദിവസവും നാടകശാലകളിൽ പോകും. രാജകീയ ഉദ്യാനങ്ങളിൽ സവാ

രിക്കുപോകും. ഉദാരമായ ദാനധർമങ്ങൾ നൽകും. മാന്യമായ വസ്ത്രധാരണം, ചുറ്റും നിരവധി സുഹൃത്തുക്കൾ. ഏറ്റവും വലിയ ധനവാൻ. ആനന്ദലബ്ധിക്ക് ഇനി എന്തുവേണം?

പണം വാരിക്കോരി ചെലവാക്കിയ അയാൾ കുറച്ചു കഴിഞ്ഞപ്പോൾ പാപ്പരായി. വരുമാനമൊന്നുമില്ല. വാടകകൂടിയ മുറിയൊഴിഞ്ഞ് മുകളിൽ സൗകര്യം കുറഞ്ഞ ഒരു മുറിയിലേക്ക് മാറേണ്ടി വന്നു. അപ്പോൾ ആരും തിരിഞ്ഞു നോക്കാതായി. അയാൾ തന്നെ സ്വന്തം ബൂട്ടുകൾ തുടയ്ക്കുകയും വസ്ത്രങ്ങൾ കഴുകുകയും ചെയ്തു.

സന്ധ്യകഴിഞ്ഞ് നല്ല ഇരുട്ടായി. മെഴുകുതിരി വാങ്ങാൻപോലും കൈയിൽ പൈസയില്ല. മന്ത്രവാദിനിയുടെ തീക്കുടുക്കയുടെ കാര്യം അപ്പോഴാണ് ഓർത്തത്. അതിൽ ഏതാനും കൊള്ളികളുണ്ടായിരുന്നു. അയാൾ ഒരു കൊള്ളിയെടുത്ത് ഉരസി. ഉടനെ ഉണ്ടക്കണ്ണുള്ള നായ വാതിൽ തള്ളിത്തുറന്ന് അകത്തുവന്നു ചോദിച്ചു:

"യജമാനനുവേണ്ടി ഈ അടിമ എന്താണ് ചെയ്യേണ്ടത്?"

ഇതൊരു മാന്ത്രിക തീക്കുടുക്കയാണല്ലോ എന്ന് പട്ടാളക്കാരൻ അത്ഭുതപ്പെട്ടു. അയാൾ പറഞ്ഞു:

"എനിക്ക് ഉടനെ കുറെ പണം വേണം." പൊടുന്നനെ നായ അപ്രത്യക്ഷമായി. അരമിനിട്ടിനുള്ളിൽ വായിൽ ഒരു പണസഞ്ചിയുമായി നായ മുമ്പിലെത്തി.

തീക്കുടുക്കയുടെ മാഹാത്മ്യം അപ്പോഴാണ് അയാൾക്ക് ബോധ്യപ്പെട്ടത്. അതിലെ കല്ലിൽ ഒരു പ്രാവശ്യം ഉരസിയാൽ ചെമ്പുനാണയങ്ങൾ നിറച്ചപെട്ടിയുടെ മുകളിലെ നായ പ്രത്യക്ഷപ്പെടും. രണ്ടുപ്രാവശ്യം ഉരസിയാൽ എത്തുന്നത് വെള്ളിനാണയങ്ങളുള്ള പെട്ടിക്കു മുകളിലെ നായയാണ്. മൂന്നുപ്രാവശ്യം ഉരസിയാലോ? സ്വർണനാണയങ്ങളുള്ള പെട്ടിക്കുമുകളിലെ ഭീകരൻനായ പ്രത്യക്ഷപ്പെടും.

പട്ടാളക്കാരൻ താമസിയാതെ സുഖസൗകര്യങ്ങളുള്ള ആദ്യത്തെ മുറിയിലേക്കു തന്നെ മാറി. മുന്തിയ വസ്ത്രങ്ങൾ വാങ്ങി ധരിച്ചു. മുമ്പ് ലോഹ്യംകൂടിയ സ്നേഹിതന്മാർ വീണ്ടും അടുത്തുകൂടി.

ഒരുദിവസം അയാൾ ചിന്തിക്കാൻ തുടങ്ങി 'രാജകുമാരിയെ ആരേയും കാണാൻ അനുവദിക്കാത്തത് എന്തു മണ്ടത്തരമാണ്! അവൾ അതിസുന്ദരിയാണെന്നു കേൾക്കുന്നു. ഒരു ചെമ്പുകൊട്ടാരത്തിൽ അവളെ തടവിലാക്കുന്നത് ശരിയാണോ? എന്തായാലും എനിക്കവളെയൊന്നു കണ്ടേ പറ്റൂ.' അയാൾ തീക്കുടുക്ക കൈയിലെടുത്ത് അതിലെ കല്ലിൽ ഉരസി. ഉണ്ടക്കണ്ണുകളുള്ള നായ പ്രത്യക്ഷപ്പെട്ടു.

"ഒരു മിനിട്ടു നേരത്തേക്ക് എനിക്ക് രാജകുമാരിയെ കണ്ടേ പറ്റൂ." അയാൾ പറഞ്ഞു.

നായ ഉടനെ അപ്രത്യക്ഷമായി. എന്തുചെയ്യണമെന്ന് ആലോചിക്കാൻ സമയം കിട്ടുന്നതിനുമുമ്പേ, ഉറങ്ങുന്ന രാജകുമാരിയെ പുറത്തു കയറ്റി നായ തിരിച്ചെത്തി. എന്തു സൗന്ദര്യം! ശരിക്കുള്ള രാജകുമാരി തന്നെ. പട്ടാളക്കാരൻ അവളുടെ കൈയിൽ ചുംബിച്ചു.

ഉടൻതന്നെ നായ രാജകുമാരിയേയുംകൊണ്ട് തിരിച്ചുപോയി. പിറ്റേന്ന് രാജാവിനോടും രാജ്ഞിയോടുംകൂടി പ്രഭാതഭക്ഷണം കഴിക്കുമ്പോൾ, താനൊരു വിചിത്രസ്വപ്നം കണ്ടതായി രാജകുമാരി പറഞ്ഞു. അവളൊരു വലിയ നായയുടെ പുറത്ത് സവാരി ചെയ്യുന്നതായും, ഒരു ഭടൻ അപ്പോൾ കുനിഞ്ഞ് അവളുടെ കൈയിൽ ചുംബിക്കുന്നതായും.

"തികച്ചും വിചിത്രമായ സ്വപ്നം തന്നെ" രാജ്ഞി പറഞ്ഞു. അന്നു രാത്രി പ്രായമുള്ള ഒരു പരിചാരികയെ അവളുടെ കട്ടിലിനടുത്ത് കാവലിരുത്തി.

പട്ടാളക്കാരൻ അന്നും രാത്രിയിൽ രാജകുമാരിയെ കൊണ്ടുവരാൻ നായയോടു പറഞ്ഞു. നായ രാജകുമാരിയേയുംകൊണ്ട് അതിവേഗം ഓടി; കാവലിരിക്കുന്ന സ്ത്രീ പിന്നാലെയും. നായ വലിയൊരു കെട്ടിടത്തിലേക്ക് കയറിപ്പോകുന്നത് സ്ത്രീ കണ്ടു. അവൾ ബുദ്ധിപൂർവം ഒരുകാര്യം ചെയ്തു. ഒരു ചോക്കുകൊണ്ട് വാതിലിൽ ഒരു കുരിശടയാളമിട്ടു. നായ തിരിച്ചുപോകുമ്പോൾ അത് ശ്രദ്ധയിൽപ്പെട്ടു. നായ ഒരു ചോക്കെടുത്ത് പട്ടണത്തിലെ എല്ലാ വാതിലുകളിലും അതുപോലെ അടയാളമിട്ടു.

പിറ്റേന്ന് രാജാവും രാജ്ഞിയും പരിവാരങ്ങളും കാവൽക്കാരിയുടെ കൂടെ രാജകുമാരി എവിടെയാണ് പോയതെന്ന് അറിയാനെത്തി. രാജാവ് ഒരു വാതിലിൽ കുരിശടയാളം കണ്ടു. അതേ അടയാളം രാജ്ഞിമറ്റൊരു വാതിലിൽ കണ്ടു. നോക്കുന്നിടത്തൊക്കെ വാതിലിൽ അടയാളം. ഒടുവിൽ അവരുടെ അന്വേഷണം വ്യർഥമായി.

എന്നാൽ രാജ്ഞി സമർഥയും വിവേകമുള്ളവളും ആയിരുന്നു. സിൽക്കുതുണിയുടെ കഷണങ്ങൾ തുന്നിച്ചേർത്ത് അവളൊരു സഞ്ചിയുണ്ടാക്കി. അതിൽ വെളുത്ത ധാന്യമാവ് നിറച്ചു. അടിയിൽ ധാന്യമാവു ചോർന്നുപോകത്തക്കവിധം ഒരു തുളയും ഉണ്ടാക്കി. എന്നിട്ട് സഞ്ചി രാജകുമാരിയുടെ അരയിൽക്കെട്ടി. ആ രാത്രിയും നായവന്ന് രാജകുമാരിയെ പുറത്തുകയറ്റി പട്ടാളക്കാരന്റെ അടുത്തെത്തിച്ചു. രാജകുമാരിയെ അയാൾ വിവാഹം കഴിക്കാൻ ആഗ്രഹിച്ചു. എന്നാൽ ധാന്യപ്പൊടി വഴിനീളെ തൂവിയത് നായയുടെ ശ്രദ്ധയിൽപ്പെട്ടിരുന്നില്ല. രാജാവും രാജ്ഞിയും പിറ്റേന്ന് നിലത്തുള്ള അടയാളം നോക്കി രാജകുമാരിപോയ സ്ഥലം കണ്ടുപിടിച്ചു. പട്ടാളക്കാരനെ പിടികൂടുകയും ജയിലിലടയ്ക്കുകയും ചെയ്തു.

അയാൾ ദുഃഖിതനും ക്ഷീണിതനുമായി ജയിലിലെ ഇരുട്ടുമുറിയിൽ കുത്തിയിരുന്നു. തന്നെ രാവിലെ തൂക്കിക്കൊല്ലുമെന്ന് കാവൽക്കാരൻ മുന്നറിയിപ്പു നൽകുകയും ചെയ്തു.

നേരം വെളുത്തപ്പോൾ അയാൾ ഇടുങ്ങിയ ഇരുമ്പഴികൾക്കുള്ളിലൂടെ പുറത്തേക്കുനോക്കി. അയാളെ തൂക്കിക്കൊല്ലുന്നതു കാണാൻ ആളുകൾ തിരക്കിട്ട് റോഡിലൂടെ പോകുന്നുണ്ടായിരുന്നു. പെരുമ്പറ കൊട്ടുന്ന ശബ്ദം അയാളുടെ ചെവിയിലെത്തി. ഭടന്മാർ വധം നടത്തുന്ന സ്ഥലത്തേക്ക് മാർച്ച് ചെയ്തു.

അപ്പോൾ ഒരു ചെരിപ്പുകുത്തി പയ്യൻ അതിലെ അതിവേഗം പാഞ്ഞു. അവന്റെ ചെരിപ്പ് ഊരിത്തെറിച്ച് പട്ടാളക്കാരനെ അടച്ചമുറിയുടെ ജനലിൽ വന്നുതട്ടി. പട്ടാളക്കാരൻ അവനെ വിളിച്ചു പറഞ്ഞു:

"തിരക്കിട്ടു ഓടിയിട്ടു കാര്യമില്ല. ഞാൻ ഇവിടെയാണുള്ളത്. അതിനിടയ്ക്കു നീ ഒരുകാര്യം ചെയ്യണം. ഹോട്ടൽമുറിയിൽ എന്റെ തീക്കുടുക്ക ഇരിപ്പുണ്ട്. നീ ഓടിപ്പോയി അതെടുത്തു കൊണ്ടുവന്നു തരണം. നിനക്ക് ഞാൻ രണ്ടുപെൻസ് തരുന്നുണ്ട്."

കൈയിൽ വരുന്ന രണ്ടുപെൻസ് ഒഴിവാക്കാൻ പയ്യൻ തയാറായില്ല. അവൻ അതിവേഗം കുതിച്ചുപാഞ്ഞ് തീക്കുടുക്ക പട്ടാളക്കാരന് കൊണ്ടുവന്നുകൊടുത്തു.

പട്ടണത്തിനു വെളിയിൽ അപ്പോഴേക്കും തൂക്കുമരം തയാറായി കഴിഞ്ഞിരുന്നു. അതിനുചുറ്റും പട്ടാളക്കാരും ആയിരക്കണക്കിന് ആളുകളും തടിച്ചുകൂടിയിരുന്നു. ന്യായാധിപന്മാരുടെ എതിർവശത്തായി രാജാവും രാജ്ഞിയും ഉപവിഷ്ടരായി. ഉടനെ തടവുകാരനെ കൊണ്ടുവന്നു. ആരാച്ചാർ കൊലക്കയർ അവന്റെ കഴുത്തിലിടാൻ തയാറെടുത്തു. അപ്പോൾ തനിക്ക് അവസാനമായി ഒന്നു പുകവലിക്കാൻ സമ്മതം തരണമെന്ന് പട്ടാളക്കാരൻ അപേക്ഷിച്ചു. അവന്റെ അവസാനത്തെ ആഗ്രഹമല്ലേ? രാജാവ് സമ്മതിച്ചു. ഉടനെ പട്ടാളക്കാരൻ തീക്കുടുക്കയെടുത്ത് കല്ലിൽ ഉരച്ചു. ഒന്നല്ല, രണ്ടല്ല, മൂന്നു പ്രാവശ്യം. അതാ, അവന്റെ മുമ്പിൽ മൂന്ന് ഉഗ്രൻ നായ്ക്കൾ. തിളങ്ങുന്ന ഉണ്ടക്കണ്ണുകൾ.

"എന്നെ കൊലക്കയറിൽനിന്ന് രക്ഷിക്കണം" പട്ടാളക്കാരൻ നിലവിളിച്ചു പറഞ്ഞു. തൽക്ഷണം മൂന്നു മാന്ത്രികനായ്ക്കളുംകൂടി ജഡ്ജിമാരുടേയും കൗൺസിലർമാരുടേയും നേർക്കു കുതിച്ചു. ആ ഭീകരനായ്ക്കൾ അവരെ കടിച്ചുപൊക്കി ആകാശത്തിലേക്കെറിഞ്ഞു. അവരുടെ ദേഹം നിലത്തുവീണു ചിന്നിച്ചിതറി.

രാജാവ് എന്തോ പറയാൻ വായ തുറന്നതേയുള്ളൂ. അപ്പോഴേക്കും ഏറ്റവും വലിയ ഭീകരൻനായ രാജാവിന്റെയും രാജ്ഞിയുടെയുംമേൽ ചാടിവീണു കഴിഞ്ഞു. അവരേയും പൊക്കിയെടുത്ത് മേലോട്ടെറിഞ്ഞു. രാജഭടന്മാർ ഭയംകൊണ്ടു വിറച്ചു. അപ്പോഴേക്കും ജനങ്ങൾ പട്ടാളക്കാരന് ജയ്‌വിളിക്കാൻ തുടങ്ങി. അവർ വിളിച്ചു പറഞ്ഞു:

"അങ്ങ് രാജാവാകണം; രാജകുമാരി രാജ്ഞിയും." പട്ടാളക്കാരനെ ജനങ്ങൾ രാജകീയവാഹനത്തിലിരുത്തി. മാന്ത്രികനായ്ക്കൾ മൂന്നും മുമ്പിൽ നടന്നു. കുട്ടികൾ വിരലുകൾ വായിൽത്തിരുകി വിസിലടിച്ചു. ഭടന്മാർ ആയുധമുയർത്തി അഭിവാദ്യം ചെയ്തു.

കൊട്ടാരത്തിൽ ഒരാഴ്ച വിവാഹാഘോഷമായിരുന്നു. ഇതുവരേയും ചെമ്പുകൊട്ടാരത്തിൽ തടവുകാരിയായിരുന്ന രാജകുമാരിക്ക് വലിയ ആശ്വാസമായി. വിരുന്നിൽ പങ്കെടുക്കാൻ മൂന്നു മാന്ത്രികനായ്ക്കളും എത്തി. അവയുടെ ഉണ്ടക്കണ്ണുകൾ തിളങ്ങിക്കൊണ്ടിരുന്നു.

14

ഒരു അമ്മയുടെ കഥ

അമ്മ തന്റെ കൊച്ചുകുട്ടിയെത്തന്നെ ശ്രദ്ധിച്ചിരിപ്പാണ്. കുട്ടി മരിച്ചു പോകുമോ എന്ന ഭയംകൊണ്ട് അവർ തികച്ചും ദുഃഖിതയായിരുന്നു. കുട്ടി കണ്ണടച്ചു കിടപ്പാണ്. ദേഹം വിളറിയിട്ടുണ്ട്. മന്ദഗതിയിലുള്ള ശ്വാസം ഇടയ്ക്ക് ഉച്ചത്തിലാവും. അതുനോക്കിയിരുന്ന അമ്മയുടെ മുഖം ദുഃഖം കൊണ്ട് വല്ലാതെ മ്ലാനമായി.

ആ സമയം വാതിലിൽ ഒരുമുട്ടു കേട്ടു. പാവപ്പെട്ട ഒരു വൃദ്ധനായിരുന്നു അത്. അയാൾ ഒരു കുതിരയുടെ ജീനികൊണ്ട് പുതച്ചിരുന്നു. ശിശിരത്തിലെ തണുപ്പുള്ള രാത്രിയായതുകൊണ്ട് അയാൾക്ക് ചൂടുകിട്ടുന്ന വസ്ത്രം ആവശ്യമായിരുന്നു. പുറത്ത് മഞ്ഞു മൂടിക്കിടന്നു. അയാളുടെ മുഖത്തേക്ക് തണുത്തകാറ്റ് ആഞ്ഞുവീശി.

വൃദ്ധൻ തണുപ്പുകൊണ്ട് വിറയ്ക്കുന്നുണ്ടായിരുന്നു. ആ സമയം കുട്ടി ഉറങ്ങാൻ തുടങ്ങി. അമ്മ എഴുന്നേറ്റുപോയി അതിഥിക്ക് കുടിക്കാൻ കുറച്ച് ബീർ എടുത്തുകൊണ്ടുവന്നു. വൃദ്ധൻ തൊട്ടിൽ ആട്ടിക്കൊണ്ടിരുന്നു. അടുത്തുതന്നെ കുട്ടിയെ ശ്രദ്ധിച്ചുകൊണ്ട് അമ്മയിരുന്നു. കുട്ടിയുടെ കൈപിടിച്ച് അവൻ ശ്വസിക്കുന്നത് അമ്മ ആശങ്കയോടെ നോക്കി.

“എനിക്കെന്റെ കുഞ്ഞിനെ വിട്ടുപിരിയേണ്ടിവരില്ല അല്ലേ? ദൈവം നല്ലവനാണ്” അമ്മ പറഞ്ഞു.

വൃദ്ധൻ അതെ എന്നോ, അല്ല എന്നോ പറയാതെ തല കുനിച്ചു. അയാൾ മരണം തന്നെയായിരുന്നു!

അമ്മ കുനിഞ്ഞിരിപ്പാണ്. കവിളിലൂടെ കണ്ണീർ നിറഞ്ഞൊഴുകി. തല കനക്കുന്നതുപോലെ. ദിവസങ്ങളോളം ഉറക്കൊഴിച്ചതാണ്. ഒന്നുകണ്ണടച്ചതേയുള്ളൂ, പെട്ടെന്ന് ഞെട്ടിയുണർന്നു. തണുപ്പുകൊണ്ട് കിടിലം കൊണ്ടു.

"എന്താണിത്?" അവർ അത്ഭുതത്തോടെ ചുറ്റും നോക്കി. വൃദ്ധനെ കാണുന്നില്ല; കൊച്ചുകുട്ടിയേയും. പഴയക്ലോക്കിന്റെ ടിക് ടിക് ശബ്ദം. കുറച്ചുകഴിഞ്ഞപ്പോൾ പെൻഡുലം നിശ്ചലമായി.

പാവം അമ്മ കരഞ്ഞുകൊണ്ട് കുഞ്ഞിനെത്തേടി പുറത്തേക്കോടി.

പുറത്ത് മഞ്ഞിൽ നീണ്ട കറുത്ത വസ്ത്രം ധരിച്ച ഒരു സ്ത്രീ ഇരിക്കുന്നതു കണ്ടു. അവർ പറഞ്ഞു:

"മരണം നിങ്ങളുടെ മുറിയിലുണ്ടായിരുന്നു. നിങ്ങളുടെ കുഞ്ഞിനേയുംകൊണ്ട് അയാൾ കാറ്റിനേക്കാൾ വേഗത്തിൽ തിരക്കിട്ടുപോകുന്നത് ഞാൻ കണ്ടു. ഒരിക്കൽ എടുത്ത വസ്തു ഒരിക്കലും അയാൾ തിരികെ തരാറില്ല."

"അയാൾ ഏതു വഴിക്കാണ് പോയത്? പറയൂ. ഞാൻ അയാളെ കണ്ടെത്തും."

"വഴി എനിക്കറിയാം." കറുത്ത വസ്ത്രധാരിണി പറഞ്ഞു. "അതിനുമുമ്പ് നിങ്ങൾ കുട്ടിയോടു പാടിയ എല്ലാ താരാട്ടും എന്നെ പാടി കേൾപ്പിക്കണം. ഞാൻ രാത്രിയാണ്."

"ഞാൻ പാടാം. പക്ഷേ, ഇപ്പോൾ എന്നെ വൈകിക്കരുത്" അമ്മ പറഞ്ഞു. "എനിക്ക് മരണത്തെ പിൻതുടർന്ന് എന്റെ കുഞ്ഞിനെ കണ്ടെത്തണം."

രാത്രി ഒന്നുംപറയാതെ ഇരുന്നതേയുള്ളൂ. അതുകണ്ട് അമ്മ കരഞ്ഞുകൊണ്ടു പാടാൻ തുടങ്ങി. നിരവധി പാട്ടുകൾ. ഒപ്പം അത്രയും കണ്ണീരും ഒഴുകി.

അവസാനം രാത്രി പറഞ്ഞു: "വലത്തോട്ടു തിരിയുക. ഇരുണ്ടപൊന്തക്കാട്ടിലൂടെ പോവുക. മരണം കുഞ്ഞിനെ കൊണ്ടുപോയത് അതിലെയാണ്."

പൊന്തക്കാട്ടിൽ നിരവധിവഴികൾ കണ്ടു. ഏതു വഴിക്കു പോകണമെന്നറിയാതെ അമ്മ കുഴങ്ങി. ഇലയും പൂക്കളും ഒന്നുമില്ലാത്ത ഒരു മുൾച്ചെടി അവിടെ മഞ്ഞേറ്റ് വിറച്ചുകൊണ്ട് ഒറ്റയ്ക്ക് നിൽക്കുന്നുണ്ടായിരുന്നു.

"മരണം എന്റെ കുഞ്ഞിനേയുംകൊണ്ട് ഈ വഴി പോകുന്നതു കണ്ടോ?" അമ്മ ചോദിച്ചു.

"ഞാൻ കണ്ടല്ലോ" മുൾമരം പറഞ്ഞു. "പക്ഷേ, ഏതുവഴിക്കാണ് പോയതെന്ന് പറയണമെങ്കിൽ എന്നെ മുറുകെപ്പുൽകി എന്റെ തണുപ്പു മാറ്റിത്തരണം. ഞാൻ വിറയ്ക്കുന്നതു കണ്ടില്ലേ?"

അമ്മ മുൾമരത്തെ മാറോടുചേർത്ത് മുറുകെപ്പുണർന്നു. മുള്ളേറ്റ് അമ്മയുടെ മാറിൽനിന്ന് രക്തമൊഴുകി. ഉടനെ മുൾമരത്തിൽ ഇലയും പൂക്കളും പ്രത്യക്ഷപ്പെട്ടു. ദുഃഖിക്കുന്ന അമ്മയുടെ ഹൃദയത്തിന് അത്രയും ചൂടുണ്ടായിരുന്നു. മുൾച്ചെടി വഴി പറഞ്ഞുകൊടുത്തു.

ആ വഴിക്കു നടന്നപ്പോൾ അമ്മ എത്തിയത് ഒരു വലിയ തടാകത്തിലാണ്. അതു കടക്കാൻ മാർഗമൊന്നും കണ്ടില്ല. അതിലെ വെള്ളം കട്ടി

യായിരുന്നു. പക്ഷേ, അതിൽക്കൂടി നടക്കുക അസാധ്യം. വല്ല അത്ഭുതവും സംഭവിക്കാതെ വെള്ളം വറ്റുകയുമില്ല.

അപ്പോൾ തടാകം പറഞ്ഞു: "നമുക്കൊരു ഒത്തുതീർപ്പിലെത്താം. എനിക്ക് മുത്തുകൾ വളരെ ഇഷ്ടമാണ്. നിങ്ങളുടെ കണ്ണുകൾപോലെ മനോഹരമായ മുത്തുകൾ ഞാൻ കണ്ടിട്ടില്ല. അവ എനിക്കു തരാമെങ്കിൽ, ഞാൻ മരണത്തിന്റെ താമസസ്ഥലത്ത് നിങ്ങളെ എത്തിച്ചുതരാം."

"എന്റെ കുഞ്ഞിനുവേണ്ടി ഞാൻ എന്തും ചെയ്യും!" അമ്മ അങ്ങനെപറഞ്ഞ് തടാകത്തിലേക്ക് നോക്കി കരഞ്ഞു. ഉടനെ അവരുടെ കണ്ണുകൾ തടാകത്തിൽ പതിച്ച് മുത്തുകളായി മാറി. തടാകം അമ്മയെ വാരിയെടുത്ത് മറുകരയെത്തിച്ചു.

മരണത്തിന്റെ താമസസ്ഥലം വിചിത്രമായിരുന്നു. എത്രയോ ദൂരം നീണ്ടുകിടക്കുന്ന വീട്. അത് കാടുനിറഞ്ഞ ഒരു കുന്നുപോലെ തോന്നിച്ചു. പാർശ്വങ്ങളിൽ നിലവറകൾ. പാവം അമ്മയ്ക്ക് ഒന്നും കാണാൻ കഴിഞ്ഞില്ല.

"എന്റെ കുഞ്ഞിനെ തിരിച്ചുവാങ്ങാൻ മരണത്തെ എവിടെയാണ് ഞാൻ കണ്ടെത്തുക?" അമ്മ അന്വേഷിച്ചു.

"മരണം തിരിച്ചെത്തിയിട്ടില്ല." വെള്ളത്തലമുടിയുള്ള ഒരു വൃദ്ധ അങ്ങാട്ടുമിങ്ങോട്ടും നടന്നുകൊണ്ടു പറഞ്ഞു. അവർ മരണത്തിന്റെ സസ്യശേഖരത്തിന്റെ സൂക്ഷിപ്പുകാരിയാണ്. "ഇവിടേക്കുള്ള വഴി എങ്ങനെ അറിഞ്ഞു? ആരാണതിന് സഹായിച്ചത്?" വൃദ്ധ ചോദിച്ചു.

"കരുണാമയനായ ദൈവമാണ് എന്നെ സഹായിച്ചത്. എന്റെ കുഞ്ഞെവിടെ?" അമ്മ ആരാഞ്ഞു.

"അതെനിക്കറിയില്ല" വൃദ്ധപറഞ്ഞു. "കുറെ പൂക്കളും ചെടികളും വാടിയിട്ടുണ്ട്. അവ പറിച്ചുനടാൻ മരണം ഇപ്പോഴെത്തും. ഓരോ മനുഷ്യജീവിക്കും നിർദിഷ്ടമരമോ പൂക്കളോ ഉണ്ട്. അവയുടെ ഹൃദയം മിടിക്കുന്നുണ്ട്. ആ ഹൃദയമിടിപ്പ് ശ്രദ്ധിച്ച് നിങ്ങളുടെ കുഞ്ഞിനെ തിരിച്ചറിയാം. അതിനു സഹായിച്ചാൽ എനിക്കെന്തു സമ്മാനംതരും?"

"എന്റെ കൈയിൽ യാതൊന്നുമില്ല. എന്റെ കുഞ്ഞിനെത്തേടി ലോകത്തിന്റെ ഏതറ്റംവരെ പോകാനും ഞാൻ തയാറാണ്."

"അതുകൊണ്ടായില്ല. നിങ്ങളുടെ മനോഹരമായ കറുത്ത തലമുടിയുണ്ടല്ലോ അതെനിക്കു വേണം. പകരം എന്റെ തലമുടി തരാം."

അമ്മ സമ്മതിച്ചു. വെളുത്തതലമുടിക്കുപകരം തന്റെ മനോഹരമായ തലമുടി വൃദ്ധയ്ക്കു സമ്മാനിച്ചു.

അതിനുശേഷം അവർ മരണത്തിന്റെ സസ്യശേഖരമുള്ള വിചിത്രമായ വീട്ടിൽ പ്രവേശിച്ചു. എന്തൊക്കെ തരത്തിലുള്ള ചെടികൾ, എന്തൊക്കെ നിറത്തിലുള്ള പുഷ്പങ്ങൾ. ഒരുവശത്ത് വെള്ളത്തിൽ വളരുന്ന ചെടികൾ. അവയിൽ പാമ്പുകൾ ചുറ്റിപ്പിണഞ്ഞു കിടന്നു. പനയും ഓക്കും വാഴയും ഔഷധസസ്യങ്ങളും സർവത്ര. ഒരു സ്ഥലത്ത് ചെറിയചട്ടിയിൽ കുഴിച്ചിട്ട വലിയമരങ്ങൾ! ഓരോ മരവും ഓരോ പൂവും ഭൂമിയിലെ ഏതോ മനുഷ്യജീവനെ പ്രതിനിധീകരിക്കുന്നു.

ദുഃഖിതയായ അമ്മ ഓരോ കുറ്റിച്ചെടിയുടെ അടുത്തും കുനിഞ്ഞു നിന്നു ചെവിയോർത്തു. അവയിൽ മനുഷ്യജീവന്റെ തുടിപ്പുകൾ അവർ കേട്ടു. ലക്ഷക്കണക്കിനുള്ള ചെടികൾക്കിടയിൽനിന്ന് സ്വന്തം കുഞ്ഞിന്റെ ഹൃദയമിടിപ്പ് അമ്മ തിരിച്ചറിഞ്ഞു. "എന്റെ കുഞ്ഞേ" നീലനിറത്തിലുള്ള ഒരു ക്രോക്കസ് പുഷ്പത്തിനു നേരെ അവർ കൈനീട്ടി. അത് വാടി തളർന്നിരുന്നു.

"പൂ തൊടരുത്" വൃദ്ധ പറഞ്ഞു. "അങ്ങനെ ചെയ്താൽ പ്രശ്നമാണ്.... ദൈവത്തിന്റെ സമ്മതം ലഭിക്കാതെ ഒരു ചെടിയും ഇവിടെനിന്ന് പറിച്ചുനടാൻ പാടില്ലാത്തതാണ്."

പെട്ടെന്ന് ഒരു തണുത്ത നിശ്വാസം അവിടെ പരന്നു. അമ്മയ്ക്ക് മരണം വന്നണഞ്ഞതായിത്തോന്നി.

"എങ്ങനെയാണ് വഴി കണ്ടുപിടിച്ചത്? എന്നെക്കാൾ മുമ്പേ ഇവിടെ എത്തിയതെങ്ങനെ?" മരണം ചോദിച്ചു.

"അത് ഞാനൊരു അമ്മയായതുകൊണ്ട്."

മരണം മൃദുലമായ ക്രോക്കസ് പുഷ്പത്തിനുനേരെ കൈനീട്ടി. അപ്പോൾ അമ്മ പൂവിനുചുറ്റും കൈകൊണ്ട് വളയം തീർത്തു. ഐസു പോലെ തണുത്ത മരണത്തിന്റെ നിശ്വാസം ആ കൈകളിൽ പതിച്ചു. അമ്മയുടെ കൈ ഉടനെ ശക്തി ക്ഷയിച്ച് നിശ്ചലമായി.

"എന്നോടെതിർക്കാൻ നിങ്ങൾക്ക് ശക്തിയില്ല" മരണം പറഞ്ഞു.

"ഉണ്ട്, ദൈവത്തിനുണ്ട്. ദൈവം കരുണയുള്ളവനാണ്" അമ്മയുടെ മറുപടി.

"ഞാൻ സമ്മതിക്കുന്നു. ഞാൻ ദൈവത്തിന്റെ തോട്ടക്കാരൻ മാത്രമാണ്. ദൈവത്തിന്റെ ചെടികളും മരങ്ങളും ഓരോന്നായി പറിച്ചെടുത്ത്, മഹത്തായ സ്വർഗത്തിലെ ആരാമത്തിൽ നടുക മാത്രമാണ് എന്റെ ജോലി. അത് അജ്ഞാതമായ ലോകമാണ്."

"എന്റെ കുഞ്ഞിനെ തിരിച്ചു തരൂ" അമ്മ പറഞ്ഞു. അവർ കരഞ്ഞുകൊണ്ട് ഓരോ കൈകൊണ്ടും ഓരോ പൂവുകൾ തൊട്ടു. "നിങ്ങളുടെ ഈ പൂക്കൾ ഞാൻ പിച്ചിച്ചീന്തും." അവർ നിരാശയായി അലറി.

"തൊടരുത്" മരണം കൽപ്പിച്ചു. "നിങ്ങൾ ദുഃഖിതയാണെന്നത് ശരി. അതുപോലെ മറ്റൊരമ്മയെക്കൂടി ദുഃഖിതയാക്കണമെന്നുണ്ടോ?"

"മറ്റൊരമ്മ!" അങ്ങനെ ആവർത്തിച്ചുപറഞ്ഞ് അമ്മ രണ്ടുപൂക്കളിൽ നിന്നും ഉടനെ കൈയെടുത്തു.

"നിങ്ങളുടെ നഷ്ടപ്പെട്ട കണ്ണുകൾ ഇതാ. ഞാൻ തടാകത്തിൽനിന്ന് എടുത്തതാണ്. ഇവ തിരിച്ചു വാങ്ങൂ. ഇവയ്ക്ക് കൂടുതൽ പ്രകാശമുണ്ട്. ഇനി ഈ ആഴമുള്ള കിണറ്റിലേക്കു നോക്കണം. നിങ്ങൾ പറിച്ചെടുക്കാൻ നോക്കിയ രണ്ടു പൂക്കളുടെ പേര് ഞാൻ പറയാം. അവയുടെ ചിത്രം നിങ്ങൾക്ക് കിണറ്റിൽ കാണാം. മാത്രമല്ല, അവയുടെ ഭാവിയും, മനുഷ്യ ജീവിതത്തിന്റേതായ അവയുടെ എല്ലാ ചെയ്തികളും ചിത്രീകരിച്ചതു കാണാം."

അമ്മ കിണറ്റിലേക്ക് മിഴിച്ചുനോക്കി. അവയിലൊരു ജീവിതം ലോകത്തിനു മുഴുവൻ അനുഗ്രഹമായി മാറുന്ന മനോഹരമായ കാഴ്ച. ചുറ്റും ആഹ്ലാദത്തിന്റെ സൂര്യപ്രകാശം. മറ്റേ ജീവിതമാകട്ടെ പാപവും ദുഃഖവും നിർഭാഗ്യവും കഷ്ടപ്പാടും നിറഞ്ഞത്.

"രണ്ടും ദൈവനിയോഗം തന്നെ" മരണം പറഞ്ഞു.

"അവയിൽ ദുരിതത്തിന്റേതായ പുഷ്പം ഏതാണ്? സന്തുഷ്ടിയുടെ പുഷ്പം ഏതാണ്?" അമ്മ ചോദിച്ചു.

"അതു ഞാൻ പറയില്ല" മരണം വ്യക്തമാക്കി. "ഒരുകാര്യം പറയാം. ആ രണ്ടു പുഷ്പങ്ങളിൽ ഒന്ന് നിങ്ങളുടെ സ്വന്തം കുഞ്ഞാണ്. അതിന്റെ ഭാഗ്യവും ഭാവിയുമൊക്കെ കണ്ടില്ലേ?"

അപ്പോൾ അമ്മ ഞെട്ടി ഭയന്നു ചോദിച്ചു: "രണ്ടെണ്ണമുള്ളതിൽ എന്റെ കുട്ടി ഏതാണ്? ഒന്നു പറയൂ. എന്റെ കുഞ്ഞിനെ രക്ഷിക്കൂ. എല്ലാ കഷ്ടപ്പാടുകളിൽനിന്നും എന്റെ കുഞ്ഞിനെ മോചിപ്പിക്കൂ. എന്റെ കണ്ണുനീർ മറക്കൂ. എന്റെ അഭ്യർഥനയും എല്ലാ ചെയ്തികളും മറക്കൂ."

"എനിക്ക് മനസിലാകുന്നില്ല" മരണം പറഞ്ഞു. "നിങ്ങൾക്ക് കുട്ടിയെ തിരിച്ചുവേണോ? അല്ല, അറിയപ്പെടാത്ത ലോകത്തേക്ക് ഞാൻ അതിനെ കൊണ്ടുപോകണോ?"

അപ്പോൾ അമ്മ മുട്ടുകുത്തി, കൈകൂപ്പി, സർവേശ്വരനോട് പ്രാർഥിച്ചു: "എന്റെ പ്രാർഥന ഒരിക്കലും അങ്ങയുടെ ആഗ്രഹത്തിന് എതിരാവരുതേ. പരമമായത് അങ്ങയുടെ ആഗ്രഹം തന്നെ. എന്റേതല്ല ദൈവമേ, എന്റേതല്ല!"

അവരുടെ തല മാറിലേക്കു ചരിഞ്ഞു.

മരണം അജ്ഞാതലോകത്തേക്ക് കുട്ടിയുമായി മറഞ്ഞു.

15

രാജാവിന്റെ പുത്തനുടുപ്പ്

വർഷങ്ങൾക്കുമുമ്പ് ഒരു രാജാവുണ്ടായിരുന്നു. പുതുവസ്ത്രത്തോട് രാജാവിന് അമിതമായ താൽപ്പര്യമായിരുന്നു. പണം മുഴുവനും ആഡംബരത്തിനുവേണ്ടി അയാൾ ചെലവാക്കി. ജനങ്ങളുടെ മുഴുവൻ ക്ഷേമത്തിന് ഒട്ടും ശ്രദ്ധിച്ചില്ല. തന്റെ വസ്ത്രം പ്രദർശിപ്പിക്കാൻ പറ്റിയ സ്ഥലത്തു മാത്രമേ രാജാവിനെ കാണാറുള്ളൂ. ഓരോ മണിക്കൂറിലും അയാൾ വസ്ത്രം മാറ്റിക്കൊണ്ടിരുന്നു.

അങ്ങനെയിരിക്കെ ഒരുദിവസം നെയ്ത്തുകാരാണെന്നുപറഞ്ഞ് രണ്ടു പേർ രാജസന്നിധിയിലെത്തി. ഏതുമാതൃകയിലും നിറത്തിലുമുള്ള വസ്ത്രങ്ങൾ നെയ്യാൻ വിദഗ്ധർ. പക്ഷേ, ഒരു പ്രത്യേകതയുണ്ട് ജോലി ചെയ്യാൻ മടിയുള്ളവർക്കും ശുദ്ധന്മാർക്കും ആവസ്ത്രം കാണാൻ സാധ്യമല്ല!

'അത് വിശിഷ്ടമായ വസ്ത്രംതന്നെ' രാജാവ് വിചാരിച്ചു. 'അത്തരം ഒരുവസ്ത്രം കിട്ടിയാൽ ആപ്പീസിലെ മടിയന്മാരേയും വിഡ്ഢികളേയും തിരിച്ചറിയാൻ ഒട്ടും പ്രയാസമുണ്ടാവില്ല.'

ഉടൻതന്നെ വസ്ത്രംനെയ്തു കിട്ടാൻ രാജാവിന് ധൃതിയായി. നെയ്ത്തുകാർക്ക് ധാരാളം പണംകൊടുക്കുകയും, അപ്പോൾത്തന്നെ വസ്ത്രം നെയ്യാനുള്ള ഏർപ്പാടു ചെയ്യുകയും ചെയ്തു.

വ്യാജനെയ്ത്തുകാർ രണ്ടു നെയ്ത്തുതറി സ്ഥാപിച്ചു. ഏറ്റവും മുന്തിയ സിൽക്ക് നൂലും സ്വർണച്ചരടും മറ്റും വാങ്ങി ഭാണ്ഡമാക്കിവെച്ചു. എന്നിട്ട് രാത്രി വൈകുന്നതുവരെ തിരക്കിട്ടു ജോലി ചെയ്യുന്നതായി നടിച്ചു.

'നെയ്ത്തുകാരുടെ പണി എത്രത്തോളമായി എന്ന് അറിയണം.' കുറച്ചുദിവസം കഴിഞ്ഞപ്പോൾ രാജാവിന് തിരക്കായി. പക്ഷേ, ഒരു കുഴപ്പം. ജോലിചെയ്യാൻ മടിയുള്ളവർക്കും ശുദ്ധന്മാർക്കും തുണി നെയ്യുന്നതു

കാണാൻ കഴിയില്ലല്ലോ! അതുകൊണ്ട് സ്വയം പരിശോധിക്കുന്നതിന് മുമ്പ് നെയ്ത്തിന്റെ പുരോഗതി അറിയാൻ മറ്റുവല്ലവരേയും അയയ്ക്കുന്നതാവും ഉചിതമെന്ന് രാജാവിനു തോന്നി.

വസ്ത്രത്തിന്റെ അത്ഭുതകരമായ പ്രത്യേകതയെപ്പറ്റി നാട്ടിലെല്ലാം പാട്ടായി. മണ്ടന്മാർ ആരൊക്കെ? സമർത്ഥന്മാർ ആരൊക്കെ? അതറിയാൻ എല്ലാവരും ആകാംക്ഷയോടെ കാത്തിരുന്നു.

ഒരുപാടു സമയത്തെ ആലോചനയ്ക്കുശേഷം രാജാവ് തീരുമാനിച്ചു. 'ഞാൻ എന്റെ ഏറ്റവും വിശ്വസ്തനായ മന്ത്രിയെയാണ് വസ്ത്രം പരിശോധിക്കാൻ അയയ്ക്കാൻ പോകുന്നത്. അയാൾ വിവരമുള്ളവനും തന്റെ ജോലി കൃത്യമായി ചെയ്യുന്നവനുമാണ്.'

രാജാവിന്റെ വിശ്വസ്തനായ മന്ത്രി പരിശോധനയ്ക്കു ചെന്നപ്പോൾ, നെയ്ത്തുകാർ ശൂന്യമായ തറിയിൽ കഠിനമായി ജോലി ചെയ്യുന്ന കാഴ്ചയാണ് കണ്ടത്. "ഇതിന്റെ അർത്ഥമെന്താണ്? തറിയിൽ ഒറ്റയിഴ നൂലുപോലും ഞാൻ കാണുന്നില്ല." മന്ത്രി കണ്ണു മുഴുക്കെ തുറന്ന് സ്വയം പറഞ്ഞു. പക്ഷേ, അത് ഉറക്കെ പറയാൻ അയാൾ ധൈര്യപ്പെട്ടില്ല.

അടുത്തുവന്നു നോക്കാൻ വ്യാജന്മാർ മന്ത്രിയെ ക്ഷണിച്ചു. "വസ്ത്രത്തിന്റെ നിറമെങ്ങനെ? രൂപമെങ്ങനെ?" എന്നൊക്കെ നെയ്ത്തുകാർ ശൂന്യമായ തറി കാണിച്ചു ചോദിച്ചു. പാവം മന്ത്രി വിഷമിച്ചു. എത്ര സൂക്ഷിച്ചുനോക്കിയിട്ടും ഒന്നും കണ്ടെത്താൻ കഴിയുന്നില്ല.

"എന്ത്? ഞാനെന്റെ ജോലി ചെയ്യാത്ത മടിയനാണോ? മന്ത്രിയാകാൻ പറ്റാത്ത ആളാണോ? അങ്ങനെവരാൻ പാടില്ല. അതുകൊണ്ട് ഞാൻ വസ്ത്രം കാണുന്നില്ല എന്നുപറയുന്ന പ്രശ്നമില്ല" മന്ത്രി വിചാരിച്ചു.

"മന്ത്രിസാർ വസ്ത്രം ഇഷ്ടപ്പെട്ടോ എന്നകാര്യമൊന്നും പറഞ്ഞില്ലല്ലോ." ഒരു നെയ്ത്തുകാരൻ വസ്ത്രം നെയ്യുന്നതായി അഭിനയിച്ചു ചോദിച്ചു.

മന്ത്രി കണ്ണടവെച്ച് സൂക്ഷിച്ചുനോക്കിയശേഷം പറഞ്ഞു:

"ഓ, അതിമനോഹരംതന്നെ. എന്തു നല്ല നിറം? എത്ര ഭംഗിയുള്ള ഡിസൈൻ? ഞാൻ ഉടൻതന്നെ രാജാവിനെ ചെന്നുകണ്ട് വിവരം പറയാം."

"വളരെ നന്ദി സാർ" നെയ്ത്തുകാർ പറഞ്ഞു. അവർ പലതരം നിറത്തെപ്പറ്റിയും, പ്രിന്റുകളെപ്പറ്റിയും സംസാരിച്ചു. മന്ത്രി എല്ലാം വളരെ ശ്രദ്ധിച്ചുകേട്ടു. രാജാവിനോടും ചെന്നു പറയണമല്ലോ. ഉദ്ദേശിച്ചതുപോലെ പണി തീർക്കേണ്ടതിന് നെയ്ത്തുകാർ കൂടുതൽ പട്ടുനൂലും സ്വർണവും വേണമെന്ന് ആവശ്യപ്പെട്ടു. കിട്ടിയതെല്ലാം മാറാപ്പിൽ ഒളിപ്പിച്ച് അവർ പഴയതുപോലെ ശൂന്യമായ തറിയിൽ ജോലി തുടർന്നു.

നിരീക്ഷണത്തിന് രാജാവ് രണ്ടാമതൊരു ആപ്പീസറെ അയച്ചു. വസ്ത്രം എപ്പോൾ തയാറാവുമെന്ന് അറിയുകയും വേണം. മന്ത്രി കണ്ട അതേ കാഴ്ചകളാണ് ആപ്പീസറും അവിടെ കണ്ടത്.

"മന്ത്രിക്ക് ഇഷ്ടപ്പെട്ടതുപോലെ വസ്ത്രം നിങ്ങൾക്കും ഇഷ്ടമായില്ലേ?" വ്യാജന്മാർ ചോദിച്ചു. എന്നിട്ട് നിറത്തെപ്പറ്റിയും ഡിസൈനിനെപ്പറ്റിയും വാചാലമായി.

'താൻ വിഡ്ഢിയും ജോലിക്കു പറ്റാത്തവനും ആണെന്ന് വരരുതല്ലോ.' അതുകൊണ്ട് ആപ്പീസറും അയാൾ കാണാത്ത വസ്ത്രത്തെക്കുറിച്ച് 'അതിമനോഹരം' എന്ന് അഭിപ്രായം പാസാക്കി.

"നെയ്ത്തുകാർ തികച്ചും അസാധാരണമായ വസ്ത്രമാണ് അങ്ങയ്ക്കുവേണ്ടി തയാറാക്കുന്നത്" ആപ്പീസർ രാജാവിനെ അറിയിച്ചു.

നഗരത്തിൽ എല്ലാവർക്കും രാജാവ് ഓർഡർ ചെയ്തുണ്ടാക്കുന്ന വസ്ത്രത്തെക്കുറിച്ചേ സംസാരിക്കാനുള്ളൂ!

ഇത്രയും വില കൂടിയ വസ്ത്രം തറിയിൽനിന്നുതന്നെ ഒന്നു കാണണമെന്ന് രാജാവിന് കൊതിയായി. മുമ്പ് വസ്ത്രം കണ്ട രണ്ടുപേരെയും കൂടെക്കൂട്ടി രാജാവ് പുറപ്പെട്ടു. രാജാവ് വരുന്ന വിവരമറിഞ്ഞ് നെയ്ത്തുകാർ അതീവശ്രദ്ധയോടുകൂടി ജോലിയിൽ മുഴുകി. തറിയിൽ ഒറ്റനൂലും അപ്പോഴും ഉണ്ടായിരുന്നില്ല.

"എത്ര ഉജ്വലമായ വസ്ത്രം!" മന്ത്രിയും ആപ്പീസറും പറഞ്ഞു. "മഹാരാജാവേ എന്തുരസമാണ് കാണാൻ? എത്ര നല്ല ഡിസൈൻ? എത്ര ആകർഷകമായ നിറം?" അവർ ശൂന്യതയിലേക്ക് വിരൽചൂണ്ടി. തങ്ങൾ കാണുന്നില്ലെങ്കിലും മറ്റുള്ളവർ ഈ അത്ഭുതവസ്ത്രം കാണുന്നുണ്ടാകുമല്ലോ എന്ന് അവർ ഭാവനചെയ്തു.

"എന്താണിത്? ഞാനൊന്നും കാണുന്നില്ലല്ലോ" രാജാവ് സ്വയം പറഞ്ഞു. "ഞാൻ ഒന്നിനും കൊള്ളാത്തരാജാവാണോ? അങ്ങനെ സംഭവിച്ചുകൂടാ." രാജാവിന്റെ ശബ്ദം പൊങ്ങി. "ഈ വസ്ത്രം എത്ര മനോഹരമാണ്? ഞാൻ സമ്മതിച്ചിരിക്കുന്നു." രാജാവ് ആഹ്ലാദപൂർവം പൊട്ടിച്ചിരിച്ചു. മറ്റു രണ്ടുപേർ കണ്ടത് താൻ കാണാതിരിക്കുന്നതെങ്ങനെ? അയാൾ ഒഴിഞ്ഞ തറിയിലേക്ക് സൂക്ഷിച്ച് നോക്കി.

എല്ലാവരും ആവുന്നത്ര സൂക്ഷിച്ചുനോക്കിയിട്ടും തറിയിൽ ആരും പുതുതായൊന്നും കണ്ടില്ല. 'എത്രസുന്ദരം!' അവർ അത്ഭുതപ്പെട്ട് പറഞ്ഞു. അടുത്തു നടക്കുന്ന ഘോഷയാത്രയിൽ ഈ അപൂർവ തുണികൊണ്ടുള്ള പുതുവസ്ത്രം ധരിക്കണമെന്ന് അവർ രാജാവിനെ ഉപദേശിക്കുകയും ചെയ്തു.

'ഉജ്വലം, മനോഹരം, ഉദാത്തം' എല്ലാ ഭാഗത്തുനിന്നും ആഹ്ലാദശബ്ദം ഉയർന്നു. എല്ലാവർക്കും അസാധാരണമായ സന്തോഷം. രാജാവ് നെയ്ത്തുകാർക്ക് ദേഹത്ത് ധരിക്കുവാനായി പ്രത്യേക ബഹുമതി മുദ്ര സമ്മാനിച്ചു. അവർ രാത്രിമുഴുവനും ഉറക്കൊഴിച്ച് വസ്ത്രനിർമിതിയിൽ മുഴുകി. നിരിവധി ബൾബുകൾ അവർക്കുവേണ്ടി പ്രകാശിച്ചു. ഒടുവിൽ നെയ്ത്തുകാർ തറിയിൽനിന്ന് വിശിഷ്ടമായ തുണി പുറത്തെടുത്തു ചുരുൾ നിവർത്തി. വായുവിൽ കത്രിക ചലിപ്പിച്ച് തുണിവെട്ടി. സൂചി

യിൽ നൂലില്ലാതെ വസ്ത്രം തുന്നി. "നോക്കുവിൻ. രാജാവിന്റെ വസ്ത്രം ഇതാ റെഡി" അയാൾ വിളിച്ചു പറഞ്ഞു.

രാജാവ് പരിവാരങ്ങളുമായി നെയ്ത്തുകാരുടെ അടുത്തെത്തി. അപ്പോൾ നെയ്ത്തുകാർ കൈയിൽ എന്തോ ഉയർത്തിപ്പിടിച്ച് ഇങ്ങനെ പറഞ്ഞു: "മഹാരാജാവിന്റെ ട്രൗസർ ഇതാ. ഇത് തലപ്പാവ്. ഇത് മേലങ്കി. ആകെക്കൂടി ഒരു എട്ടുകാലിവലയുടെ കനമേയുള്ളൂ. ഇതു ധരിച്ചു കഴിഞ്ഞാൽ ദേഹത്ത് ഒന്നുമില്ല എന്ന് മറ്റുള്ളവർക്ക് തോന്നിയേക്കും. അതാണ് ഈ നേർമവസ്ത്രത്തിന്റെ മഹത്വം."

ഒന്നും കാണുന്നില്ലെങ്കിലും വസ്ത്രത്തിന്റെ മാഹാത്മ്യം രാജാവിന്റെ സ്തുതിപാഠകർ അംഗീകരിച്ചു.

"വസ്ത്രങ്ങൾ അഴിച്ചുമാറ്റാൻ രാജാവ് മഹാമനസ്കത കാണിച്ചാൽ, ഈ പുതിയവസ്ത്രം ഞങ്ങൾ അണിയിക്കുന്നതായിരിക്കും" നെയ്ത്തുകാർ പറഞ്ഞു.

അവർ രാജാവ് ധരിച്ച വസ്ത്രങ്ങൾ അഴിച്ചുമാറ്റി. പകരം തങ്ങൾ നിർമിച്ച അത്ഭുതവസ്ത്രം അദ്ദേഹത്തെ ധരിപ്പിച്ചു. രാജാവ് തിരിഞ്ഞും മറിഞ്ഞും കണ്ണാടിയിൽ നോക്കി.

"പുതിയ വസ്ത്രത്തിൽ രാജാവ് എത്രമാത്രം സുന്ദരനായിരിക്കുന്നു! എത്ര നല്ല വസ്ത്രം! എന്തു നല്ല ഡിസൈൻ? എന്തു നല്ല നിറം?" എല്ലാവരും ഉച്ചത്തിൽ പറഞ്ഞു.

ഘോഷയാത്രയ്ക്കുള്ള മേൽക്കെട്ടി തയാറായിരിക്കുന്നതായി ചടങ്ങിന്റെ ചുമതലയുള്ള പ്രധാനി അറിയിച്ചു.

"ഞാൻ തയാർ" രാജാവ് പറഞ്ഞു. "എന്റെ വസ്ത്രം നന്നായി ചേരുന്നില്ലേ?" അയാൾ കണ്ണാടിയിൽ വീണ്ടും വീണ്ടും നോക്കി. പുതുവസ്ത്രത്തിന്റെ ഭംഗി ആസ്വദിച്ചു.

പതിവുപോലെ വസ്ത്രത്തിന്റെ അറ്റം പൊക്കിയെടുത്തുകൊണ്ട് പരിചാരകൻ ഒപ്പം നടന്നു.

ഘോഷയാത്ര ആരംഭിച്ചുകഴിഞ്ഞു. മേൽക്കെട്ടിക്കു താഴെ, തലസ്ഥാനത്തെ നിരത്തിലൂടെ രാജാവ് നടക്കുകയാണ്. റോഡിൽ അണിനിരന്നവരും, ജനലിലൂടെ നോക്കുന്നവരും ഒരേ സ്വരത്തിൽ പറഞ്ഞു:

"രാജാവിന്റെ പുതുവസ്ത്രം എത്ര മനോഹരമായിരിക്കുന്നു? തൂങ്ങിക്കിടക്കുന്ന വസ്ത്രത്തിന്റെ അറ്റം എത്ര ഗംഭീരം? തലപ്പാവിന് എത്ര അന്തസ്സ്?"

ചുരുക്കത്തിൽ രാജാവിന്റെ പുത്തൻവസ്ത്രം കാണാത്തവരായി ആരുമില്ല! ഇല്ലെന്നു പറഞ്ഞാൽ ശുദ്ധനോ, ജോലിചെയ്യാത്തവനോ ആയി മുദ്രകുത്തിയാലോ? ഏതായാലും രാജാവിന്റെ ഏതു വേഷത്തെക്കാളും ഇപ്പോഴത്തെ വസ്ത്രം ജനങ്ങളിൽ മതിപ്പുളവാക്കി.

"രാജാവിന്റെ ദേഹത്ത് ഒന്നുമില്ലല്ലോ" അപ്പോൾ ഒരുകൊച്ചുകുട്ടി വിളിച്ചുപറഞ്ഞു.

“നിഷ്കളങ്കന്റെ വാക്കുകൾ ശ്രദ്ധിക്കുക.” കുട്ടിയുടെ അച്ഛൻ അഭിപ്രായപ്പെട്ടു. കുട്ടി പറഞ്ഞത് ഓരോരുത്തരുടേയും ചെവിയിലെത്തി.

‘രാജാവ് നഗ്നനാണ്’ അവസാനം ജനം ഒറ്റസ്വരത്തിൽ വിളിച്ചുപറഞ്ഞു. രാജാവ് വല്ലാതെയായി. ജനങ്ങൾ പറയുന്നത് ശരിയാണെന്നറിയാം. എന്നാലും ഘോഷയാത്ര തുടരട്ടെയെന്ന് രാജാവ് ആഗ്രഹിച്ചു. അപ്പോൾ ഘോഷയാത്രയ്ക്ക് ഇല്ലാത്ത മേൽക്കെട്ടി പിടിക്കാൻ കൂടെയുള്ളവർ നന്നെ വിഷമിച്ചു.

16

പറക്കുന്ന ട്രങ്ക്പെട്ടി

മുമ്പ് വളരെ ധനികനായ ഒരു കച്ചവടക്കാരനുണ്ടായിരുന്നു. വാരി വിതറാൻ എത്ര ധനമുണ്ടായിട്ടും അയാൾ ഒരു പൈസയും വെറുതെ ചെലവാക്കിയില്ല. എപ്പോഴും മുടക്കുന്നതിന്റെ ഇരട്ടി തിരിച്ചുകിട്ടണം എന്ന ചിന്താഗതിക്കാരനാണ്. അയാൾ കച്ചവടക്കാരനായി ജീവിച്ചു. കച്ചവട ക്കാരനായി മരിക്കുകയും ചെയ്തു.

പണം മുഴുവൻ മകന്റെ കൈയിലെത്തി. മകൻ മഹാസുഖിയനാ യിരുന്നു. വൈകുന്നേരം ക്ലബിലും നൃത്തശാലയിലുമാണ്. പണം മുഴു വൻ ധൂർത്തടിച്ചു ജീവിച്ചു. നോട്ടുകൊണ്ട് പട്ടമുണ്ടാക്കി പറപ്പിച്ചു. കുള ത്തിലേക്ക് കല്ലിനുപകരം സ്വർണനാണയങ്ങൾ എറിഞ്ഞു രസിച്ചു.

കുറച്ചുദിവസംകൊണ്ട് അവൻ പാപ്പരായി. പണമില്ലാതായപ്പോൾ കൂട്ടുകാർ ഒഴിഞ്ഞുമാറി. അലമാരയിൽ ശേഷിച്ചത് ഒരു ജോടി ചെരിപ്പും ഒരു പഴയ ഗൗണും മാത്രം. ദയതോന്നിയ ഒരു സുഹൃത്ത് സാധനങ്ങൾ പായ്ക്കു ചെയ്യാനായി അവന് പഴയ ഒരു ട്രങ്ക്പെട്ടി സമ്മാനിച്ചു. അതിൽ പായ്ക്കു ചെയ്യുവാനായി ഒന്നുമില്ല. അതുകൊണ്ട് കച്ചവടക്കാരന്റെ മകൻ അതിൽ കയറിക്കിടന്നു.

അത് വിചിത്രമായ ഒരു പെട്ടിയായിരുന്നു. പൂട്ട് അമർത്തിയാൽ അത് പറന്നുയരും. കച്ചവടക്കാരന്റെ മകൻ അതിൽക്കിടന്ന് പൂട്ട് അമർത്തേണ്ട താമസം, പെട്ടിയതാ മേലോട്ടുയരുന്നു! ചിമ്മിനിക്കുഴലിലൂടെ പുറത്തു കടന്ന്, മേലോട്ട് മേലോട്ട്, മേഘങ്ങൾക്കിടയിലേക്ക്. പെട്ടിയുടെ അടി ഭാഗം ഇളകുന്നുണ്ടായിരുന്നു. പൊളിഞ്ഞുവീഴുമോ എന്നുപേടി. വീണാൽ ഒന്നും ബാക്കിയുണ്ടാവില്ല. കുറച്ചുകഴിഞ്ഞപ്പോൾ പെട്ടി താഴാൻ തുട ങ്ങി. സാവധാനം അത് നിലത്തിറങ്ങി. എത്തിയത് തുർക്കിയിലാണ്. കച്ച വടക്കാരന്റെ മകൻ പെട്ടി കാട്ടിലൊളിപ്പിച്ചുവെച്ച് ഉണക്കിലകൾകൊണ്ടു

മൂടി. എന്നിട്ട് ചെരിപ്പും ഗൗണും ധരിച്ച് നേരെപട്ടണത്തിലേക്കു നടന്നു. ചെരിപ്പും ഗൗണും ഉള്ളതുകൊണ്ട് അവനെ ആരും ശ്രദ്ധിച്ചില്ല. എല്ലാവരും അതേ വേഷത്തിലായിരുന്നു.

വഴിയിൽ ഒരു കുട്ടിയോടൊപ്പം പോകുന്ന ഒരു നേഴ്സിനെ കണ്ടു. അടുത്തുതന്നെ വഴിയരികിലായി വലിയ ജനലുകളുള്ള ഒരു കൊട്ടാരമുണ്ടായിരുന്നു. അത് ആരുടെ കൊട്ടാരമാണെന്ന് അവൻ നേഴ്സിനോട് അന്വേഷിച്ചു.

"അത് രാജാവിന്റെ മകളുടെ കൊട്ടാരമാണ്" നേഴ്സ് പറഞ്ഞു: "ഒരു കാമുകൻമൂലം അവൾക്ക് ബുദ്ധിമുട്ടുണ്ടാകുമെന്ന് ഒരു പ്രവചനമുണ്ടുപോലും. അതുകൊണ്ട് രാജാവിന്റെയും രാജ്ഞിയുടെയും സാന്നിധ്യത്തിലല്ലാതെ അവളെ ആരേയും കാണാൻ അനുവദിക്കുകയില്ല."

നേഴ്സിനോട് നന്ദിപറഞ്ഞ് കച്ചവടക്കാരന്റെ മകൻ ഉടൻ കാട്ടിലേക്കു തിരിച്ചു. തന്റെ മാന്ത്രികപ്പെട്ടിയിൽ കയറി, കൊട്ടാരത്തിലേക്കു പറന്ന്, ജനലിലൂടെ രാജകുമാരിയുടെ മുറിയിലെത്തി.

രാജകുമാരി അവളുടെ സോഫയിൽ കിടന്നുറങ്ങുകയായിരുന്നു. കച്ചവടക്കാരന്റെ മകൻ കുനിഞ്ഞുനിന്ന് അവളുടെ നെറ്റിയിൽ ചുംബിച്ചു. അവൾ ഉണർന്നെങ്കിലും പരിഭ്രമം തോന്നിയില്ല. അവളുടെ സ്നേഹം കൊതിച്ച് വായുവിലൂടെ പറന്നെത്തിയ ദേവനാണ് താനെന്ന് അവൻ പറഞ്ഞു. അതുകേട്ടപ്പോൾ കുമാരിക്കു സന്തോഷമായി.

അവർ അടുത്തിരുന്ന് രഹസ്യസംഭാഷണത്തിൽ മുഴുകി. അവളുടെ നീലത്തടാകംപോലുള്ള മനോഹരമായ കണ്ണുകളെക്കുറിച്ചും, അതിൽ മീനുകളെപ്പോലെ തുടിക്കുന്ന വികാരങ്ങളെക്കുറിച്ചും അവൻ കഥകളുണ്ടാക്കി പറഞ്ഞു. പുരികങ്ങളുടെ മനോഹാരിതയെക്കുറിച്ച് വാചാലമായി സംസാരിച്ചു. എല്ലാംകേട്ടു രസിക്കുന്ന രാജകുമാരിയോട് ഒടുവിൽ വിവാഹാഭ്യർഥനയും നടത്തി. ഉടൻതന്നെ അവൾ സമ്മതംമൂളി.

"അടുത്ത ശനിയാഴ്ച വരണം" രാജകുമാരി പറഞ്ഞു. "രാജാവും രാജ്ഞിയും അന്ന് വൈകുന്നേരം എന്നോടൊപ്പം ചായകുടിക്കാനുണ്ടാവും. ഞാനൊരു തുർക്കി ദേവനെയാണ് വിവാഹം കഴിക്കാൻ പോകുന്നത് എന്നു കേൾക്കുമ്പോൾ അവർക്ക് വലിയ സന്തോഷമാകും. അവർക്ക് കഥകേൾക്കാൻ വലിയ ഇഷ്ടമാണ്. അമ്മയ്ക്കിഷ്ടം നീതികഥകളാണ്, അച്ഛനാണെങ്കിൽ തമാശക്കഥകളും. അതുകൊണ്ട് അന്ന് നല്ലൊരു കഥ പറയണം."

"ശരി, ഒരു കഥയെക്കാൾ വലിയ ഒരു വിവാഹസമ്മാനം എനിക്കു തരാനില്ല." കച്ചവടക്കാരന്റെ മകൻ പറഞ്ഞു. യാത്ര പറഞ്ഞു പിരിയുമ്പോൾ രാജകുമാരി സമ്മാനമായി കൊടുത്തത് സ്വർണനാണയങ്ങൾ പതിച്ച മനോഹരമായ ഒരു വാളാണ്. അയാൾക്കത് വളരെ ഉപകാരപ്രദമായിത്തോന്നി. ഉടനെ അവിടെനിന്നു പറന്നകന്നു. അയാൾ പുതിയ വസ്ത്രങ്ങൾ വാങ്ങി. കാട്ടിലെത്തി പുതിയ കഥയും ആലോചിച്ചിരുന്നു. ഒരു കഥയുണ്ടാക്കുക അത്ര എളുപ്പമുള്ള കാര്യമല്ലെന്ന് അപ്പോൾ ബോധ്യപ്പെട്ടു.

എങ്കിലും ശനിയാഴ്ച വൈകുന്നേരമായപ്പോഴേക്കും കഥ രൂപപ്പെട്ടു.

രാജാവും രാജ്ഞിയും പരിവാരങ്ങളുമെല്ലാം കൊട്ടാരത്തിൽ കാത്തിരിക്കുകയാണ്. എല്ലാവരും ചേർന്ന് അപരിചിതനായ വിവാഹാർഥിയെ ആഘോഷപൂർവം സ്വീകരിച്ചു.

"ഇനിയൊരു കഥ പറയൂ. ഗുണപാഠമുള്ള ഒരു നീതി കഥ" രാജ്ഞി പറഞ്ഞു.

"കഥയിൽ ചിരിക്കാൻ വകവേണം" രാജാവ് പറഞ്ഞു.

കച്ചവടക്കാരന്റെ മകൻ സന്തോഷപൂർവം കഥ പറയാൻ തുടങ്ങി.

"പണ്ടൊരിക്കൽ ഒരുകെട്ട് തീപ്പെട്ടിക്കോലുകൾ ഉണ്ടായിരുന്നു. പഴയൊരു ദാരുവൃക്ഷത്തിന്റെ ഭാഗമായതുകൊണ്ട് തങ്ങളുടെ കുലമഹിമയിൽ അവർ അഹങ്കരിച്ചു. ഇപ്പോൾ അടുക്കള ഷെൽഫിൽ പഴയൊരു ഇരുമ്പുപാത്രത്തിനും ഒരു തീക്കുടക്കയ്ക്കും ഇടയ്ക്കാണ് അവ കിടക്കുന്നത്. അവയോട് തീപ്പെട്ടിക്കൊള്ളികൾ തങ്ങളുടെ ബാല്യകാലത്തിലെ അനുഭവങ്ങളെക്കുറിച്ച് പറയുമായിരുന്നു. 'പറഞ്ഞാൽ വിശ്വാസം വരില്ല. ചെറുപ്പത്തിൽ ഞങ്ങൾ പച്ചക്കമ്പുകളായിരുന്നു' അവ പറഞ്ഞു. 'എത്ര സന്തുഷ്ടമായ കാലമായിരുന്നു അത്. രാവിലെയും വൈകുന്നേരവും മഞ്ഞുതുള്ളികൾ ഞങ്ങളെ സൽക്കരിച്ചു. പകൽമുഴുവൻ സൂര്യപ്രകാശം. എല്ലാ പക്ഷികളും ഞങ്ങൾക്കുവേണ്ടി പാടുകയും കഥകൾ പറയുകയും ചെയ്തു. ഞങ്ങൾ തികച്ചും സമ്പന്നരായിരുന്നു. വേനലിലും തണുപ്പിലും ഞങ്ങൾ മനോഹരമായ പച്ചവസ്ത്രങ്ങൾ അണിഞ്ഞൊരുങ്ങി. മറ്റു മരങ്ങൾക്കൊന്നും ഇല്ലാത്ത സൗഭാഗ്യം. അങ്ങനെയിരിക്കെ ഒരുദിവസം മരംവെട്ടുകാരെത്തി. അതോടുകൂടി ഞങ്ങളുടെ കുടുംബം കുറ്റിയറ്റു. കുടുംബനാഥനെ കപ്പലിന്റെ കൊടിമരത്തിനായി കൊണ്ടുപോയി. കൊമ്പുകൾ കഷണങ്ങളാക്കി ചീന്തി തീപ്പട്ടിക്കോലുകളാക്കി. അങ്ങനെ വലിയ തറവാടികളായ ഞങ്ങളെ ഒടുവിൽ അടുക്കളയിൽ പാവങ്ങൾക്കുവെളിച്ചം നൽകാൻ ഇവിടെ കൊണ്ടുവന്നു.

'എന്റേത് മറ്റൊരു കഥയാണ്' തീപ്പെട്ടിക്കോലുകൾക്ക് അടുത്തു കിടക്കുന്ന ഇരുമ്പുപാത്രം പറഞ്ഞു: എന്നും ഉരസലും കഴുകലും തീയിൽക്കിടന്നു വേവലും. ഹൊ, എത്രതവണ! വാസ്തവത്തിൽ വീട്ടിലെ പ്രധാനി ഞാൻതന്നെ. വീട്ടിലെ ഭക്ഷണം കഴിഞ്ഞാൽ എന്നെ തേച്ചു മിനുക്കി ഷെൽഫിൽത്തന്നെ വെക്കും. അപ്പോൾ കൂട്ടുകാരോട് വർത്തമാനം പറയാം. വെള്ളത്തൊട്ടിക്ക് ചിലപ്പോൾ പുറത്തേക്കു പോകേണ്ട ആവശ്യം വരും. ബാക്കിയെല്ലാവരും അപ്പോഴും അവിടെയുണ്ടാവും. ജനങ്ങളെക്കുറിച്ചും ഗവൺമെന്റിനെക്കുറിച്ചും പുറം ലോകത്തെക്കുറിച്ചുമുള്ള വിവരങ്ങൾ തരുന്നത് പുൽക്കൊട്ടയാണ്. അതിന്റെ വർത്തമാനം കേട്ട് പേടിച്ച് ഒരു ജാർ താഴെവീണു പൊട്ടിച്ചിതറിയത് അടുത്ത ദിവസമാണ്.

അപ്പോൾ തീക്കുടുക്ക ഇടപെട്ടു: 'നീ വലിച്ചുനീട്ടി സംസാരിക്കുന്നു. ഉടനെ തീക്കല്ല് ഇരുമ്പിലുരഞ്ഞ് തീപ്പൊരി പൊങ്ങി. നമുക്ക് ഈ വൈകുന്നേരം എന്തുകൊണ്ട് ആഹ്ലാദിക്കാനുള്ള സന്ദർഭമാക്കിക്കൂടാ."

'നമ്മളിൽ ഏറ്റവും മാന്യന്മാരായത് ആരാണെന്ന് ചർച്ചചെയ്യാം.' തീപ്പെട്ടിക്കോലുകൾ പറഞ്ഞു.

'അതുവേണ്ട തന്നെപ്പറ്റി സംസാരിക്കുന്നത് എനിക്കിഷ്ടമില്ല' മൺപാത്രം പറഞ്ഞു.

'നമുക്ക് നിത്യജീവിതത്തിലെ അനുഭവങ്ങളെക്കുറിച്ചു പറഞ്ഞ് കഥയിലേക്കു കടക്കാം. അത് രസമുള്ള കാര്യമാണ്. ജർമൻ കടലിന്റെ തീരത്ത്, ഡാനിഫ് ബീച്ച് തോപ്പിന്റെ തണലിൽ.....

'ഹായ്, എന്തു നല്ല തുടക്കം?' പ്ലേറ്റുകൾ ഒന്നിച്ചു പറഞ്ഞു. 'നമുക്കു പറ്റിയ കഥതന്നെയാണ്.'

'ശരി, അവിടെ ശാന്തമായ ഒരു കുടുംബത്തിലാണ് ഞാനെന്റെ ബാല്യം ചെലവഴിച്ചത്. മിന്നുന്ന ഫർണിച്ചറുകളിൽ നമ്മുടെ രൂപം തെളിഞ്ഞുകാണാം. നിലം എല്ലാ ദിവസവും രാവിലെ കഴുകിത്തുടച്ചു. കർട്ടനുകൾ ഈരണ്ടാഴ്ച കൂടുമ്പോൾ കഴുകി ഉണക്കാനിട്ടു.'

'എത്ര രസകരമായാണ് നീ കഥ പറയുന്നത്?' ചൂൽ ഇടയ്ക്കു കയറി പറഞ്ഞു. 'കഥ പറയുന്നത് ഒരു സ്ത്രീയാണെന്ന് ആർക്കും തോന്നും. എല്ലാറ്റിലും അത്രയും വെടിപ്പും ഭംഗിയുമുണ്ട്.'

'ശരിയാണ്, സംശയമില്ല' വെള്ളത്തൊട്ടി ഒന്നിളകി. അപ്പോൾ നിലത്തേക്ക് വെള്ളം തുളുമ്പി.

മൺപാത്രം തന്റെ കഥ തുടർന്നു. തുടക്കംപോലെത്തന്നെ അവസാനവും നന്നായി.

എല്ലാ പ്ലേറ്റുകളും ആഹ്ലാദപൂർവം കൈയടിച്ചു. ചൂല് ഉണങ്ങിയ ചില പൂക്കൾ പാത്രത്തെ അണിയിച്ചു. 'ഇന്നു ഞാൻ അണിയിച്ചാൽ, നാളെ അവൾ എന്നെ അണിയിക്കും' എന്ന് സ്വയം പറയുകയും ചെയ്തു.

'ഇനി ഞാൻ ഡാൻസ് ചെയ്യാം' കൊടിൽ പറഞ്ഞു. അവൾ ഡാൻസ് തുടങ്ങി. ഒരു കാൽവായുവിൽ ഉയരത്തിൽ പൊക്കി. കസേരയുടെ പഴയ കവറുകൾ ആ ഭയങ്കരനൃത്തം കണ്ട് പേടിച്ചു കീറിപ്പറന്നു. ഒടുവിൽ കൊടിലിന്റെ തലയിലും കിരീടം അണിയിക്കപ്പെട്ടു. എന്നാൽ തീപ്പെട്ടിക്കോലുകൾക്ക് നൃത്തം മോശമായാണ് തോന്നിയത്.

അടുത്തതായി ചായപ്പാത്രത്തോട് പാടാൻ പറഞ്ഞു. പക്ഷേ, അവൾക്ക് ജലദോഷമാണെന്നു പറഞ്ഞ് ഒഴിഞ്ഞുമാറി. നല്ല ചൂടുണ്ടെങ്കിൽ മാത്രമേ, അവൾക്ക് പാടാൻ കഴിയൂ.

ജനൽപ്പടിയിൽ പാചകക്കാരന്റെ ഒരു പഴയ പേന കിടന്നിരുന്നു. പേന പറഞ്ഞു: 'ചായപ്പാത്രത്തിന് പാടാൻപറ്റില്ലെങ്കിൽ വേണ്ട. പുറത്ത് കൂട്ടിലൊരു രാപ്പാടിക്കിളിയുണ്ട്. അതിനെക്കൊണ്ട് നമുക്കുപാടിക്കാം.'

'അതു പാടില്ല' ചായപ്പാത്രത്തിന്റെ സഹോദരനും അടുക്കളപ്പാട്ടുകാരനുമായ കെറ്റിൽ പറഞ്ഞു. 'ഒരു അപരിചിതന്റെ പാട്ടു നാം കേൾക്കേണ്ടതുണ്ടോ? അത് രാജ്യസ്നേഹമാണോ? പുൽക്കൊട്ട പറയട്ടെ.'

'ഇത്തരം അസംബന്ധങ്ങൾകേട്ട് എനിക്ക് വല്ലാത്ത പ്രയാസമുണ്ട്. നമുക്ക് വേറെ എന്തൊക്കെ നല്ല കാര്യങ്ങൾ ചെയ്യാനുണ്ട്? അപ്പോൾ ഓരോരുത്തർക്കും അർഹമായ സ്ഥാനവും കിട്ടും. ആരാണ് വലിയവൻ എന്ന് അറിയുകയും ചെയ്യാം. അതല്ലേ നല്ലത്?' പുൽക്കൊട്ട അഭിപ്രായപ്പെട്ടു.

'എന്നാൽ ശരി' എല്ലാവരും പറഞ്ഞതേയുള്ളൂ, വാതിൽതുറന്ന് വേലക്കാരി അകത്തുവന്നു. പെട്ടെന്ന് നിശ്ശബ്ദത പരന്നു. ആർക്കും അനക്കമില്ല. എല്ലാവരും തങ്ങൾക്കു ചെയ്യാനുള്ള കാര്യത്തെക്കുറിച്ചുള്ള ആലോചനയിലാണ്.

വേലക്കാരി തീപ്പെട്ടിക്കോലുകൾ കത്തിച്ചു. നീലനാളത്തോടുകൂടി അവ കത്തി.

"ഏതു മരത്തലയനും അറിയാം. നമ്മളാണ് ഏറ്റവും മുന്തിയവർ എന്ന്. എത്ര അന്തസിലാണ് കത്തുന്നത്?' അതു പറഞ്ഞപ്പോഴേക്കും തീപ്പെട്ടിക്കോലുകൾ വെണ്ണീറായി."

"നല്ല അസൽ കഥ" രാജ്ഞി പറഞ്ഞു. "ഞാൻ തീപ്പെട്ടിക്കൊള്ളികൾക്കൊപ്പം അടുക്കളയിലാണെന്നു തോന്നിപ്പോയി. എന്റെ മകളെ തീർച്ചയായും നിങ്ങൾക്കുതരാം."

രാജാവിനും എതിരഭിപ്രായം ഉണ്ടായില്ല. അടുത്ത തിങ്കളാഴ്ച വിവാഹം നടത്താമെന്ന് രാജാവ് സമ്മതിച്ചു.

വിവാഹം ഉറപ്പിച്ചതോടെ പിറ്റേന്ന് വൈകുന്നേരത്തോടുകൂടി നഗരം മുഴുവനും അണിഞ്ഞൊരുങ്ങി. മധുരപലഹാരങ്ങൾ ജനങ്ങൾക്കിടയിൽ വാരിവിതറി. തെരുവിൽ കുട്ടികൾ വിസിലടിച്ച് ആരവം മുഴക്കി.

ആഘോഷത്തിന് കൊഴുപ്പേകാൻ കച്ചവടക്കാരന്റെ മകനും വിചാരിച്ചു. അയാൾ പലതരം പടക്കങ്ങളും തിരികളും റോക്കറ്റുകളും മറ്റും തന്റെ ട്രങ്കുപെട്ടി നിറയെ സംഭരിച്ച് ആകാശത്തിലേക്കുയർന്നു. എന്തൊരു പൊട്ടലും ചീറ്റലും വർണപ്പൊലിമയുമാണ് അന്തരീക്ഷത്തിൽ ഉണ്ടായത്! തുർക്കികൾ ആഹ്ലാദംകൊണ്ടു തുള്ളിയപ്പോൾ അവരുടെ ചെരിപ്പുകൾ തലയ്ക്കുമുകളിലേക്ക് പറന്നുപൊങ്ങി. രാജകുമാരിയെ വിവാഹം കഴിക്കുന്നത് ഒരു ദേവൻ തന്നെയെന്ന് എല്ലാവർക്കും ബോധ്യമായി.

കാട്ടിൽ തിരിച്ചെത്തിയപ്പോൾ രാജകുമാരിയുടെ വരന് ഒരു മോഹം. പട്ടണത്തിലൊന്നു പോകണം. തന്റെ അപദാനങ്ങളെക്കുറിച്ച് ആളുകൾ എന്തൊക്കെയാണ് പറയുന്നത് എന്ന് കേൾക്കണമല്ലോ. ആകാശത്തിൽക്കണ്ട മനോഹര കാഴ്ചയെപ്പറ്റിയേ ഏവർക്കും സംസാരമുള്ളൂ. "ഞാൻ ദേവനെ സ്വന്തം കണ്ണുകൊണ്ടു കണ്ടു. നക്ഷത്രംപോലെ മിന്നുന്ന കണ്ണുകൾ. പതഞ്ഞു നുരയുന്ന കടൽപോലെയുള്ള താടി" ഒരാൾ പറഞ്ഞു. "തീഗോളംപോലെയാണ് ഒഴുകി നടന്നത്. ദൈവദൂതന്മാർ അതിൽനിന്ന് പുറത്തേക്കു നോക്കുന്നുണ്ടായിരുന്നു" മറ്റൊരാൾ അഭിപ്രായപ്പെട്ടു. അങ്ങനെ പല അഭിപ്രായങ്ങളും കേട്ടു. നാളെ വിവാഹസുദിനമാണ്.

ട്രങ്കുപെട്ടിയിൽ കയറിയിരിക്കാനായി അയാൾ കാട്ടിലേക്കു തിരക്കിട്ടു നടന്നു. പക്ഷേ, ട്രങ്കുപെട്ടി എവിടെ? അത് കത്തിക്കരിഞ്ഞുപോയിരുന്നു. ആഘോഷത്തിനിടെ ഒരു തീപ്പെട്ടി ഉള്ളിൽക്കടന്നത് ശ്രദ്ധയിൽപ്പെട്ടിരുന്നില്ല. ഉണങ്ങിയമരത്തിൽ അത് സാവധാനം കത്തിപ്പടരുകയാണുണ്ടായത്. പാവം കച്ചവടക്കാരന്റെ മകന് വീണ്ടുംപറന്ന് തന്റെ വധുവിന്റെ സമീപമെത്താൻ കഴിഞ്ഞില്ല.

രാജകുമാരി ഒരുദിവസം മുഴുവനും കാത്തിരുന്നു. ഇപ്പോഴും പ്രതീക്ഷയോടെ കാത്തിരിക്കുന്നു. കച്ചവടക്കാരന്റെ മകനാകട്ടെ, ലോകത്തോട് കഥകൾ പറഞ്ഞുകൊണ്ട് അലഞ്ഞുനടക്കുകയാണ്.

17

യഥാർഥ രാജകുമാരി

ഒരിക്കൽ ഒരു രാജകുമാരിയെ വിവാഹം കഴിക്കാൻ ആഗ്രഹിച്ച ഒരു രാജകുമാരനുണ്ടായിരുന്നു. പക്ഷേ, രാജകുമാരി യഥാർഥ രാജകുമാരി തന്നെയായിരിക്കണം. അങ്ങനെയുള്ള ഒരു സ്ത്രീയെ കണ്ടുപിടിക്കാൻ രാജകുമാരൻ ലോകം മുഴുവൻ അന്വേഷിച്ചു. പക്ഷേ, കാണുന്നവർക്കെല്ലാം എന്തെങ്കിലും പോരായ്മയുണ്ടായിരുന്നു. യഥാർഥ രാജകുമാരിയെ കാണാനാകാതെ അയാൾ നിരാശനായി കൊട്ടാരത്തിലേക്കു മടങ്ങി.

ഒരുദിവസം വൈകുന്നേരം ശക്തമായ കൊടുങ്കാറ്റടിച്ചു. ഇടിയോടും മിന്നലോടുംകൂടി കനത്ത മഴ പെയ്യാൻ തുടങ്ങി. നല്ല ഇരുട്ട്, പെട്ടെന്ന് വാതിലിൽ ആരോ മുട്ടുന്നതുപോലെ. രാജകുമാരന്റെ അച്ഛനാണ് വാതിൽ തുറന്നത്.

മുമ്പിൽ ഒരു രാജകുമാരി. മഴയും കാറ്റുംകൊണ്ട് വല്ലാത്ത സ്ഥിതിയിലാണ്. മുടിയിൽനിന്ന് വെള്ളം ഇറ്റുവീഴുന്നുണ്ട്. വസ്ത്രം ദേഹത്ത് ഒട്ടിപ്പിടിച്ചിരിക്കുന്നു. താൻ ഒരു യഥാർഥ രാജകുമാരിയാണെന്ന് അവൾ പറഞ്ഞു.

'അത് ഉടനെ നമുക്കു കണ്ടുപിടിക്കാം' പ്രായമുള്ള രാജ്ഞി വിചാരിച്ചു. അവർ എന്താണ് ചെയ്യാൻ പോകുന്നതെന്ന കാര്യം പറഞ്ഞില്ല. അവർ കിടപ്പുമുറിയിലെ കട്ടിലിലെ വിരിയെല്ലാം എടുത്തുമാറ്റി. എന്നിട്ട് മൂന്നു പയർമണികൾ അടിയിൽവെച്ച്, മീതെ ഇരുപതു പായകൾ വിരിച്ചു. അതിനുമീതെ ഇരുപത് തൂവൽമെത്തകളും.

രാജകുമാരി രാത്രി ഉറങ്ങേണ്ടത് ആ മെത്തയിലാണ്.

പിറ്റേന്നു രാവിലെ രാജകുമാരിയോട് ഉറക്കം സുഖമായോ എന്നു ചോദിച്ചു.

"ഒരുപോള കണ്ണടച്ചിട്ടില്ല" രാജകുമാരി പറഞ്ഞു. "കിടക്കയ്ക്കടിയിൽ എന്തോ ഉറപ്പുള്ള സാധനം ഉള്ളതുപോലെ. ദേഹം കരിവാളിച്ചിരിക്കുന്നു. വേദനിച്ചിട്ടു വയ്യ."

അപ്പോൾ സംഗതി വ്യക്തമായി. ഇരുപതുപായയ്ക്കും ഇരുപതുതൂവൽമെത്തയ്ക്കും അടിയിൽവെച്ച പയർമണികൊണ്ട് ദേഹം വേദനിച്ചുവെങ്കിൽ, ഇവൾ യഥാർഥ രാജകുമാരി തന്നെ. അത്രയും മൃദുലമായ ചർമം യഥാർഥ രാജകുമാരിക്കേ കാണൂ.

രാജകുമാരൻ ആഗ്രഹിച്ചതുപോലെ യഥാർഥരാജകുമാരിയെ വിവാഹം കഴിച്ചു. ഓർമയ്ക്കായി മൂന്നുപയർമണികൾ ഭദ്രമായി സൂക്ഷിച്ചുവയ്ക്കുകയും ചെയ്തു.

18

ചാട്ടമത്സരം

ഒരിക്കൽ ചെള്ളിനും പച്ചത്തുള്ളനും തവളയ്ക്കും ഒരു മോഹം. തങ്ങളിൽ ഏറ്റവും വലിയ ചാട്ടക്കാരൻ ആരാണ്? അവർ നാട്ടിലുള്ള എല്ലാവരേയും തങ്ങളുടെ മഹത്തായ ചാട്ടമത്സരം കാണാൻ വിളിച്ചു. ക്ഷണം സ്വീകരിച്ച് മത്സരം കാണാൻ നിരവധിപേർ എത്തി.

അപ്പോൾ രാജാവ് പറഞ്ഞു: "മത്സരക്കാർക്ക് എന്തെങ്കിലും സമ്മാനം കൊടുക്കാതിരിക്കുന്നത് മോശമല്ലേ? ഏറ്റവും ഉയരത്തിൽ ചാടുന്നവന് സമ്മാനമായി എന്റെ മകളെ കൊടുക്കുന്നതാണ്."

ആദ്യം ചെള്ള് മുമ്പോട്ടുവന്ന് സ്വയം പരിചയപ്പെടുത്തി. അവൻ മാന്യകുടുംബത്തിൽപ്പെട്ടവനായതുകൊണ്ട് എല്ലാവരേയും വിനയപൂർവം വണങ്ങി. കൂടാതെ മനുഷ്യനുമായി നല്ല സമ്പർക്കം പുലർത്തുന്നവൻ എന്ന ഗുണവുമുണ്ട്.

അതിനുശേഷം വന്നത് പച്ചത്തുള്ളനാണ്. ചെള്ളിനെപ്പോലെയല്ലെങ്കിലും അവനും പെരുമാറാനറിയാം. ജന്മനാട്ടിലെ പച്ചയൂണിഫോം അവൻ അണിഞ്ഞിരുന്നു. പാരമ്പര്യമുള്ള പുരാതനകുടുംബത്തിലെ അംഗം. വയലിൽനിന്നാണ് അവിടെ എത്തപ്പെട്ടത്. സ്വന്തംവീട്ടിൽ വലിയ സ്ഥാനമാണുള്ളത്. കാർഡ്ബോർഡുകൊണ്ടു നിർമിച്ച മൂന്നുതട്ടുള്ള വീടാണ്. ജനലും വാതിലുമെല്ലാം രാജ്ഞിയുടെ ദേഹത്തുനിന്ന് വെട്ടിയെടുത്തുണ്ടാക്കിയതാണ്.

"എനിക്ക് നന്നായി പാടാനറിയാം" പച്ചത്തുള്ളൻ പറഞ്ഞു. "കൂട്ടുകാർക്കെല്ലാം എന്നോട് അസൂയയാണ്. അവർക്കാർക്കും ഒരു കാർബോർഡ് വീടില്ല. അവർ ജനിച്ച ഉടനെ പാടാൻ തുടങ്ങിയതാണ്. പക്ഷേ, എന്നോടുള്ള പകയും വെറുപ്പുംകൊണ്ട് വല്ലാതെ മെലിഞ്ഞുപോയി."

ചെള്ളിനും പച്ചത്തുള്ളനും മറ്റുള്ളവരുടെ മുമ്പിൽ ആളാവനറിയാം. ഓരോരുത്തരും താനാണ് രാജകുമാരിക്ക് ഏറ്റവും ചേർന്നവൻ എന്ന് മനസിൽ കരുതി.

മറ്റു രണ്ടുപേരെയുംപോലെ തവള തന്നെപ്പറ്റി ഒന്നും പറഞ്ഞില്ല. വീട്ടുനായ മണത്തുനോക്കി തവള നല്ല തറവാടിയാണെന്ന് അഭിപ്രായപ്പെട്ടു. വൃദ്ധനായ ഉപദേഷ്ടാവ് പറഞ്ഞത് തവളയ്ക്ക് ഭാവി പ്രവചിക്കാനുള്ള അത്ഭുതകഴിവുണ്ടെന്നാണ്. കാലാവസ്ഥ എങ്ങനെയായിരിക്കും? തണുപ്പ് കൂടുമോ കുറയുമോ? അതെല്ലാം മനുഷ്യൻ പ്രവചിക്കുന്നതുപോലെ അവന്റെ പുറത്തുനോക്കി വായിച്ചു മനസിലാക്കാം.

അപ്പോൾ രാജാവു പറഞ്ഞു: "ഞാൻ ഇപ്പോഴൊന്നും പറയുന്നില്ല. എല്ലാം കണ്ടു മനസിലാക്കിയശേഷം, ഞാനെന്റെ അഭിപ്രായം പറയുന്നതായിരിക്കും."

ഒടുവിൽ മത്സരം ആരംഭിച്ചു. ചെള്ള് പൊടുന്നനെ ഉയരത്തിലേക്ക് ഒറ്റച്ചാട്ടം, അവനെ ആർക്കും കാണാൻതന്നെ കഴിഞ്ഞില്ല. ചിലർ പറഞ്ഞു അവൻ ചാടിയിട്ടേ ഇല്ലെന്ന്! എന്തൊരു നാണക്കേട്?

പച്ചത്തുള്ളൻ പാതി ഉയരത്തിലേക്കേ, പൊങ്ങിയുള്ളൂ. പിന്നെ ചാടിയത് നേരെ രാജാവിന്റെ മുഖത്തേക്കാണ്. അവന്റെ ധിക്കാരം കണ്ട് രാജാവ് ക്ഷോഭിച്ചു.

തവള എന്തോ ആലോചനയിൽ മുഴുകി നിൽപ്പാണ്. അവൻ ചാടുന്നില്ലെന്നുതന്നെ ജനം കരുതി.

"അവന് സുഖമില്ലെന്നു തോന്നുന്നു" നായ അഭിപ്രായപ്പെട്ടു. അത് അവനെ മണത്തുനോക്കി. പെട്ടെന്ന് തവള ഒരുവശത്തേക്ക് കുതിച്ചുചാടി. ചെന്നുവീണത് അടുത്തുതന്നെയിരിക്കുന്ന രാജകുമാരിയുടെ മടിയിൽത്തന്നെ.

അപ്പോൾ രാജാവു പറഞ്ഞു: "എന്റെ മകളെക്കാൾ ഉന്നതമായി മറ്റൊന്നില്ല. അതുകൊണ്ട് അവളുടെ അടുത്തു ചാടിയെത്തുന്നവനാണ് ഏറ്റവും ഉയരത്തിൽ ചാടുന്നവൻ. നല്ല ധാരണയുള്ള ഒരാൾക്കേ അത് സാധ്യമാവൂ. തവളയ്ക്ക് അതുണ്ട്. നല്ല തലച്ചോറുമുണ്ട്."

അങ്ങനെ മത്സരത്തിൽ ജയിച്ച്, തവള രാജകുമാരിയെ നേടിയെടുത്തു.

"എല്ലാവരെക്കാളും ഉയരത്തിൽ ചാടിയത് ഞാനാണ്. എങ്കിലും ഞാനതൊന്നും കാര്യമാക്കുന്നില്ല" ചെള്ള് പറഞ്ഞു. "രാജകുമാരിക്ക്, വഴങ്ങാത്ത കാലുള്ള മെലിയൻ തവളയെ ഇഷ്ടമെങ്കിൽ അങ്ങനെയാവട്ടെ. ഏറ്റവും ഉയരത്തിൽ ചാടിയ ഞാൻ ലോകത്തിന്റെ കണ്ണിൽ വിഡ്ഢിയും നിസ്സാരനും. ആളുകൾക്ക് എന്നെ കാണാനോ പിടിക്കാനോ സാധ്യമല്ല. മൂഢന്മാരും തടിയന്മാരുമാണ് അവരുടെ കണ്ണിൽ വിജയിക്കുന്നത്."

അതുകൊണ്ട് ചെള്ള് നാട്ടിൽനിന്ന് വിദേശസർവീസിലേക്കു പോയി. അവിടെവെച്ച് കൊല്ലപ്പെടുകയും ചെയ്തു.

പച്ചത്തുള്ളൻ ഒരു പുൽമേട്ടിൽ ധ്യാനിച്ചിരുന്ന് ലോകനീതിയെക്കുറിച്ച് ഗാഢമായി ചിന്തിച്ചു. അവസാനം ചെള്ള് പറഞ്ഞ അതേകാര്യം ആവർത്തിച്ചു. “ശരിയാണ്, മൂഢന്മാരും തടിയന്മാരുമാണ് ഇവിടെ വിജയിക്കുന്നത്.”

എന്നിട്ട് പച്ചത്തുള്ളൻ തന്റേതുമാത്രമായ ഈണത്തിൽ ദുഃഖഗാനം ആലപിക്കാൻ തുടങ്ങി. അവനിൽനിന്നാണ് നാം ഈ പാഠം അറിയുന്നത്. എങ്കിലും പുസ്തകത്തിൽനിന്ന് നിങ്ങൾ വായിക്കുന്നത് മുഴുവനും ശരിയാവണമെന്നില്ല.

19

നിഴൽ

ഉഷ്ണരാജ്യങ്ങളിൽ സൂര്യതാപമേറ്റ് പൊതുവെ ആളുകളുടെ നിറം കറുപ്പായി മാറും. ഒരിക്കൽ ചൂടു താരതമ്യേന കുറവായ ഒരു രാജ്യത്തേക്ക് വടക്കുള്ള തണുപ്പു രാജ്യത്തുനിന്ന് ഒരു പണ്ഡിതൻ സന്ദർശനത്തിന് എത്തി. നാട്ടിൽ ശീലിച്ചതുപോലെ ഇഷ്ടംപോലെ പുറത്തിറങ്ങി സഞ്ചരിക്കാമെന്നാണ് അയാൾ കരുതിയത്. പക്ഷേ, ഉഷ്ണംകാരണം വീട്ടിൽ അടച്ചിരിക്കാനേ, അയാൾക്കു കഴിഞ്ഞുള്ളൂ. ഇടുങ്ങിയ നിരത്തിന്റെ ഇരുവശത്തുമുള്ള വലിയ വീടുകളിൽ രാവിലെ മുതൽ വൈകുന്നേരംവരെ സൂര്യരശ്മികൾ പതിക്കുന്നുണ്ടായിരുന്നു. തണുപ്പുനാട്ടിൽ നിന്നുവന്ന പണ്ഡിതന് ചൂടുള്ള അടുപ്പിനടുത്ത് ഇരിക്കുന്നതുപോലെയാണ് തോന്നിയത്.

പണ്ഡിതൻ യുവാവായിരുന്നു. എങ്കിലും സൂര്യന്റെ ചൂട് അയാളുടെ ആരോഗ്യത്തെ ബാധിച്ചു. ശരീരം മെലിഞ്ഞുവന്നു, അതുപോലെ നിഴലും. എന്നാൽ സൂര്യൻ അസ്തമിച്ച് രാത്രിയായാൽ പണ്ഡിതന്റെ ദേഹവും നിഴലും പൂർവസ്ഥിതിയിലാകും. അത് രസകരമായ കാഴ്ചയാണ്. മുറിയിൽ വെളിച്ചം തെളിഞ്ഞുകഴിഞ്ഞാൽ നിഴൽ വലുതായി, വലുതായി മുറിയുടെ മേൽത്തട്ടുവരെ നിറഞ്ഞുനിൽക്കും.

ആകാശത്തിൽ നക്ഷത്രങ്ങൾ പ്രകാശിക്കുമ്പോൾ പണ്ഡിതൻ ബാൽക്കണിയിൽ ചെന്നിരിക്കും. പുറത്തെ ശുദ്ധവായു ശ്വസിക്കുമ്പോൾ നല്ല ഉന്മേഷം തോന്നും. റോഡുവക്കിലെ മറ്റുവീടുകളിലെ ബാൽക്കണിയിലും സ്ത്രീപുരുഷന്മാർ പ്രത്യക്ഷപ്പെടും. അപ്പോൾ താഴെ തെരുവ് സജീവമാകും. അപ്പം വിൽക്കുന്നവനും ഇറച്ചിവിൽപ്പനക്കാരനും ചെരുപ്പുകുത്തിയും തുന്നൽക്കാരനും നിരത്തിലെത്തും. മേശയും കസേരയും പുറത്തിട്ട് എങ്ങും വിളക്കുകൾ തെളിയും. പാടുന്നവരും നടക്കുന്നവരും

കഴുതപ്പുറത്തു സഞ്ചരിക്കുന്നവരും എല്ലാം അവിടെയുണ്ടാകും. കുട്ടികൾ പടക്കംപൊട്ടിച്ചു രസിക്കും. പള്ളികളിൽനിന്ന് പ്രാർഥനാഗീതം മുഴങ്ങും.

എന്നാൽ പണ്ഡിതൻ താമസിക്കുന്ന വീടിന് എതിർവശത്തുള്ള വീടുമാത്രം നിശ്ശബ്ദമായിരുന്നു. അവിടെ ബാൽക്കണിയിൽ പൂക്കൾ വിടർന്നു നിൽക്കുന്നുണ്ടായിരുന്നു. ചെടികൾ ആരോ നനയ്ക്കുന്നുണ്ടെന്നു തീർച്ച. കൂടാതെ, ബാൽക്കണിയിലേക്കുള്ള ജനൽ വൈകുന്നേരം തുറന്നിടാറുണ്ടായിരുന്നു. അകത്തുനിന്ന് സംഗീതം കേൾക്കുന്നതുപോലെതോന്നും. പണ്ഡിതൻ തന്റെ വീടിന്റെ ഉടമസ്ഥനോട് അതിനെപ്പറ്റി ചോദിച്ചു. അവിടെ ആരും താമസിക്കുന്നില്ലെന്ന മറുപടിയാണ് കിട്ടിയത്.

ഒരുദിവസം രാത്രി പണ്ഡിതൻ ഉറങ്ങുകയായിരുന്നു. തുറന്നിട്ട ജനലിനടുത്താണ് കിടന്നത്. കാറ്റിൽ ജനൽക്കർട്ടൻ നീങ്ങിക്കിടന്നു. എതിർദിശയിലെ വീടിന്റെ ബാൽക്കണിക്ക് പതിവില്ലാത്ത പകിട്ട്. അവിടെ പൂക്കൾ തീനാളങ്ങൾപോലെ ജ്വലിച്ചുനിന്നു. അവയ്ക്കിടയിൽ ഉയരമുള്ള ഒരു സുന്ദരി. പണ്ഡിതൻ എഴുന്നേറ്റു മിഴിച്ചുനോക്കി. പൊടുന്നനെ സുന്ദരി അപ്രത്യക്ഷയായി. കണ്ണഞ്ചിപ്പിക്കുന്ന ബാൽക്കണിയുടെ ഓജസ്സ് പോയി. പൂക്കളുടെ നിറം മങ്ങി. പക്ഷേ, വാതിൽ പാതി തുറന്നുകിടന്നു. അകത്തുനിന്ന് നേർത്ത സംഗീതം ഉയരുന്നതുപോലെ. അതിലെന്തോ രഹസ്യമുള്ളതായിത്തോന്നി.

ഒരുദിവസം പണ്ഡിതൻ തന്റെ ബാൽക്കണിയിൽ ഇരിക്കുകയാണ്. പിന്നിൽ മുറിയിലെ വെളിച്ചം കത്തുന്നുണ്ട്. സ്വാഭാവികമായും അയാളുടെ നിഴൽ എതിർഭാഗത്തുള്ള ചുമരിൽ പതിച്ചു. എതിർവശത്തെ ബാൽക്കണിയിലെ പൂക്കൾക്കിടയിൽ നിഴൽ ഇരിക്കുന്നതുപോലെ തോന്നി. നിഴലിന്റെ ഉടമനീങ്ങുമ്പോൾ, നിഴലും ചലിച്ചുകൊണ്ടിരുന്നു.

"അവിടെ കാണുന്ന നിഴൽ എന്റേതാണെന്ന് എനിക്കുറപ്പുണ്ട്" പണ്ഡിതൻ പറഞ്ഞു. "പൂക്കൾക്കിടയിൽ എത്ര സ്വസ്ഥമായാണ് അത് ഇരിക്കുന്നത്? വാതിലാണെങ്കിൽ പാതി തുറന്നുകിടപ്പാണ്. നിഴലിന് അകത്തു കടന്ന് അവിടെ എന്താണ് നടക്കുന്നതെന്ന് എന്നോടുപറയാൻ കഴിഞ്ഞെങ്കിൽ!" അയാൾ കുനിഞ്ഞപ്പോൾ നിഴലും കുനിഞ്ഞു. "അകത്തേക്കു കടക്ക്. തിരിച്ചു വരാതിരിക്കരുത്" അയാൾ തമാശമട്ടിൽ പറഞ്ഞു. പണ്ഡിതൻ അതുംപറഞ്ഞ് എഴുന്നേറ്റു. എതിർവീട്ടിലെ ബാൽക്കണിയിലെ നിഴലും എഴുന്നേറ്റു. പണ്ഡിതൻ വട്ടംകറങ്ങിയപ്പോൾ നിഴലും വട്ടംകറങ്ങി. പാതിതുറന്ന വാതിലിലൂടെ നിഴൽ അകത്തുകടന്നു. പണ്ഡിതൻ അപ്പോഴേക്കും സ്വന്തം മുറിയിൽ എത്തിക്കഴിഞ്ഞിരുന്നു.

പിറ്റേന്നുരാവിലെ കാപ്പി കുടിക്കാനും പത്രം വായിക്കാനുമായി പണ്ഡിതൻ പുറത്തിറങ്ങി. സൂര്യപ്രകാശത്തിൽ എത്തിയപ്പോൾ അയാൾക്ക് അത്ഭുതം. 'എന്ത്? എന്റെ നിഴലെവിടെ? ഇന്നലെ വൈകുന്നേരം അടുത്ത വീട്ടിലെ മുറിയിലേക്ക് കടന്നുപോയ നിഴൽ ഇനിയും തിരിച്ചെത്തിയില്ലെന്നോ?' തന്റെ നിഴൽ നഷ്ടപ്പെട്ടതിൽ അയാൾ അസ്വസ്ഥനായി.

നിഴലില്ലാത്ത മനുഷ്യനെപ്പറ്റി ഒരു കഥ മുമ്പേ കേട്ടിട്ടുണ്ട്. തന്റെ കഥ പറഞ്ഞാൽ അത് സാഹിത്യമോഷണമാണെന്ന ആരോപണം ഉണ്ടായാലോ? അതുകൊണ്ട് അയാൾ ആരോടും ഒന്നും പറഞ്ഞില്ല.

വൈകുന്നേരം പിന്നിൽ വിളക്കുകൊളുത്തിവെച്ച് അയാൾ ബാൽക്കണിയിൽ ഇരുന്നു. അയാൾ എത്രയോ തവണ തിരിഞ്ഞും മറിഞ്ഞും ചലിച്ചുനോക്കി. പക്ഷേ, തന്റെ നിഴൽമാത്രം പ്രത്യക്ഷപ്പെട്ടില്ല!

ആകെക്കൂടി മടുപ്പുതോന്നി. അങ്ങനെ ഒരാഴ്ച കഴിഞ്ഞു. സൂര്യപ്രകാശത്തിൽ തന്റെ കാൽക്കീഴിൽ നിന്ന് പുതിയൊരു നിഴൽ വളർന്നുവരുന്നത് അയാളുടെ ശ്രദ്ധയിൽപ്പെട്ടു. നിഴലിന്റെ വേര് കാലിനടിയിൽത്തന്നെ കിടന്നിരിക്കണം. മൂന്നാഴ്ച കഴിഞ്ഞപ്പോൾ നിഴൽ പൂർണരൂപം കൈക്കൊണ്ടു.

പണ്ഡിതൻ തണുപ്പുള്ള സ്വന്തം ദേശത്തേക്കു മടങ്ങി. ലോകത്തിലെ നല്ലതും യഥാർഥവും സുന്ദരവുമായ കാഴ്ചകളെപ്പറ്റി അയാൾ പുസ്തകങ്ങൾ രചിച്ചു. ദിവസങ്ങൾ, ആഴ്ചകൾ, വർഷങ്ങൾ അങ്ങനെ കടന്നുപോയി.

ഒരുദിവസം വൈകുന്നേരം പണ്ഡിതൻ തന്റെ മുറിയിൽ ഇരിക്കുമ്പോൾ ആരോ വാതിലിൽ മുട്ടുന്നതുപോലെ തോന്നി.

"വരൂ" അയാൾ പറഞ്ഞു. ആരും കടന്നുവന്നില്ല. അയാൾ എഴുന്നേറ്റ് വാതിൽ തുറന്നു. വളരെയേറെ മെലിഞ്ഞ ഒരു മനുഷ്യനെയാണ് അവിടെ കണ്ടത്. അയാൾ അന്തസായി വസ്ത്രം ധരിച്ചിരുന്നു. "ആരാണ്?" പണ്ഡിതൻ ചോദിച്ചു.

"എന്നെ തിരിച്ചറിയില്ലെന്ന് എനിക്കറിയാം" ആഗതൻ പറഞ്ഞു. "എന്റെ ശരീരം തടിക്കുകയും ഞാൻ വസ്ത്രം ധരിക്കുകയും ചെയ്തു. ഈ വേഷത്തിൽ നിങ്ങൾ ഒരിക്കലും എന്നെ പ്രതീക്ഷിച്ചിരിക്കില്ല. നിങ്ങളുടെ പഴയ നിഴലിനെ ഓർമയുണ്ടോ? ഞാൻ തിരിച്ചുവരില്ലെന്ന് നിങ്ങൾ കരുതിയിരിക്കും. നിങ്ങളെ പിരിഞ്ഞശേഷം ഒട്ടേറെ ഗുണം എനിക്കുണ്ടായി. ഇപ്പോൾ ഞാനൊരു ധനികനായി മാറിയിരിക്കുന്നു." അയാൾ സ്വർണവാച്ചിൽ തലോടി. വിരലുകളിലെ രത്നമോതിരങ്ങൾ തിളങ്ങി.

"എനിക്ക് ഒന്നും മനസിലാകുന്നില്ല. എന്താണ് ഇതിന്റെയൊക്കെ അർഥം?" പണ്ഡിതൻ ചോദിച്ചു.

"ഇത് അസാധാരണം തന്നെയാണ്" നിഴൽ പറഞ്ഞു. "നിങ്ങൾ ഇപ്പോൾ പഴയ മനുഷ്യനല്ല. ബാല്യം മുതൽക്കേ ഞാൻ നിങ്ങളുടെ കാലടികളെ പിന്തുടർന്നിരുന്നു. ഒറ്റയ്ക്കു നടക്കാറായപ്പോൾ ഞാനെന്റെ വഴിക്കുപോയി. എന്റെ സാഹചര്യം എന്തുകൊണ്ടും മേന്മയുള്ളതാണ്. എങ്കിലും നിങ്ങൾ മരിക്കുന്നതിനു മുമ്പ് നിങ്ങളെയൊന്നു കാണണമെന്നു തോന്നി; അതുപോലെ ഈ ജന്മസ്ഥലവും. നിങ്ങൾക്കിപ്പോൾ വേറെ നിഴലുണ്ടെന്ന് എനിക്കറിയാം. അതിന് ഞാനെത്ര പണം തരണമെന്നു പറയൂ."

"വാസ്തവത്തിൽ ഇത് താൻ തന്നെയാണോ? തികച്ചും അസാധാരണം. എന്റെ നിഴൽ ഒരു മനുഷ്യനായി തിരിച്ചുവരുമെന്ന് ഞാൻ ഒരിക്കലും കരുതിയതല്ല." പണ്ഡിതൻ അത്ഭുതത്തോടെ പറഞ്ഞു.

"എത്ര പണമാണ് വേണ്ടതെന്നു പറയൂ. ആരുടെയും ഔദാര്യം എനിക്കാവശ്യമില്ല" നിഴൽ വീണ്ടും പറഞ്ഞു.

"എന്താണിങ്ങനെ സംസാരിക്കുന്നത്? കടബാധ്യതയെപ്പറ്റി എന്തിനുപറയുന്നു?" പണ്ഡിതൻ ചോദിച്ചു. "നിങ്ങൾ പൂർണമായും സ്വതന്ത്രൻ. നിങ്ങളുടെ സമ്പത്തിനെക്കുറിച്ചറിയുന്നതും സന്തോഷം. സുഹൃത്തേ, ഇരിക്കൂ. എന്നിട്ടു സംസാരിക്കൂ. ഇതൊക്കെ എങ്ങനെ സംഭവിച്ചു? ഉഷ്ണരാജ്യത്ത് എന്റെ വീടിനുമുമ്പിലെ രഹസ്യ ഗൃഹത്തിൽ താൻ കണ്ട കാഴ്ചകൾ എന്തൊക്കെയാണ്?"

"ഞാൻ പറയാം" നിഴൽ ഇരുന്നശേഷം പറഞ്ഞു. "ഞാൻ നിങ്ങളുടെ നിഴലായിരുന്നു എന്നകാര്യം മറ്റാരോടും പറയരുത്. ഞാൻ വീണ്ടും ഇവിടെ വരും. ചില വിവാഹാലോചനകൾ നടക്കുന്നുണ്ട്."

എല്ലാം രഹസ്യമാക്കിവെക്കാമെന്ന് പണ്ഡിതൻ സമ്മതിച്ചു.

അസാധാരണമായ വസ്ത്രധാരണമാണ് നിഴലിനെ ശരിക്കും ഒരു മനുഷ്യനാക്കി മാറ്റിയത്. കറുത്തവസ്ത്രം, തിളങ്ങുന്ന ബൂട്ട്സ്, തൊപ്പിയും. കൂടാതെ സ്വർണവാച്ചും, വിരലിൽ രത്നമോതിരങ്ങളും. നിഴൽ സംസാരിക്കാൻ തുടങ്ങിയപ്പോൾ പണ്ഡിതന്റെ കാൽച്ചുവട്ടിലെ പുതിയ നിഴലിനെ ബൂട്ട്സ് ഇട്ട കാലുകൊണ്ട് ചവിട്ടി നിശ്ചലമാക്കി നിറുത്തി. പുതിയ നിഴൽ എന്നിട്ടും ചെവിയോർത്തു.

"ആരാണ് എതിർവശത്തെ വീട്ടിൽ താമസിച്ചിരുന്നത് എന്ന് ഊഹിക്കാമോ?" നിഴൽ ചോദിച്ചു. "അത് അതിസുന്ദരിയായ കവിതയാണ്. മൂന്നാഴ്ച ഞാനവിടെ താമസിച്ചു. മൂവായിരം വർഷം താമസിച്ചതുപോലെയാണ് എനിക്കു തോന്നിയത്. ആ സമയം അവൾ ഭാവന ചെയ്തു എഴുതിയതെല്ലാം ഞാൻ വായിച്ചു. എല്ലാം ഞാൻ കണ്ടു. എല്ലാം എനിക്കറിയാം. ഇതു സത്യമാണ്."

"കവിതയോ? ആ യോഗിനിയെ ഞാനറിയും" പണ്ഡിതൻ പറഞ്ഞു. "ഞാൻ അവളെ കണ്ടിട്ടുണ്ട്. ഒരു നിമിഷംമാത്രം അവൾ ബാൽക്കണിയിൽ പ്രകാശം പരത്തിക്കൊണ്ടു നിൽപ്പാണ്. പറയൂ, താങ്കൾ ബാൽക്കണിയിൽനിന്ന് അകത്തു കടന്നല്ലോ. എന്നിട്ട്" പണ്ഡിതൻ ചോദിച്ചു.

"ഞാൻ മുന്നറയിലാണ് ആദ്യം എത്തിയത്" നിഴൽ പറഞ്ഞു. അവിടെ മങ്ങിയ വെളിച്ചമേ ഉണ്ടായിരുന്നുള്ളൂ. പിന്നെ ഇടനാഴിയും സ്വീകരണശാലയും. അതുകഴിഞ്ഞ് ദൂരെ നല്ല പ്രകാശം അവളുടെ മുറി അവിടെയാണ്. ആ വെളിച്ചത്തിൽപ്പെട്ടാൽ എന്റെ കഥ കഴിയുമെന്ന് എനിക്കറിയാം. ഞാൻ ശ്രദ്ധിച്ച് സാവകാശം മുമ്പോട്ട് നീങ്ങി."

"എന്തൊക്കെയാണ് കവിതാഗൃഹത്തിൽ കണ്ടതെന്നു പറയൂ."

"ഞാൻ എല്ലാം കണ്ടു. എല്ലാം എനിക്കറിയാം! നിഴൽ പറഞ്ഞു. 'അവിടെയുള്ളതെല്ലാം സുന്ദരമായിരുന്നു. ഞാൻ ശരിക്കും അകത്തേക്കുപോയില്ല. മുന്നറയിലെ മങ്ങിയവെളിച്ചത്തിൽത്തന്നെ നിന്നു."

"പക്ഷേ, എന്താണ് കണ്ടതെന്നു പറയൂ. അകം തണുത്ത ശവക്കല്ലറപോലെയായിരുന്നോ?" അതോ, നക്ഷത്രങ്ങൾ നിറഞ്ഞ ആകാശം

പോലെയോ? പുരാതന ദിവ്യത്വം മുഴുവനും ആ ഹാളിൽ ദൃശ്യമായിരുന്നില്ലേ? പണ്ട് ധീരയോദ്ധാക്കൾ നടത്തിയ പോരാട്ടങ്ങൾ അവിടെ കാണാൻ കഴിഞ്ഞില്ലേ? യക്ഷികളെപ്പോലെ സൗന്ദര്യമുള്ള കുട്ടികൾ തത്തിക്കളിച്ച് തങ്ങളുടെ സ്വപ്നങ്ങളെക്കുറിച്ച് പറയുന്നുണ്ടായിരുന്നില്ലേ?" പണ്ഡിതൻ ചോദിച്ചു.

"വീണ്ടും പറയട്ടെ. കാണേണ്ടതെല്ലാം ഞാൻ കണ്ടു. ഞാനൊരു മനുഷ്യനായി മാറി." നിഴൽ പറയാൻ തുടങ്ങി. "നിങ്ങളാണ് പോയിരുന്നതെങ്കിൽ കൂടുതൽ നേടാൻ കഴിഞ്ഞേനെ. ഞാനെന്റെ സ്വത്വത്തെക്കുറിച്ച് ബോധവാനായി. എന്റെ ധനത്തെക്കുറിച്ചും കവിയുമായുള്ള ബന്ധത്തെക്കുറിച്ചും എനിക്ക് അറിവുകിട്ടി.

നിങ്ങളോടൊത്തു കഴിഞ്ഞപ്പോൾ ഇത്തരം കാര്യങ്ങളെക്കുറിച്ച് ഞാൻ ആലോചിച്ചിരുന്നില്ല. സൂര്യൻ ഉദിക്കുകയോ അസ്തമിക്കുകയോ ചെയ്യുമ്പോൾ, അത്ഭുതകരമായി ഞാൻ വലുതായി. നിലാവിൽ നിങ്ങളെക്കാൾ കൂടുതൽ ഞാൻ ശ്രദ്ധിക്കപ്പെട്ടു. പക്ഷേ, എന്റെ പ്രകൃതത്തെക്കുറിച്ച് എനിക്ക് അറിവില്ലായിരുന്നു. ആ മുന്നറയിൽവെച്ച് എല്ലാം വ്യക്തമായി. ഞാനാകെ മാറി ഒരു മനുഷ്യനായി.

അപ്പോഴേക്കും നിങ്ങൾ ഉഷ്ണരാജ്യത്തുനിന്നു പോയിരുന്നു. പുറത്തിറങ്ങണമെങ്കിൽ വസ്ത്രവും ബൂട്ട്സും ഒരുവനെ മാന്യനാക്കുന്ന സർവവും എനിക്കു വേണ്ടിവന്നു. ആദ്യം ഞാൻ അടുക്കളക്കാരിയുടെ പുറംകുപ്പായത്തിനുള്ളിൽ ഒളിച്ചിരുന്നു. അവളക്കാര്യം അറിഞ്ഞില്ല. ഒരു വൈകുന്നേരമാണ് ഞാൻ പുറത്തിറങ്ങിയത്. ഞാൻ നിലാവെളിച്ചത്തിൽ നിരത്തിലൂടെ ഓടി. ഞാൻ കൈകാലുകൾ നീട്ടിചലിപ്പിച്ചു. മുകളിലോട്ടും താഴോട്ടും ഓടിനടന്നു. ജനലിലൂടെ അകത്തേക്ക് ഒളിഞ്ഞുനോക്കി. ആരും കാണാത്ത പലതും ഞാൻ കണ്ടു. തികച്ചും അവിശ്വസനീയവും, ഒരിക്കലും കേൾക്കാത്തതുമായ കാര്യങ്ങൾ എല്ലാ വിഭാഗങ്ങളിലും ഉള്ളതായി ഞാൻ മനസിലാക്കി.

മറ്റാർക്കും അറിയാത്ത സംഗതികൾ ഞാൻ കണ്ടു. അയൽക്കാരന്റെ രഹസ്യവൃത്തികളെക്കുറിച്ചറിയാൻ എല്ലാവർക്കും താൽപ്പര്യം കാണുമല്ലോ. ഞാനത് അതാതു വ്യക്തികളെത്തന്നെ എഴുതി അറിയിച്ചു ഭീഷണിപ്പെടുത്തി. അങ്ങനെ ഞാൻ സന്ദർശിച്ച സ്ഥലത്തുള്ളവർക്കെല്ലാം ഭയവും അത്ഭുതവും ഉണ്ടായി. ഭയംകൊണ്ട് അവരെന്നെ സ്നേഹിച്ചു. പ്രൊഫസർമാർ എന്നെ പ്രൊഫസറായി കണ്ടു. തുന്നൽക്കാരൻ എനിക്ക് പുതിയ വസ്ത്രങ്ങൾ തന്നു. നാണയമുണ്ടാക്കുന്നവൻ എനിക്കുവേണ്ടി നാണയങ്ങൾ ഉണ്ടാക്കി. സ്ത്രീകൾ എന്നെ നോക്കി സുന്ദരൻ എന്നു പറഞ്ഞു. അങ്ങനെ ഞാൻ ഇപ്പോൾ കാണുന്ന രൂപത്തിലായി. എനിക്ക് പോകേണ്ട സമയമായി. എന്റെ വിസിറ്റിങ് കാർഡ് ഇതാ. ഞാൻ വസിക്കുന്നതു സൂര്യവെളിച്ചമുള്ള വഴിവക്കിലാണ്. മഴക്കാലമായാൽ പുറത്തിറങ്ങാറില്ല."

നിഴൽ യാത്രപറഞ്ഞു പിരിഞ്ഞു.

"അവിശ്വസനീയം, തികച്ചും അവിശ്വസനീയം" പണ്ഡിതൻ പറഞ്ഞു.

ദിവസങ്ങളും വർഷങ്ങളും കഴിഞ്ഞു. നിഴൽ വീണ്ടും വന്നു.

"എന്തുണ്ട് വിശേഷങ്ങൾ?" നിഴൽ ചോദിച്ചു.

പണ്ഡിതൻ നെടുവീർപ്പിട്ടു പറഞ്ഞു: "കഷ്ടംതന്നെ. ഞാൻ ഇപ്പോഴും സത്യവും നന്മയും സൗന്ദര്യവും ഉള്ളതിനെപ്പറ്റിമാത്രം ആത്മാർഥമായി എഴുതുന്നു. പക്ഷേ, ആളുകൾക്കതിലൊന്നും താൽപ്പര്യമില്ല. ഞാൻ വളരെ നിരാശനാണ്."

നിഴൽ പറഞ്ഞു: "എനിക്ക് അങ്ങനെയുള്ള പ്രയാസമൊന്നുമില്ല. നിങ്ങൾക്ക് മടുപ്പുതോന്നുന്നത് ലോകത്തെ മനസിലാക്കാത്തതുകൊണ്ടാണ്. നിങ്ങൾ യാത്ര ചെയ്യണം. വേനൽക്കാലത്ത് ഞാനൊരു യാത്ര സംഘടിപ്പിക്കുന്നുണ്ട്. നിങ്ങൾ കൂടെവന്നാൽ എനിക്കൊരു കൂട്ടായി. നിങ്ങൾ എന്റെ നിഴലായി കൂടെ വരുമോ? എനിക്കത് വലിയ സന്തോഷമുള്ളകാര്യമാണ്. ചെലവു മുഴുവൻ ഞാൻ വഹിക്കാം."

"വിചിത്രമായ നിർദേശം" പണ്ഡിതൻ ചിരിച്ചു.

"നമുക്ക് രണ്ടുപേർക്കും താൽപ്പര്യമുണ്ടെങ്കിൽ പിന്നെ എന്താണ്? യാത്ര ചെയ്താൽ നിങ്ങൾക്ക് അത്ഭുതങ്ങൾ സംഭവിക്കും. എന്റെ നിഴലാവുക, നിങ്ങൾക്ക് വേണ്ടതെല്ലാം നേടാം."

"അസംബന്ധം. തനിക്കു ഭ്രാന്താണ്."

"എനിക്കു ഭ്രാന്താണെങ്കിൽ ലോകത്തിനു മുഴുവൻ ഭ്രാന്താണ്. അവസാനംവരെ അങ്ങനെ ആയിരിക്കും." നിഴൽ തന്റെ വഴിക്കുപോയി.

അതേസമയം പണ്ഡിതന്റെ സ്ഥിതി മോശമായി വന്നു. അയാൾ ദുഃഖിതനായി. തന്റെ എഴുത്തിലെ സത്യവും നന്മയും സൗന്ദര്യവും വ്യർഥമായതായി അയാൾക്കു തോന്നി. അയാളുടെ അസുഖം വർധിച്ചു.

"നിങ്ങൾ വാസ്തവത്തിൽ ഒരു നിഴലിനെപ്പോലെയുണ്ട്" സുഹൃത്തുക്കൾ പറഞ്ഞു. അതുകേട്ട് അയാൾ വിറച്ചു.

യാത്രയുടെ കാര്യം പറഞ്ഞ് നിഴൽ വീണ്ടും എത്തി.

"അങ്ങ് സ്നാനഘട്ടത്തിലേക്കു പോകണം. അല്ലാതെ രക്ഷയില്ല. പഴയ സൗഹൃദമോർത്ത് ഞാൻ കൂടെ കൊണ്ടുപോകാം. ചെലവെല്ലാം ഞാൻ വഹിക്കാം. യാത്രയിൽ നിങ്ങൾക്ക് എഴുതി എന്നെ രസിപ്പിക്കുകയുമാവാം. എന്റെ താടിരോമങ്ങൾ ശരിക്കും വളരുന്നില്ല എന്നതാണ് എന്റെ പ്രശ്നം. നമുക്ക് സുഹൃത്തുക്കളായി യാത്ര ചെയ്യാം."

അങ്ങനെ അവർ യാത്ര തുടർന്നു. നിഴൽ യജമാനനായി, യജമാനൻ നിഴലുമായി. സൂര്യന്റെ ഗതിയനുസരിച്ച്, അവർ ഇടത്തും വലത്തും, മുന്നിലും പിന്നിലുമൊക്കെയായി യാത്ര ചെയ്തു.

നിഴൽ സ്വയം ബഹുമാന്യനായി ഭാവിച്ചു. എന്നാൽ ശുദ്ധഹൃദയനായ പണ്ഡിതന് അതിൽ താൽപ്പര്യമൊന്നുമില്ലായിരുന്നു. പണ്ഡിതൻ ചോദിച്ചു:

"നമ്മൾ സഹയാത്രകരായ നിലയ്ക്ക് 'അങ്ങ്' എന്ന് അന്യോന്യം സംബോധനചെയ്യുന്നതല്ലേ നല്ലത്!"

"പണ്ഡിതനായ ഒരാൾ എന്നെ 'അങ്ങ്' എന്നു വിളിക്കുമ്പോൾ എനിക്ക് പ്രയാസം തോന്നുന്നു. എന്നെ 'നീ' എന്നു പറഞ്ഞാൽ മതി. അതുകൊണ്ട് ദയയ്ക്കും ബഹുമാനത്തിനും കുറവൊന്നുമില്ല" നിഴൽ പറഞ്ഞു.

സംബോധനയുടെ കാര്യം രണ്ടുപേർക്കും സമ്മതമായി.

അവർ ധാതുജലമുള്ള ഒരു സ്നാനഘട്ടത്തിലാണ് എത്തിയത്. ധാരാളം അപരിചിതരുണ്ടായിരുന്നു. കൂട്ടത്തിൽ രാജാവിന്റെ അതിസുന്ദരിയായ മകളും ഉണ്ടായിരുന്നു. സൂക്ഷ്മദൃഷ്ടിയാണ് അവൾക്കുണ്ടായിരുന്നത്.

പുതുതായി വന്ന ആൾ മറ്റു സന്ദർശകരിൽനിന്ന് വ്യത്യസ്തനാണെന്ന് അവൾ മനസിലാക്കി. താടിവളരാത്തതുകൊണ്ടാണ് അവിടെ വന്നതെന്ന് പറഞ്ഞെങ്കിലും സ്വന്തം നിഴലില്ലാത്തതുകൊണ്ടാണെന്ന സത്യം അവൾ ധരിച്ചു.

അവളുടെ ജിജ്ഞാസ ഉണർന്നു. അവൾ പുറത്തു നടക്കുമ്പോൾ ഒരുദിവസം അവനെക്കണ്ട് അഭിവാദ്യം ചെയ്തുപറഞ്ഞു:

"നിന്റെ അസുഖം നിനക്കൊരു നിഴൽ വീഴ്ത്താൻ കഴിയില്ല എന്നതാണ്."

അപ്പോൾ നിഴൽ പറഞ്ഞു:

"നിങ്ങളുടെ സൂക്ഷ്മദൃഷ്ടി എന്ന അസുഖം കുറെ ഭേദമായതായി തോന്നുന്നു. എനിക്ക് അസാധാരണമായ ഒരു നിഴലുണ്ട്. എന്നോടൊപ്പം നടക്കുന്ന ഒരു മനുഷ്യനെ നിങ്ങൾ കാണുന്നില്ലേ?"

"മറ്റ് എല്ലാവർക്കും സാധാരണനിഴലേയുള്ളൂ. എന്നാൽ സാധാരണമായ കാര്യത്തിൽ എനിക്കു താൽപ്പര്യമില്ല. ആളുകൾ ഭൃത്യന്മാർക്ക് നല്ല വസ്ത്രങ്ങൾ കൊടുക്കാറില്ലേ? അതുപോലെ എന്റെ നിഴലിന് ഒരു മനുഷ്യന്റെ വസ്ത്രമണിയാൻ ഞാൻ അനുവദിച്ചിട്ടുണ്ട്. അവന് സ്വന്തമായ ഒരു നിഴൽ ഞാൻ നൽകി. എല്ലാറ്റിലും പുതുമ വേണമെന്ന് എനിക്ക് നിർബന്ധമാണ് കേട്ടോ."

'വാസ്തവത്തിൽ എന്റെ അസുഖം ഭേദമായിട്ടുണ്ടോ?' രാജകുമാരി ആലോചിച്ചു. 'ഈ കുളിപോലെ ഗുണം ചെയ്യുന്ന മറ്റൊന്നില്ല. ഈ വെള്ളത്തിന് അത്ഭുതകരമായ സിദ്ധികളുണ്ട്. ഇപ്പോൾ ഞാൻ ഏതായാലും ഇവിടെ നിന്നു പോകുന്നില്ല. ഈ അപരിചിതനെ ഞാൻ വല്ലാതെ ഇഷ്ടപ്പെടുന്നു. അയാളുടെ താടി വളരാതിരിക്കട്ടെ. താടിവളർന്നാൽ അയാൾ പോയ്ക്കളയുമെന്ന് എനിക്കു തോന്നുന്നു.'

അന്നുവൈകുന്നേരം രാജസദസിൽ രാജകുമാരി നിഴലുമൊത്ത് നൃത്തം ചെയ്തു. ഒട്ടും കനമില്ലാത്ത നിഴൽ. അത്തരം ഒരു കൂട്ടുകാരനെ ആദ്യമായാണ് കിട്ടുന്നത്. അവൾ വന്ന സ്ഥലത്തെപ്പറ്റി നിഴലിന് നന്നായറിയാം. അവളവിടെ ഇല്ലാത്ത സമയത്ത് നിഴൽ അവിടെ പോയിരുന്നു. ജനലിലൂടെ നോക്കി കൗതുകമുണർത്തുന്ന പല കാഴ്ചകളും കണ്ടു. അതുകൊണ്ട് രാജകുമാരിയുടെ ചോദ്യങ്ങൾക്ക് ഉചിതമായ മറുപടി പറയാൻ നിഴലിനു കഴിഞ്ഞു.

നിഴൽ അതിബുദ്ധിമാൻ തന്നെ! അവൾക്ക് അത്ഭുതവും ഭയവും തോന്നി. രണ്ടാമതു നൃത്തം ചെയ്തപ്പോൾ അവൾ നിഴലിൽ അനുരക്തയായിത്തീർന്നു. നിഴലിന് അത് ബോധ്യപ്പെട്ടു. അവളുടെ കണ്ണുകൾ അവനെത്തന്നെ ഉറ്റുനോക്കുന്നുണ്ടായിരുന്നു. മൂന്നാമത്തെ നൃത്ത സമയത്ത് അവൾ തന്റെ മനസു തുറന്നു. എങ്കിലും തന്റെ മഹത്തായ പൈതൃകമോർത്ത് അവൾ സംയമനം പാലിച്ചു.

'അവൻ ബുദ്ധിമാനാണ്. നന്നായി നൃത്തം ചെയ്യുന്നുണ്ട്. എങ്കിലും അവന് അടിസ്ഥാനകാര്യങ്ങളിൽ വിവരം എത്രത്തോളമുണ്ട് എന്ന് പരിശോധിക്കേണ്ടതുണ്ട്.' രാജകുമാരി അവനോട് പല ചോദ്യങ്ങളും ചോദിച്ചു. അവൾക്കുപോലും ഉത്തരമറിയാത്ത കഠിനചോദ്യങ്ങൾ. നിഴൽ വെള്ളം കുടിച്ചുപോയി.

"അപ്പോൾ ഉത്തരം അറിയില്ല അല്ലേ?" രാജകുമാരി ചോദിച്ചു.

"ഞാനതൊക്കെ ചെറുപ്പകാലത്ത് പഠിച്ചതായിരുന്നു" നിഴൽ പറഞ്ഞു. "എന്റെ നിഴൽ പുറത്തു നിൽപ്പുണ്ട്. അവന് ഉത്തരം പറയാൻ പറ്റിയേക്കും."

"നിങ്ങളുടെ നിഴലോ? അതു തരക്കേടില്ല."

"ഞാൻ പറയുന്നതെല്ലാം അവൻ വർഷങ്ങളോളം കൂടെ നടന്നു ശ്രദ്ധിച്ചിരുന്നു. അതുകൊണ്ട് അവന് നിങ്ങളോട് മറുപടി പറയാൻ കഴിയും. അവനൊരു മനുഷ്യനായിരുന്നു എന്ന മട്ടിൽ നിങ്ങൾ പെരുമാറണമെന്നു മാത്രം."

"ശരി. രാജകുമാരി വാതിൽക്കൽ നിൽക്കുന്ന പണ്ഡിതന്റെ അടുത്തെത്തി. സൂര്യനെപ്പറ്റിയും ചന്ദ്രനെപ്പറ്റിയും ഭൂമിയിലെ വിവിധ രാജ്യങ്ങളെപ്പറ്റിയും ചോദ്യങ്ങൾ ചോദിച്ചു. അവയ്ക്കെല്ലാം പണ്ഡിതൻ ബുദ്ധിപൂർവം മറുപടി പറഞ്ഞു.

'ഇത്ര ബുദ്ധിയുള്ള നിഴലുള്ള ആൾ എത്ര അത്ഭുതമനുഷ്യനായിരിക്കണം?' രാജകുമാരി ആലോചിച്ചു. 'അയാളെ ജീവിത പങ്കാളിയായി കിട്ടിയാൽ എന്റെ രാജ്യത്തിനും ജനങ്ങൾക്കും അനുഗ്രഹമായിരിക്കും.'

നിഴലും രാജകുമാരിയും വിവാഹിതരാവാൻ തീരുമാനിച്ചു. രാജകുമാരി സ്വന്തം രാജ്യത്ത് എത്തുന്നതുവരെ അക്കാര്യം ആരും അറിഞ്ഞതുമില്ല.

"എന്റെ നിഴൽപോലും ഇക്കാര്യം അറിയരുത്" ഭാവിവരൻ പറഞ്ഞു.

ഒടുവിൽ അവർ രാജകുമാരിയുടെ നാട്ടിലെത്തി.

അവിടെയെത്തിയപ്പോൾ നിഴൽ പണ്ഡിതനോടു പറഞ്ഞു:

"സുഹൃത്തേ, ഞാൻ പറയുന്നത് ശ്രദ്ധിച്ചുകേൾക്ക്. അധികാരത്തിന്റെയും സന്തോഷത്തിന്റെയും ഔന്നത്യത്തിലാണ് ഞാനിപ്പോഴുള്ളത്. എന്നോടൊപ്പം രാജധാനിയിൽ താമസിക്കുകയും, സഞ്ചരിക്കുകയും ചെയ്യാം. വർഷത്തിൽ വലിയൊരു തുക നൽകാം. പകരം നിങ്ങളെ ഒരു നിഴൽ എന്ന് മറ്റുള്ളവർ പറയുന്നത് കേൾക്കേണ്ടിവരും. നിങ്ങളൊരു മനുഷ്യനായിരുന്നു എന്ന കാര്യം ഒരിക്കലും ആരോടും പറയരുത്. ഞാൻ

സൂര്യവെളിച്ചത്തിൽ ബാൽക്കണിയിലിരിക്കുമ്പോൾ, എല്ലാ നിഴലും കിടക്കുന്നതുപോലെ എന്റെ കാൽക്കീഴിൽ വന്നുകിടക്കണം. ഞാൻ രാജാവിന്റെ മകളെ വിവാഹം കഴിക്കാൻ പോവുകയാണ്. ഇന്നു വൈകുന്നേരം അതിന്റെ ആഘോഷം തുടങ്ങും."

"ഇത് മോശമാണ്. ഇത് ഒരിക്കലും സംഭവിച്ചുകൂടാ" പണ്ഡിതൻ പറഞ്ഞു. "ഇത് രാജാവിന്റെ മകളെ മാത്രമല്ല, രാജ്യത്തെ മുഴുവൻ വഞ്ചിക്കുന്നതിന് തുല്യമാണ്. ശരിക്കുള്ള മനുഷ്യൻ താനാണെന്നും, മറ്റേത് മനുഷ്യനെപ്പോലെ വേഷംകെട്ടിയ നിഴലാണെന്നും ഞാൻ എല്ലാവരോടും വിളിച്ചുപറയും."

"താൻ പറയുന്നത് ആരും വിശ്വസിക്കില്ല. ഞാൻ പറയുന്നത് കേൾക്കുന്നതാണ് നല്ലത്. അല്ലെങ്കിൽ ഞാൻ കാവൽക്കാരനെ വിളിക്കും" നിഴൽ ഭീഷണിപ്പെടുത്തി.

"ഞാൻ നേരെ രാജാവിന്റെ മകളുടെ അടുത്തേക്കു പോകും" പണ്ഡിതൻ പറഞ്ഞു.

"എന്നാൽ ഞാൻ ആദ്യം പോകും. നീ ജയിലിലേക്കും" നിഴൽ പറയേണ്ട താമസം കാവൽക്കാരൻ അനുസരിച്ചു. നിഴൽ രാജകുമാരിയുടെ വരനാണല്ലോ!

"നിങ്ങൾ എന്താണ് വിറയ്ക്കുന്നത്?" നിഴൽ മുമ്പിൽ വന്നപ്പോൾ രാജകുമാരി ചോദിച്ചു. "എന്തു സംഭവിച്ചു? ഈ വൈകുന്നേരം നമ്മുടെ വിവാഹമല്ലേ? അസുഖമൊന്നുമില്ലല്ലോ?"

"ഒരു ഭയങ്കരസംഗതിയുണ്ട്" നിഴൽ പറഞ്ഞു. "ഒരിക്കലും അത് വിശ്വസിക്കരുത്. എന്റെ നിഴലിന് ഭ്രാന്താണ്. നിഴലിന്റെ വിചാരം അവനൊരു മനുഷ്യനാണെന്നാണ്, ഞാൻ അവന്റെ നിഴലാണെന്നും."

"ഞെട്ടിപ്പിക്കുന്ന വാർത്തതന്നെ. അവനെ ജയിലിലടയ്ക്കുകയാണ് വേണ്ടത്" രാജകുമാരി പറഞ്ഞു.

"തീർച്ചയായും അതുവേണം. അവന്റെ അസുഖം ഭേദമാവുകയില്ലെന്നും എനിക്കു തോന്നുന്നു. പാവം നിഴൽ അവൻ ശരിക്കും നിർഭാഗ്യവാനാണ്. ശേഷിക്കുന്ന ആ ജീവൻ എടുക്കുന്നതുതന്നെ ധർമമാണ്. അക്കാര്യം പൊതുജനങ്ങൾ അറിയാതെ രഹസ്യമായി നിർവഹിക്കുന്നതാണ് വിവേകം" നിഴൽ ഉപദേശിച്ചു.

"കഷ്ടം തന്നെ! അവൻ വിശ്വസ്തനായ ഒരു ഭൃത്യനായിരുന്നു." നിഴൽ നെടുവീർപ്പിട്ടു സങ്കടം കാണിച്ചു.

"നിങ്ങളൊരു മഹാൻതന്നെ" രാജാവിന്റെ മകൾ അത്ഭുതപ്പെട്ടു.

അന്നുവൈകുന്നേരം നഗരം മുഴുവനും അലങ്കരിക്കപ്പെട്ടു. പീരങ്കി വെടിമുഴങ്ങി. പട്ടാളക്കാർ അണിനിരന്നു. രാജകീയമായ വിവാഹമല്ലേ? നിഴലും രാജകുമാരിയും ബാൽക്കണിയിൽ പ്രത്യക്ഷപ്പെട്ടു. ജനങ്ങൾ വീണ്ടും വീണ്ടും ഹർഷാരവം മുഴക്കി.

പണ്ഡിതൻ ഈ ആരവമൊന്നും കേട്ടില്ല. അതിനുമുമ്പുതന്നെ അയാളുടെ ജീവൻ അവർ എടുത്തു കഴിഞ്ഞിരുന്നു.

20

ഹിമറാണി

(1) കണ്ണാടിയും കണ്ണാടിക്കഷണങ്ങളും

നാം കഥ തുടങ്ങാൻ പോവുകയാണ്. അതിന്റെ അവസാനമാകുമ്പോൾ ഇപ്പോഴുള്ളതിനെക്കാൾ കൂടുതൽ നമുക്ക് അറിയാൻ കഴിയും.

ഒരിക്കൽ ഒരു മാന്ത്രികനുണ്ടായിരുന്നു. അയാൾ വല്ലാത്തൊരു ദുഷ്ടനായിരുന്നു. മാന്ത്രികൻ വിചിത്രമായ ഒരു കണ്ണാടി നിർമിച്ചു. നല്ലതോ സുന്ദരമായതോ ആയ വസ്തുക്കൾ അതിൽ പ്രതിഫലിച്ചാൽ അവയുടെ ഗുണം ഇല്ലാതാകും. വൃത്തികെട്ടതും ഉപയോഗശൂന്യവുമായ വസ്തുക്കളാണെങ്കിൽ അവ കൂടുതൽ മോശപ്പെട്ടതായി തോന്നുകയും ചെയ്യും.

മനോഹരമായ പ്രകൃതി ദൃശ്യങ്ങൾ ഒട്ടും ആകർഷകമല്ലാതെയാക്കി കാണിക്കും. സുന്ദരന്മാരെ വൈരൂപ്യമുള്ളവരാക്കും. അവർ തലകുത്തി നിൽക്കുന്ന കോമാളികളായി മാറും. സുഹൃത്തുക്കൾപോലും ആ രൂപം തിരിച്ചറിയില്ല. മുഖത്തുള്ള ഒരു പുള്ളിക്കുത്തുപോലും പരന്നുവലുതായിക്കാണും. നല്ല ചിന്ത മനസിലൂടെ കടന്നുപോയാലോ, കണ്ണാടിയിൽ ആ മുഖം ചുളിവുകൾ നിറഞ്ഞതായി മാറുകയും ചെയ്യും.

ഇതൊക്കെ ആളുകളെ രസിപ്പിക്കുമെന്ന് മാന്ത്രികൻ കരുതി. തന്റെ സാമർഥ്യമോർത്ത് ഊറിച്ചിരിക്കുകയും ചെയ്തു. അയാളിൽനിന്ന് മാന്ത്രികവിദ്യ പഠിക്കാനെത്തിയവർ കണ്ണാടിയുടെ മാഹാത്മ്യത്തെക്കുറിച്ച് പറഞ്ഞുപരത്തി. മനുഷ്യന്റെയും ലോകത്തിന്റെയും യഥാർഥ രൂപം എന്താണെന്ന് കണ്ണാടിയിൽ തെളിഞ്ഞു കാണാം!

ശിഷ്യന്മാർ മാന്ത്രികക്കണ്ണാടിയുമായി ലോകം മുഴുവൻ ഓടിനടന്നു. ഒടുവിൽ അതിൽ വികൃതരൂപം കൈക്കൊള്ളാത്ത മനുഷ്യനോ, രാജ്യമോ ഇല്ലെന്നു വന്നു. അതുകൊണ്ട് തൃപ്തിയാകാതെ അവർ കണ്ണാടിയുമായി ആകാശത്തിലേക്കു പറന്നു. പക്ഷേ, ഉയരത്തിലേക്കു പറക്കു

ന്തോറും, കണ്ണാടി കൈയിൽക്കിടന്ന് ശക്തിയോടെ വിറയ്ക്കാൻ തുടങ്ങി. വീണ്ടും വീണ്ടും അവർ ഉയരത്തിലേക്കു പൊങ്ങി. ഭയംകൊണ്ടു വിറച്ച് വിറച്ച് കണ്ണാടി ഒടുവിൽ അവരുടെ കൈയിൽനിന്നു രക്ഷപ്പെട്ടു ഭൂമിയിലേക്കു വീണു. നൂറുനൂറുകഷണങ്ങളായി ചിതറി, മണൽത്തരി പോലെയുള്ളവ ചുറ്റും പരന്നു.

അപ്പോഴുണ്ടായ പ്രശ്നങ്ങൾ കൂടുതൽ അസുഖകരമായിരുന്നു. ചെറുതരികൾ പലരുടേയും കണ്ണിൽക്കയറി. അവർ കാണുന്നതെല്ലാം വികലമായി മാറി. കണ്ണാടിയുടെ ഓരോ കഷണങ്ങൾക്കും മുഴുക്കണ്ണാടിയുടെ പ്രത്യേകതകളുണ്ടായിരുന്നു. ചിലരുടെ ഹൃദയത്തിൽവരെ കണ്ണാടിത്തരികളെത്തി. അവരുടെ ഹൃദയം ഐസുപോലെ ഉറച്ചുകട്ടയായി. വലിയ കഷണങ്ങൾ എടുത്ത് ചിലർ ജനാലചില്ലുകളാക്കി. അതിലൂടെ സുഹൃത്തുക്കളെ നോക്കിയാൽ അവരെ തിരിച്ചറിയാതായി. ചില കഷണങ്ങൾകൊണ്ട് കണ്ണടച്ചില്ലുകളുണ്ടാക്കി. അപ്പോൾ നോക്കുന്നതെല്ലാം വികലമായ കാഴ്ചകൾ മാത്രം. എങ്ങനെ മാറ്റിവെച്ചിട്ടും വ്യത്യാസമില്ല.

ദുഷ്ടനായ മാന്ത്രികൻ ഇതൊക്കെ കണ്ടു രസിച്ചു. ചിരിച്ചു ചിരിച്ച് അയാളുടെ വശങ്ങൾ വേദനിച്ചു.

നിർഭാഗ്യത്തിന് പൊട്ടിയ മാന്ത്രികക്കണ്ണാടിയുടെ പൊടികൾ ഇപ്പോഴും അന്തരീക്ഷത്തിൽ നിലനിൽക്കുന്നുണ്ട്.

(2) ചെറിയൊരു ആൺകുട്ടിയും ചെറിയൊരു പെൺകുട്ടിയും

വലിയൊരു പട്ടണം. നിറയെ വീടുകളും ധാരാളം താമസക്കാരും. അവിടെ ആർക്കും സ്വന്തമായി ഒരു തോട്ടത്തിന് സ്ഥലമുണ്ടായിരുന്നില്ല. അതുകൊണ്ട് ചട്ടിയിൽ ഏതാനും ചെടികൾ വളർത്തി അവർ തൃപ്തിപ്പെട്ടു. അവിടെ പാവപ്പെട്ട രണ്ടു കുട്ടികളുണ്ടായിരുന്നു. അവരുടെ തോട്ടം ഒരു പൂപ്പാത്രത്തെക്കാൾ അൽപ്പം വലുതായിരുന്നു.

അവർ സഹോദരീ സഹോദരന്മാരായിരുന്നില്ല. പക്ഷേ, അവർ വലിയ സ്നേഹത്തിലായിരുന്നു. തൊട്ടടുത്ത വീടാണ് അവരുടേത്. വീടിന്റെ മേൽപ്പുര അന്യോന്യം മുട്ടി നിൽക്കും. അവയ്ക്കിടയിൽ അഴുക്കുചാലാണ്. ഓരോ വീടിനും ഓരോ ചെറിയ ജനലുണ്ട്. അഴുക്കുചാൽ ചാടിക്കടന്നാൽ ഒരു ജനലിനടുത്തുനിന്ന് മറ്റൊരു ജനലിന്റെ അടുത്തെത്താം.

ഓരോ ജനലിന്റെ ചുവട്ടിലും മരംകൊണ്ടുള്ള ഓരോ വലിയ പെട്ടികൾവെച്ചിരുന്നു. അവ അഴുക്കുചാലിനു മുകളിലാണ് സ്ഥിതിചെയ്യുന്നത്. അവയിൽ അടുക്കളച്ചെടികൾ വളർത്തിയിരുന്നു. ഓരോ പെട്ടിയിലും ഭംഗിയുള്ള ഓരോ റോസാച്ചെടികളുണ്ടായിരുന്നു. പെട്ടിയുടെ വശങ്ങളിൽ പയർവള്ളികൾ തൂങ്ങിക്കിടന്നു. അവ ജനലിലും റോസാച്ചെടിയിലും പടർന്ന് കമാനാകൃതി കൈക്കൊണ്ടു. അവയ്ക്കു ചുവട്ടിലിരുന്ന് കുട്ടികൾ രണ്ടുപേരും കളിക്കുമായിരുന്നു.

എന്നാൽ ശീതകാലം വന്നാൽ അതിനു കഴിയുമായിരുന്നില്ല. ജനാലകൾ മഞ്ഞുകൊണ്ട് മൂടിക്കിടക്കും. അപ്പോൾ ചെമ്പുനാണയം ചൂടാക്കി

മഞ്ഞുകട്ടയിൽ ദ്വാരമുണ്ടാക്കി കുട്ടികൾ അതിലൂടെ നോക്കുമായിരുന്നു. ആൺകുട്ടിയുടെ പേർ കെയ് എന്നും പെൺകുട്ടിയുടേത് ജെർഡ എന്നുമാണ്. വേനൽക്കാലത്ത് ജനലിലൂടെ പുറത്തുകടന്ന് അവർ തുള്ളിക്കളിക്കും. എന്നാൽ തണുപ്പുകാലത്ത് ഒരു വീടിന്റെ പടവുകൾ ഓടിക്കയറുകയും മറ്റെ വീടിന്റെ പടവുകൾ ഓടിയിറങ്ങുകയും വേണം. ചിലപ്പോൾ കാറ്റ് അലറിവീശുകയും പുറത്ത് മഞ്ഞുവീഴുകയും ചെയ്യുന്നുണ്ടാവും.

"അവ വെളുത്ത തേനീച്ചക്കൂട്ടങ്ങളാണ്" മുത്തശ്ശി പറഞ്ഞു.

"അവർക്കൊരു രാജ്ഞിയുണ്ടോ?" ശരിക്കുള്ള തേനീച്ചകൾക്ക് ഒരു രാജ്ഞിയുണ്ടെന്ന് അറിയാവുന്ന ആൺകുട്ടി ചോദിച്ചു.

"ഉണ്ടല്ലോ" മുത്തശ്ശി പറഞ്ഞു. "അവ കൂട്ടം ചേർന്ന് പാറുന്നിടത്ത് രാജ്ഞിയുണ്ടാവും. രാജ്ഞിക്ക് വലുപ്പം കൂടുതലാണ്. എപ്പോഴും പറന്നുകൊണ്ടിരിക്കും. ശീതകാലത്ത് അവൾ നിരത്തിലൂടെ പറന്ന് ജനലിലേക്കു നോക്കും. മഞ്ഞു മൂടിയ ജനൽ നിരവധി പൂക്കളെപ്പോലെ തോന്നിക്കും."

"അതു ഞങ്ങൾ കണ്ടിട്ടുണ്ട്" രണ്ടുകുട്ടികളും ഒപ്പം പറഞ്ഞു.

"മഞ്ഞു രാജ്ഞി അകത്തുവരുമോ?" പെൺകുട്ടി ചോദിച്ചു.

"അവൾ വന്നാൽ ഞാൻ സ്റ്റൗവിൽവെച്ച് ചൂടാക്കി ഉരുക്കും" ആൺകുട്ടിപറഞ്ഞു.

അന്നു വൈകുന്നേരം കെയ് ഒരു കസേരയിൽ കയറിനിന്ന് ജനലിലുണ്ടാക്കിയ ദ്വാരത്തിലൂടെ നോക്കി. പുറത്ത് മഞ്ഞുപാളികൾ വീഴുന്നുണ്ടായിരുന്നു. ഒരു വലിയ പാളി പൂപ്പാത്രത്തിന്റെ വക്കിൽ തങ്ങിനിന്നു. കൂടുതൽ മഞ്ഞുപാളികൾ ചേർന്ന് അതു വലുതാവാൻ തുടങ്ങി. ഒടുവിൽ അത് തിളങ്ങുന്ന മനോഹര വസ്ത്രം ധരിച്ച ഒരു സുന്ദരിയായി മാറി. പൂർണമായും ഐസ്കൊണ്ടു നിർമിച്ച സുന്ദരി. അവളുടെ കണ്ണുകൾ നക്ഷത്രങ്ങളെപ്പോലെ തിളങ്ങിച്ചലിച്ചു. അവൾ കുനിഞ്ഞ് ജനാലയിൽ കൈകൊണ്ടു തൊട്ടു. കെയ് ഭയപ്പെട്ട് താഴെ ചാടിയിറങ്ങി. അപ്പോൾ ഒരു വലിയ പക്ഷി ജനലിൽനിന്ന് പറന്നുപോയതുപോലെ അവനു തോന്നി.

പിറ്റേന്നു തെളിഞ്ഞ മഞ്ഞുണ്ടായിരുന്നു. അതോടുകൂടി വസന്തത്തിന്റെ വരവായി. മരങ്ങളും ചെടികളും മൊട്ടിട്ടു. പക്ഷികൾ കൂടുകെട്ടി. വീടുകളിലെ ജനലുകൾ തുറക്കപ്പെട്ടു. കൊച്ചുകുട്ടികൾ തട്ടിൻ ചുവട്ടിൽ അഴുക്കുചാലിനു മുകളിലെ തോട്ടത്തിൽ വന്നിരുന്നു.

ആ വേനലിൽ റോസാപ്പൂക്കൾ അതിമനോഹരമായി വിടർന്നുനിന്നു. പൂക്കളെപ്പറ്റി പെൺകുട്ടി ഒരു പാട്ടു പഠിച്ചിരുന്നു. അതു സ്വന്തം പാട്ടായി അവൾക്കുതോന്നി. അവളത് ആൺകുട്ടിക്കു പാടിക്കൊടുത്തു. അവനത് ഏറ്റുപാടി.

"വിടരുന്നൂ, കൊഴിയുന്നൂ റോസാപ്പൂവെല്ലാം
മറയുന്നുണ്ടതുപോലെ ബാല്യത്തിൻലോകം"

കുട്ടികൾ അന്യോന്യം കൈപിടിച്ച് റോസാപ്പൂക്കളെ ചുംബിച്ചു. തെളിഞ്ഞ സൂര്യവെളിച്ചത്തിലേക്കും ആകാശത്തിലേക്കും അവർ

നോക്കി. എത്ര സുന്ദരമായ വേനൽക്കാലം! പുറത്ത് റോസാച്ചെടികളുടെ ചുവട്ടിലിരിക്കുന്നത് എത്ര സന്തോഷകരം?

കെയും ജെർഡയും അടുത്തിരുന്ന് ഒരു ചിത്രപുസ്തകത്തിലെ ജന്തുക്കളേയും പക്ഷികളേയും നോക്കുകയായിരുന്നു. ഗോപുരത്തിലെ പഴയ പള്ളിക്ലോക്ക് അഞ്ചടിച്ചു. അപ്പോൾ കെയ് പറഞ്ഞു:

"എന്റെ നെഞ്ചിലെന്തോ വേദന തോന്നുന്നു. എന്റെ കണ്ണിലെന്തോ കടന്നതുപോലെ തോന്നുന്നു."

പെൺകുട്ടി അവന്റെ കണ്ണിൽ നോക്കി. പക്ഷേ, ഒന്നും കണ്ടില്ല.

"അതുപോയെന്നു തോന്നുന്നു" അവൾ പറഞ്ഞു. പക്ഷേ, അത് പോയിരുന്നില്ല. മാന്ത്രികക്കണ്ണാടിയുടെ ഒരു നേർത്തപാളിയാണ് അവന്റെ കണ്ണിൽ കയറിയത്. നല്ലതിനെ മോശമായും, ചീത്തയെ കൂടുതൽ ചീത്തയായും കാണിക്കുന്ന കണ്ണാടി. പാവം കെയുടെ ഹൃദയത്തിലും ഒരു കഷണം കയറിക്കൂടി. അവന്റെ ഹൃദയം ഒരു മഞ്ഞുകട്ടയായി മാറി.

"നീ എന്തിനാണ് കരയുന്നത്?" അവൻ ചോദിച്ചു. "കരയുമ്പോൾ നിന്നെ കാണാൻ ഒട്ടും ഭംഗിയില്ല." പെട്ടെന്ന് ആശ്ചര്യത്തോടെ അവൻ പറഞ്ഞു: "നോക്ക്, ആ റോസാപ്പൂവ് എത്രമാത്രം വൃത്തികെട്ടതാണ്? അത് വളരുന്ന വൃത്തികെട്ട പാത്രംപോലെത്തന്നെ." അവൻ പാത്രത്തിന് ഒരു ചവിട്ടു കൊടുത്തു. ചില പൂക്കൾ പിച്ചിച്ചീന്തി.

"കെയ്, നീയെന്താണ് ചെയ്യുന്നത്?" പെൺകുട്ടി കരഞ്ഞുകൊണ്ടു ചോദിച്ചു. അവളുടെ ദുഃഖം കണ്ടപ്പോൾ അവൻ മറ്റൊരു റോസാപ്പൂ പറിച്ചെറിഞ്ഞു. എന്നിട്ട് പ്രിയപ്പെട്ട ജെർഡയെ അവിടെവിട്ട് ജനലിലൂടെ താഴോട്ട് ചാടിയിറങ്ങി.

അവൾ ചിത്രപുസ്തകവുമായി എത്തിയപ്പോൾ അത് ശിശുക്കൾക്കുള്ള പുസ്തകമാണെന്ന് അവൻ പറഞ്ഞു. മുത്തശ്ശി കഥകൾ പറഞ്ഞപ്പോൾ തടസപ്പെടുത്തി. മുത്തശ്ശിയുടെ കണ്ണട മൂക്കിന്മേൽ എടുത്തുവെച്ച് അവരുടെ സംസാരം അനുകരിച്ചു മറ്റുള്ളവരെ ചിരിപ്പിച്ചു. ചുറ്റും വസിക്കുന്ന താമസക്കാരുടെ ഓരോ പ്രത്യേകതകളും പോരായ്മകളും അതേപടി അഭിനയിച്ചുകാണിച്ചു. "എന്തു കഴിവുള്ള കുട്ടി?" ആളുകൾ പറഞ്ഞു. കെയുടെ കണ്ണിലും കരളിലും കടന്നുകൂടിയ കണ്ണാടിച്ചീളുകളാണ് അതിനു കാരണമെന്ന് ആരും മനസിലാക്കിയില്ല. അവൻ കൂട്ടുകാരി ജെർഡയെപ്പോലും പരിഹസിച്ചു.

ശീതകാലത്ത് ഒരിക്കൽ അവൻ വലിയൊരു ഭൂതക്കണ്ണാടിയിൽ മഞ്ഞുപാളികൾ വീഴ്ത്തി. ജെർഡയോട് അതിലൂടെ നോക്കാൻ പറഞ്ഞു. മഞ്ഞുപാളികൾ മനോഹരമായ നക്ഷത്രപ്പൂക്കൾപ്പോലെ തിളങ്ങി. "യഥാർഥ പൂക്കളെക്കാളും ഭംഗിയുണ്ട് അല്ലേ?" കെയ് ചോദിച്ചു.

അവന്റെ അടുത്തവരവ് പുറത്തൊരു തെന്നുവണ്ടിയുമായാണ്. വലിയ കൈയുറകളുമുണ്ട്. അവൻ ജെർഡയോട് വിളിച്ചു പറഞ്ഞു:

"മറ്റ് ആൺകുട്ടികൾ കളിക്കുന്ന സ്ഥലത്തുപോകാൻ എനിക്ക് സമ്മതം കിട്ടിയിട്ടുണ്ട്." അവൻ ഉടനെ പോവുകയും ചെയ്തു.

ധൈര്യമുള്ള ആൺകുട്ടികൾ തങ്ങളുടെ തെന്നുവണ്ടി, സമീപത്തുള്ളവരുടെ വണ്ടിയോട് ഭദ്രമായി കെട്ടിയശേഷം കുറെദൂരം സഞ്ചരിച്ചു. അതു നല്ല രസമായിത്തോന്നി. അങ്ങനെ കളിച്ചുകൊണ്ടിരുന്നപ്പോൾ വെള്ളനിറമുള്ള ഒരുവലിയ വണ്ടി അതിലെ കടന്നുപോയി. രോമക്കുപ്പായം ധരിച്ച ഒരാൾ അതിൽ ഇരിക്കുന്നുണ്ടായിരുന്നു. തലയിൽ വെളുത്ത പരുക്കൻ തൊപ്പിയുണ്ട്. സ്ക്വയറിൽ രണ്ടുപ്രാവശ്യം വണ്ടിചുറ്റിവന്നു. അപ്പോൾ കെയ് തന്റെ തെന്നുവണ്ടി അതിനോട് കൂട്ടിക്കെട്ടി. അവന്റെ വണ്ടിയോടുകൂടി വാഹനം അതിവേഗം മുമ്പോട്ടു പാഞ്ഞ് അടുത്ത തെരുവിലെത്തി.

വലിയ വണ്ടി ഓടിച്ചിരുന്ന ആൾ പരിചിതമട്ടിൽ കെയ്ക്കു നേരെ നോക്കി തല കുനിച്ചു. കെയ് തന്റെ വണ്ടി വിടുവിക്കാൻ ശ്രമിച്ചെങ്കിലും അത് അയാൾക്ക് സമ്മതമായില്ല. അതുകൊണ്ട് അവൻ തന്റെ വണ്ടിയിൽത്തന്നെ ഇരുന്നു. ഒടുവിൽ അവർ പട്ടണകവാടം കടന്നു.

അപ്പോൾ ശക്തിയായി മഞ്ഞുവീഴാൻ തുടങ്ങി. കെയ്ക്ക് ഒന്നും കാണാൻ കഴിഞ്ഞില്ലെങ്കിലും വണ്ടി മുമ്പോട്ടുപോയ്ക്കൊണ്ടിരുന്നു. അവൻ തെന്നുവണ്ടിയുടെ കയർ വലിയവണ്ടിയിൽനിന്നു വിടുവിക്കാൻ ശ്രമിച്ചെങ്കിലും സാധിച്ചില്ല. അവന്റെ കൊച്ചുവണ്ടി കാറ്റിന്റെ വേഗത്തിൽ പായുകയാണ്. കെയ് ആവുന്നത്ര ഉച്ചത്തിൽ നിലവിളിച്ചു. ആരും അതുകേട്ടില്ല. മഞ്ഞു വീണുകൊണ്ടിരുന്നു. വണ്ടി പറക്കുകയാണ്. കുറ്റിച്ചെടികളും കിടങ്ങുകളുംചാടിക്കടന്നു. ഭയംമൂലം കെയ് പ്രാർഥിക്കാൻ ശ്രമിച്ചു. പക്ഷേ, ഗുണനപ്പട്ടികമാത്രമേ അവന് അപ്പോൾ ഓർമിക്കാൻ കഴിഞ്ഞുള്ളൂ!

മഞ്ഞുപാളികൾ വലുതായി, വലുതായി വന്നു. അവ വലിയ വെളുത്ത കോഴികളുടെ രൂപം കൈക്കൊണ്ടു. ഉടനെ വലിയ വണ്ടി ഒരു ഭാഗത്തേക്ക് ചരിയുകയും പെട്ടെന്ന് നിൽക്കുകയും ചെയ്തു. വണ്ടി ഓടിക്കുന്ന ആൾ എഴുന്നേറ്റുനിന്നു. അതൊരു സ്ത്രീയാണെന്ന് കെയ്ക്ക് അപ്പോഴാണ് മനസിലായത്. നീണ്ടുമെലിഞ്ഞ് ആകെ മിന്നുന്ന വെളുപ്പ്. അത് ഹിമറാണിയായിരുന്നു.

“നല്ല യാത്ര, അല്ലേ?” അവൾ ചോദിച്ചു. “നിനക്കെന്താ തണുക്കുന്നുണ്ടോ? എന്റെ രോമക്കുപ്പായത്തിൽ കടന്നിരിക്ക്? അവൾ വണ്ടിയിൽ അടുത്തിരുന്ന് രോമക്കുപ്പായംകൊണ്ട് അവനെ മൂടി. പക്ഷേ, മഞ്ഞിൽ താണുപോകുന്നതുപോലെയാണ്, അപ്പോൾ അവന് തോന്നിയത്.

“ഇപ്പോഴും തണുക്കുന്നോ!” അങ്ങനെ ചോദിച്ച് അവൾ അവന്റെ നെറ്റിയിൽ ചുംബിച്ചു. ഐസിനേക്കാൾ കൂടിയ തണുപ്പ്. മുമ്പേ മരവിച്ച ഹൃദയത്തിലേക്ക് തണുപ്പു വ്യാപിച്ചു. ഇപ്പോൾ മരിക്കുമെന്ന് കെയ് വിചാരിച്ചു. ഒരുനിമിഷം മാത്രം പെട്ടെന്ന് തണുപ്പിന് ശമനംതോന്നി. കെയ് സുഖംപ്രാപിച്ചു.

‘എന്റെ വണ്ടി’ അവൻ അതാണ് ആദ്യം ഓർത്തത്. വണ്ടി പിന്നിൽവരുന്ന ഒരു വെളുത്ത കോഴിയുടെ ദേഹത്ത് കെട്ടിയിരുന്നു. ഹിമ

റാണി കെയ്ക്ക് വീണ്ടും ഉമ്മകൊടുത്തു. അതോടുകൂടി അവൻ ജെർഡയെയും മുത്തശ്ശിയെയും വീടും എല്ലാം വിസ്മരിച്ചു.

"ഇനി നിനക്ക് ഞാൻ കൂടുതൽ ഉമ്മതരില്ല. ഉമ്മതന്നാൽ നീ മരിച്ചുപോകും" അവൾ പറഞ്ഞു.

കെയ് ഹിമറാണിയുടെ നേർക്കു നോക്കി. കൂടുതൽ സൗന്ദര്യവും ബുദ്ധിയും അവൾക്കുള്ളതുപോലെ തോന്നി. ജനാലയുടെ പുറത്തിരുന്നുതന്നെ വിളിച്ച കട്ടയായ രൂപമല്ല അവൾ എന്നു ബോധ്യപ്പെട്ടു. അവന് ഭയംതോന്നിയില്ല. അവന്റെ കണ്ണിൽ അവൾ പൂർണത കൈവരിച്ച രൂപമായി മാറി. ഭിന്നങ്ങൾപോലും തനിക്കു കണക്കുകൂട്ടാൻ കഴിയുമെന്നും, ഓരോ രാജ്യത്തിന്റെ വിസ്തൃതിയും ആളുകളുടെ എണ്ണവും തനിക്ക് അറിയാമെന്നും പറഞ്ഞപ്പോൾ അവൾ ചിരിച്ചു. കെയ് വിശാലമായ ആകാശത്തിലേക്കു നോക്കി. അവനോടൊപ്പം ഹിമറാണി കറുത്ത മേഘങ്ങളിലേക്കുയർന്നു. പഴയപാട്ടുപോലെ കാറ്റ് ചൂളംവിളിച്ചു. കാടിനും തടാകങ്ങൾക്കും മീതെ അവർ പറന്നു. കടലിനും വൻകരകൾക്കുമീതെയും സഞ്ചരിച്ചു. താഴെ തണുത്തകാറ്റ് ആഞ്ഞുവീശി. ചെന്നായ്ക്കൾ ഓരിയിട്ടു. മഞ്ഞ് മിന്നിത്തിളങ്ങി. മുകളിൽ ചന്ദ്രൻ പ്രകാശിച്ചുകൊണ്ടിരുന്നു. രാത്രി മുഴുവനും കെയ് അവിടേക്കു നോക്കി. പകൽ ഹിമറാണിയുടെ കാൽക്കൽ കിടന്നുറങ്ങുകയും ചെയ്തു.

(3) മോഹിപ്പിക്കുന്ന പൂന്തോട്ടം

കെയ് തിരിച്ചെത്താത്തതുകൊണ്ട് കൊച്ചു ജെർഡയ്ക്ക് വിഷമമായി. അവനെവിടെപ്പോയി? ആർക്കും ഒരു വിവരവുമില്ല. അവൻ തന്റെ തെന്നുവണ്ടി വലിയൊരു വണ്ടിയുടെ പിന്നിൽക്കെട്ടി യാത്രപോയതായി ആൺകുട്ടികൾ പറഞ്ഞു. എന്നാൽ അവൻ എവിടെയാണുള്ളത് എന്നു പറയാൻ ആർക്കും പറ്റിയില്ല. പലരും അവനെയോർത്തു കരഞ്ഞു. കൂടുതൽ കരഞ്ഞത് ജെർഡതന്നെ. അവൻ പട്ടണത്തിനടുത്തുള്ള നദിയിൽ മുങ്ങിപ്പോയിട്ടുണ്ടാകുമെന്ന് കുട്ടികൾ സംശയിച്ചു. നീണ്ട ശൈത്യകാലം അങ്ങനെ കടന്നുപോയി. ഒടുവിൽ വസന്തം വന്നെത്തി. സൂര്യൻ പ്രകാശിച്ചു.

"കഷ്ടം! കെയ് മരിച്ചുപോയല്ലോ" ജെർഡ പറഞ്ഞു.

"ഞാനതു വിശ്വസിക്കുന്നില്ല" സൂര്യപ്രകാശം പറഞ്ഞു.

"കെയ് മരിച്ചുപോയല്ലോ?" ജെർഡ പക്ഷികളോടു പറഞ്ഞു.

"ഞങ്ങളങ്ങനെ വിശ്വസിക്കുന്നില്ല" പക്ഷികൾ അങ്ങനെ പറഞ്ഞപ്പോൾ ജെർഡയ്ക്കും വിശ്വാസമായി.

ഒരുദിവസം രാവിലെ അവൾ പറഞ്ഞു: "ഞാനെന്റെ പുതിയ ചുവന്ന ഷൂസ് ധരിച്ച് നദിയോടുചെന്നു ചോദിക്കും."

നേരം പുലരുന്നതേയുള്ളൂ. അവൾ ഉറങ്ങുന്ന മുത്തശ്ശിക്ക് ഉമ്മകൊടുത്തു പുറത്തിറങ്ങി. ചുവന്നഷൂസുമായി അവൾ പട്ടണത്തിന്റെ കവാടം കടന്ന്, നദിയെ ലക്ഷ്യമാക്കി നടന്നു.

"എന്റെ കളിക്കൂട്ടുകാരൻ നദിയിൽ മുങ്ങിപ്പോയി എന്നു കേൾക്കുന്നത് ശരിയാണോ? അവനെ തിരിച്ചുകിട്ടിയാൽ ഞാനെന്റെ ഷൂസ് സമ്മാനമായിത്തരാം" ജെർഡ നദിയോടു പറഞ്ഞു.

അപ്പോൾ നദിയിലെ ജലം അവളുടെ അടുത്തേക്കു നീങ്ങി. നദി തന്റെ അഭ്യർഥന കൈക്കൊണ്ടതായി അവൾക്കുതോന്നി. ജെർഡ താൻ ഏറ്റവുമധികം വിലമതിക്കുന്ന ചുവന്ന ഷൂസ് വെള്ളത്തിലേക്കു വലിച്ചെറിഞ്ഞു. എന്നാൽ നദി അതു സ്വീകരിക്കാതെ അവളുടെ അടുത്തേക്കു തന്നെ എത്തിച്ചു. കെയെ തിരിച്ചുനൽകാൻ നദിക്കു കഴിയുമായിരുന്നില്ല. പക്ഷേ, ജെർഡ വിചാരിച്ചത് താൻ എറിഞ്ഞ ഷൂസ് നദിയിലേക്ക് ശരിക്കും എത്തിയില്ല എന്നാണ്. അതുകൊണ്ട് അവൾ തീരത്തുകണ്ട ഒരു കൊച്ചുബോട്ടിൽക്കയറി, നദിയുടെ മധ്യത്തിലേക്ക് ഷൂസ് വലിച്ചെറിഞ്ഞു. ബോട്ട് കെട്ടിയിരുന്നില്ല. ബോട്ട് നീങ്ങാൻ തുടങ്ങി. ജെർഡ ഭയപ്പെട്ട് ഇറങ്ങാൻ നോക്കിയെങ്കിലും കഴിഞ്ഞില്ല. ബോട്ട് നദിയിലൂടെ ഒഴുകിക്കൊണ്ടിരുന്നു.

ജെർഡ ഭയന്നു നിലവിളിച്ചു. പക്ഷികൾ മാത്രമേ അതുകേട്ടുള്ളൂ. അവയ്ക്ക് ബോട്ട് കരയ്ക്കടുപ്പിക്കാൻ കഴിയുമായിരുന്നില്ല. എങ്കിലും അവ തീരത്തിലൂടെ പറന്ന്, പാടിക്കൊണ്ട് അവളെ ആശ്വസിപ്പിച്ചു. "ഞങ്ങൾ ഇവിടെയുണ്ട്, ഞങ്ങൾ ഇവിടെയുണ്ട്" അവ പറഞ്ഞുകൊണ്ടിരുന്നു. ജെർഡ ശാന്തയായി ബോട്ടിലിരുന്നു. അവളുടെ ചുവന്നഷൂസ് പിന്നാലെ ഒഴുകി വരുന്നുണ്ടായിരുന്നു.

നദീതീരം അതീവസുന്ദരമായിരുന്നു. പൂക്കളും മരങ്ങളും ധാരാളം നിറഞ്ഞുനിന്നു. പുൽമേടുകളിൽ ആടുകളും പശുക്കളും മേഞ്ഞുനടന്നു. എന്നാൽ ഒറ്റ മനുഷ്യജീവിയേയും എങ്ങും കണ്ടില്ല.

'ഒരുപക്ഷേ നദി എന്നെ കെയുടെ അടുത്ത് എത്തിച്ചേക്കും' ജെർഡ വിചാരിച്ചു. അപ്പോൾ അവൾക്ക് കൂടുതൽ ഉന്മേഷം തോന്നി. അവൾ ചുറ്റുമുള്ള കാഴ്ച നോക്കി രസിച്ചു. ബോട്ട് തീരത്തേക്ക് അടുത്തു. അപ്പോൾ ഒരു ചെറിയ തോട്ടം കണ്ണിൽപ്പെട്ടു. അതിലൊരു കൊച്ചുവീടും, വീടിന്റെ ജനലിന് ചുവപ്പും പച്ചയും നിറമുള്ള പാളികളുമുണ്ടായിരുന്നു. ഓലമേഞ്ഞ വീടാണ്. മുമ്പിൽ രണ്ടുഭടന്മാർ നിൽക്കുന്നതു കണ്ടു. ജെർഡ അവരെ വിളിച്ചു. അവർ ഒന്നും പ്രതികരിച്ചില്ല. അവ മരംകൊണ്ടുള്ള പ്രതിമകളായിരുന്നു. ജെർഡ കൂടുതൽ ഉച്ചത്തിൽ വിളിച്ചപ്പോൾ വീട്ടിൽനിന്ന് ഊന്നുവടിയുമായി ഒരു വൃദ്ധ ഇറങ്ങി വന്നു. അവർ വലിയൊരു പുൽത്തൊപ്പി ധരിച്ചിരുന്നു. തൊപ്പിയിൽ നിറയെ പൂക്കളുടെ ചിത്രങ്ങളുണ്ടായിരുന്നു.

"പാവം കുട്ടീ നീയെങ്ങനെ പുഴയിൽ ഒഴുക്കിൽപ്പെട്ടു!" വൃദ്ധ പുഴയിലേക്ക് ഇറങ്ങിവന്നു. ബോട്ട് കരയ്ക്കടുപ്പിച്ച് ജെർഡയെ പുറത്തിറക്കി.

വീണ്ടും കരയിലെത്തിയതിൽ അവൾക്ക് എന്തെന്നില്ലാത്ത സന്തോഷം തോന്നി; പക്ഷേ, വൃദ്ധയെ നോക്കിയപ്പോൾ പേടിയും.

“വാ, നീയാരാണ്? എങ്ങനെ ഇവിടെയെത്തി?” വൃദ്ധ ചോദിച്ചു.

ജെർഡ എല്ലാം പറഞ്ഞു. വൃദ്ധ തലകുലുക്കി. കെയെപ്പറ്റി ചോദിച്ചപ്പോൾ അവൻ എത്തിയിട്ടില്ലെന്നും, കുറച്ചുകഴിഞ്ഞാൽ എത്തുമെന്നും, ദുഃഖിക്കേണ്ട കാര്യമില്ലെന്നും വൃദ്ധ പറഞ്ഞു. അതുവരെ തന്റെകൂടെ താമസിക്കാം. ചെറിപ്പഴം തിന്നുകയും പൂക്കൾ കണ്ടു രസിക്കുകയും ചെയ്യാം. വൃദ്ധ ഉടൻതന്നെ ജെർഡയുടെ കൈപിടിച്ച് അകത്തുകടന്നു വാതിലടച്ചു.

വീടിന്റെ ജനലിന് നല്ല ഉയരമുണ്ടായിരുന്നു. പലവർണത്തിലുള്ള ചില്ലുകളിൽ സൂര്യവെളിച്ചം തട്ടി അകത്ത് വിചിത്രമായ വെളിച്ചം പ്രകാശിച്ചു. മേശപ്പുറത്ത് ഒരു പ്ലേറ്റുനിറയെ ചെറിപ്പഴങ്ങൾ ഉണ്ടായിരുന്നു. ജെർഡ പഴം തിന്നുമ്പോൾ വൃദ്ധ ഒരു സ്വർണചീപ്പുകൊണ്ട് അവളുടെ മുടി ചീകി. മുടിയുടെ തിളക്കം കവിളിൽ റോസാപ്പൂക്കളുടെ രൂപം കൈക്കൊണ്ടു.

“ഇങ്ങനത്തെ ഒരു പെൺകുട്ടിയെക്കിട്ടാൻ ഞാൻ കുറെയായി വിചാരിക്കുന്നു. നാം സന്തോഷത്തോടെ കഴിയുന്നത് നിനക്കു കാണാം” വൃദ്ധ പറഞ്ഞു. അവർ മുടി ചീകുന്തോറും ജെർഡയുടെ കൂട്ടുകാരനെക്കുറിച്ചുള്ള ചിന്ത അവളിൽനിന്നു വിട്ടുമാറാൻ തുടങ്ങി. വൃദ്ധ ഒരു മന്ത്രവാദിനിയാണെങ്കിലും കുഴപ്പക്കാരി ആയിരുന്നില്ല. അവർ ജെർഡയെ തന്റെ കൂടെ നിർത്തുവാൻ തീരുമാനിച്ചു. പൂക്കൾ കണ്ടാൽ അവൾ സ്വന്തം പൂക്കളാണെന്നു കരുതി കെയെ ഓർക്കുകയും ഓടിക്കളയുകയും ചെയ്താലോ? അതുകൊണ്ട് വൃദ്ധ തോട്ടത്തിൽച്ചെന്ന് തന്റെ വടികൊണ്ട് എല്ലാ റോസാപ്പൂക്കളും അടിച്ചുകൊഴിച്ചു.

അതിനുശേഷം അവളെ തോട്ടത്തിലേക്കു കൊണ്ടുപോയി. എന്തെല്ലാം നിറത്തിലുള്ള പൂക്കൾ! എങ്ങും പൂക്കളുടെ പരിമളം എല്ലാ കാലാവസ്ഥയിലും വളരുന്ന ചെടികൾ. ചിത്രപുസ്തകങ്ങളൊന്നും അതിനോടൊക്കുകയില്ല. ജെർഡ സന്തോഷംകൊണ്ട് തുള്ളിക്കളിച്ചു. രാത്രി ഉറങ്ങാൻ അവൾക്കൊരു കൊച്ചുകിടക്ക കിട്ടി. നീലവയലറ്റ് ഇലകൾ നിറച്ച കിടക്ക. ചുവന്ന സിൽക്ക് തലയണ. അവൾ സ്വപ്നങ്ങൾ കണ്ടുറങ്ങി.

പിറ്റേന്ന് ജെർഡ പൂക്കളോടൊപ്പം തോട്ടത്തിൽ സമയം ചെലവഴിച്ചു. എല്ലാ പൂക്കളോടും അവൾ ചങ്ങാത്തം കൂടി. പക്ഷേ, ഏതോ ഒരു പൂവിന്റെ അഭാവം ഉള്ളതായി അവൾക്കു തോന്നി. അങ്ങനെയിരിക്കെ ഒരു ദിവസം വൃദ്ധയുടെ തൊപ്പിയിൽ വരച്ചുവെച്ച റോസാപ്പൂക്കളുടെ ചിത്രം അവളുടെ കണ്ണിൽപ്പെട്ടു. അതു മറച്ചുവെക്കാൻ വൃദ്ധ മറന്നുപോയിരുന്നു. ‘തോട്ടത്തിൽ റോസാപ്പൂക്കളൊന്നും കാണുന്നില്ലല്ലോ.’ അതോർത്തപ്പോൾ ജെർഡയ്ക്ക് കരച്ചിൽ വന്നു. അവൾ എല്ലാ പൂമൊട്ടുകളും പരിശോധിച്ചു. റോസാപ്പൂക്കളൊന്നും കാണാതിരുന്നപ്പോൾ അവൾ നിലത്തിരുന്ന് കരയാൻ തുടങ്ങി. വൃദ്ധ ചതച്ചുമൂടിയ റോസാച്ചെടിയുടെ മുരട്ടിലാണ് അവളുടെ കണ്ണുനീർ പതിച്ചത്. റോസാച്ചെടി

പെട്ടെന്നു വളർന്നു പഴയതുപോലെ പുഷ്പിച്ചു. പൂച്ചെടിയെ കെട്ടിപ്പിടിച്ച് അവൾ റോസാപ്പൂക്കൾക്ക് ഉമ്മകൊടുത്തു. അപ്പോൾ വീട്ടിലെ സ്വന്തം റോസാച്ചെടി അവൾക്ക് ഓർമവരികയും കൂട്ടുകാരനായ കെയെ ഓർക്കുകയും ചെയ്തു.

"ഞാൻ കൂട്ടുകാരനായ കെയെ അന്വേഷിച്ചുവന്നതാണ്. അവൻ എവിടെയാണുള്ളത് എന്നറിയാമോ? അവൻ ഇപ്പോഴും ജീവിച്ചിരിപ്പുണ്ടോ?" ജെർഡ റോസാപ്പൂക്കളോട് ചോദിച്ചു.

"അവൻ മരിച്ചിട്ടില്ല. ഞങ്ങൾ ഭൂമിക്കടിയിൽ മരിച്ചവരുടെ കൂടെയായിരുന്നു. അവനെ അവിടെയൊന്നും കണ്ടില്ല" റോസാപ്പൂക്കൾ പറഞ്ഞു.

റോസാപ്പൂക്കളോട് നന്ദിപറഞ്ഞ് അവൾ മറ്റു പൂക്കളോടും ചോദിച്ചു. സൂര്യവെളിച്ചത്തിൽ തലയുയർത്തിനിന്ന് അവ സ്വന്തം കഥകൾ പറഞ്ഞു. കെയെപ്പറ്റി ഒന്നും പറഞ്ഞില്ല.

കാട്ടുലില്ലി പറഞ്ഞു: "കേട്ടില്ലേ, പെരുമ്പറകൊട്ടുന്ന ശബ്ദം? സ്ത്രീകളുടെ വിലാപം ഉയരുന്നുണ്ട്. പുരോഹിതന്റെ മന്ത്രോച്ചാരണവും. ചുവപ്പുവസ്ത്രം ധരിച്ച്, ഭർത്താവിന്റെ ശവശരീരത്തോടൊപ്പം ദഹിക്കാൻ കാത്തുനിൽക്കുന്ന ഹിന്ദുസ്ത്രീ. അവളുടെ ഹൃദയത്തിലെ ജ്വാല ചിതയിലെ തീജ്വാലയേറ്റ് അണയുമോ?"

"എനിക്കൊന്നും മനസിലാവുന്നില്ല" ജെർഡ പറഞ്ഞു.

"അതെന്റെ കഥയാണ്" കാട്ടുലില്ലി മറുപടി പറഞ്ഞു.

അപ്പോൾ കോളാമ്പിപൂച്ചെടി തന്റെ സ്വപ്നത്തെപ്പറ്റി പറഞ്ഞു: "നടപ്പാത അവസാനിക്കുന്നിടത്ത് പഴയൊരു കോട്ട. മതിലിൽ വള്ളിപ്പന വളർന്ന് ചുറ്റും തൂങ്ങിക്കിടക്കുന്നു. കോട്ടയുടെ ടെറസിൽ ഒരു സുന്ദരി നിൽപ്പുണ്ട്. അവൾ പ്രതീക്ഷയോടെ പാതയിലേക്ക് ഉറ്റുനോക്കുകയാണ്. ഒരു റോസാപ്പൂവിനും അവളുടെയത്ര സൗന്ദര്യമില്ല. ഒരു ആപ്പിൾപ്പൂവിനും കാറ്റിൽ ഇളകുമ്പോൾ അവളുടെ ഐശ്വര്യമില്ല. അവളുടെ പട്ടുവസ്ത്രം ചലിച്ചുകൊണ്ടിരുന്നു. അവളുടെ ചുണ്ടുകൾ മന്ത്രിക്കുന്നു: 'ഇനിയും വന്നില്ലല്ലോ."

അടുത്തത് മഞ്ഞുതുള്ളിയുടെ ഊഴമായിരുന്നു. "രണ്ടുമരങ്ങൾക്കിടയിൽ കെട്ടിയകയറിൽ ഒരു ഊഞ്ഞാൽ. ഊഞ്ഞാലിൽ രണ്ടു സുന്ദരികളായ പെൺകുട്ടികൾ ഇരിക്കുന്നു. മഞ്ഞുപോലെ വെളുത്ത വസ്ത്രമാണ് അവയ്ക്കുള്ളത്. പച്ചനിറമുള്ള നീണ്ടറിബൺ അവരുടെ തൊപ്പിയിൽ നിന്ന് പാറിക്കളിച്ചു. അവരുടെ സഹോദരൻ ഊഞ്ഞാലിൽ നിൽക്കുകയാണ്. അവന്റെ കൈയിൽ ഒരു കപ്പും ഒരു പൈപ്പുമുണ്ട്. ഊഞ്ഞാൽ ചലിക്കുമ്പോൾ പല വർണത്തിലുള്ള സോപ്പുകുമിളകൾ അവൻ മേൽപ്പോട്ട് ഊതിവിട്ടു. ഒരു കറുത്ത നായ ഊഞ്ഞാലിൽ ചാടിക്കയറാൻ ശ്രമിച്ച് മറിഞ്ഞുവീണു. മറ്റുള്ളവർ അതിനെ പരിഹസിച്ചപ്പോൾ നായയ്ക്കും കോപം വന്നു. അപ്പോൾ കുമിളകൾ പൊട്ടിപ്പോവുകയും ചെയ്തു."

"നല്ല കഥയാണെങ്കിലും കെയെപ്പറ്റി ഒരു വാക്കും ആ കഥയിലില്ലല്ലോ" ജെർഡ പറഞ്ഞു.

മൂന്നു സഹോദരിമാരുടെ കഥയാണ് മറ്റൊരു പൂച്ചെടി പറഞ്ഞത്. ചുവപ്പും നീലയും വെളുപ്പുമാണ് യഥാക്രമം ഓരോരുത്തരുടെ വസ്ത്രത്തിനും നിറം. തടാകതീരത്ത് നിലാവുള്ളപ്പോൾ കൈകോർത്തു പിടിച്ച് അവർ ഡാൻസ് ചെയ്തു. അവർ പക്ഷികളായിരുന്നില്ല. സാധാരണ മനുഷ്യരായിരുന്നു. അവിടെ വല്ലാത്തൊരു സുഗന്ധം പരന്നൊഴുകിയപ്പോൾ പെൺകുട്ടികൾ കാട്ടിൽ അപ്രത്യക്ഷരായി. സുഗന്ധത്തിന് ശക്തി കൂടിയപ്പോൾ കാട്ടിൽനിന്നു പുറത്തുവന്നത് മൂന്നുശവപ്പെട്ടികളാണ്. പെൺകുട്ടികളുമായി ശവപ്പെട്ടികൾ തടാകത്തിൽ ഒഴുകി നടന്നു. മിന്നാമിനുങ്ങുകൾ അതിനുചുറ്റും വട്ടമിട്ടു പറന്നു. പെൺകുട്ടികൾ ഉറക്കമാണോ? അല്ല, അവർ മരിച്ചതാണോ? പൂക്കളുടെ മണം പറയുന്നു അവർ മരിച്ചതാണെന്ന്. ശവസംസ്കാരത്തിനുള്ള മണിമുഴക്കം കേൾക്കുന്നുണ്ട്.

"എനിക്ക് വല്ലാത്ത ദുഃഖം തോന്നുന്നു" ജെർഡ പറഞ്ഞു. "നിങ്ങളുടെ രൂക്ഷസുഗന്ധം എന്നെ മരിച്ചവരെ ഓർമിപ്പിക്കുന്നു. എന്റെ കെയ് മരിച്ചതാണോ? ഭൂമിക്കടിയിലായിരുന്ന റോസാപ്പൂക്കൾ അല്ലെന്നാണ് പറഞ്ഞത്."

ജെർഡ ബട്ടർകപ്പിന്റെ അരികിലെത്തി. പച്ചിലകൾക്കിടയിൽനിന്ന് അതു തിളങ്ങുന്നുണ്ടായിരുന്നു. പക്ഷേ, അതിന്റെ ഗാനത്തിലും തന്റെ പ്രിയപ്പെട്ട കെയ് ഇല്ലായിരുന്നു.

ബട്ടർകപ്പ് സ്വന്തം കഥ പറഞ്ഞു: "വസന്തത്തിലെ ആദ്യത്തെ തെളിഞ്ഞ പ്രഭാതമായിരുന്നു അത്. സൂര്യവെളിച്ചം വീട്ടുമുറ്റത്ത് പതിക്കുന്നുണ്ട്. അടുത്തുതന്നെ മഞ്ഞപ്പൂവ് വെയിലേറ്റു സ്വർണംപോലെ തിളങ്ങി. ഒരു മുത്തശ്ശി പുറത്ത് കസേരയിൽ ഇരിക്കുന്നുണ്ട്. വേലക്കാരിയായ അവളുടെ മൂത്തപേരക്കിടാവ് ഹ്രസ്വസന്ദർശനം കഴിഞ്ഞ് പോവുകയാണ്. അവൾ മുത്തശ്ശിക്ക് സ്നേഹപൂർവം ഉമ്മകൊടുത്തു. അതൊരു അനുഗ്രഹമാണ് അതാണെന്റെ കഥ."

സ്വന്തം മുത്തശ്ശിയെ ഓർത്ത് ജെർഡ നെടുവീർപ്പിട്ടു. "എന്നെയും കെയെയും കാണാതെ അവർ ദുഃഖിച്ചിരിപ്പാണ്. ഞാനുടനെ അവരുടെ അടുത്തുപോകും. കൂട്ടുകാരനെ കണ്ടുപിടിക്കും. ഈ പൂക്കൾക്കൊന്നും അവനെക്കുറിച്ച് ഒരു വിവരവുമില്ല. അവയ്ക്ക് സ്വന്തം കഥ മാത്രമേ അറിയൂ." ജെർഡ പാവാട മടക്കിക്കുത്തി ഓടാൻ തയാറെടുത്തു. അപ്പോൾ ഒരു നാർസിസ് ചെടി അവളുടെ കാലിൽ തടഞ്ഞു. അതിന്റെ വെളുത്ത പൂവിനെ നോക്കി ജെർഡ ചോദിച്ചു:

"എന്നോട് എന്തെങ്കിലും വിവരം പറയാനുണ്ടോ?"

നാർസിസ് പൂവു പറഞ്ഞു: "ഞാൻ എന്നെത്തന്നെ നോക്കുന്നു. എന്നെത്തന്നെ കാണുന്നു. എനിക്ക് എന്തൊരു സൗന്ദര്യമാണ്? ടെറസിലെ ചായ്‌വിൽ അർധനഗ്നയായ ഒരു നർത്തകിയുണ്ട്. ദേഹശുദ്ധിക്ക് അവൾ വെള്ളം തളിച്ചുകൊണ്ടു നിൽപ്പാണ്. വെള്ള വസ്ത്രമാണ് അവൾ ധരിച്ചിട്ടുള്ളത്. കഴുത്തിൽ ഒരു മഞ്ഞടവ്വൽ കെട്ടിയിട്ടുണ്ട്. അവൾ വെറും മായ മാത്രമാണ്."

എനിക്കിതൊന്നും കേൾക്കേണ്ട എന്നുപറഞ്ഞ് ജെർഡ തോട്ടത്തിന്റെ അറ്റത്തേക്ക് ഓടി. ഗേറ്റ് പൂട്ടിയിരുന്നു. തുരുമ്പിച്ച പൂട്ടിൽ അമർത്തിയപ്പോൾ പൂട്ടുപൊളിഞ്ഞു. അവൾ ഗേറ്റ് തുറന്ന് വിശാലമായ പുറംലോകത്തേക്കു പാഞ്ഞു. ആരെങ്കിലും പിൻതുടരുന്നുണ്ടോ എന്നറിയാൻ അവൾ തിരിഞ്ഞുനോക്കി. കുറെ ഓടിയശേഷം അവൾ ഒരു വലിയ കല്ലിൽ കയറിയിരുന്നു വിശ്രമിച്ചു. അപ്പോഴാണ് ചുറ്റും നോക്കിയത്. വേനൽമാറി ശരത് കാലം വന്നിരിക്കുന്നു. തോട്ടത്തിനുള്ളിൽ ഇതൊന്നും അറിയാൻ പറ്റിയില്ല. അവിടെ എപ്പോഴും സൂര്യപ്രകാശമുണ്ടായിരുന്നു; എല്ലാ കാലാവസ്ഥയിലേയും പൂക്കളും.

"ഓ, ഞാൻ എത്രസമയമാണ് തോട്ടത്തിൽ ചെലവഴിച്ചത്?" ജെർഡ എഴുന്നേറ്റ് വീണ്ടും നടന്നു.

അവളുടെ കാലുകൾ വേദനിക്കുന്നുണ്ടായിരുന്നു. ചുറ്റും തണുത്ത ശൂന്യത. അരളി മരത്തിന്റെ നീണ്ട ഇലകൾ പഴുത്തുവീഴുന്നുണ്ടായിരുന്നു. ചില്ലകളിൽനിന്ന് മഞ്ഞുതുള്ളികൾ തുടർച്ചയായി വീണുകൊണ്ടിരുന്നു. പുറംലോകം തികച്ചും വിരസമായി ജെർഡയ്ക്ക് അനുഭവപ്പെട്ടു.

(4) രാജകുമാരനും രാജകുമാരിയും

ജെർഡ വീണ്ടും ഒരു സ്ഥലത്ത് വിശ്രമിക്കാനിരുന്നു. അപ്പോൾ ഒരു കാക്ക അവിടെ പറന്നെത്തി. മഞ്ഞിൽ തത്തിപ്പറന്ന്, അത് അടുത്തുള്ള മരക്കൊമ്പിലിരുന്ന്, തലചരിച്ച് ജെർഡയെ നോക്കി. എന്നിട്ട്–

"തനിച്ചാണോ യാത്ര?" എന്ന് അവളോടു ചോദിച്ചു.

ജെർഡ തന്റെ എല്ലാ വിവരവും വിസ്തരിച്ചു കാക്കയോടു പറഞ്ഞു. കെയെ കണ്ടിട്ടുണ്ടോ എന്നും അവൾ ചോദിച്ചു.

കാക്ക തല താഴ്ത്തി സംശയത്തോടു പറഞ്ഞു: "കണ്ടിരിക്കാനിടയുണ്ട്."

"എന്ത്? കെയെ കണ്ടിട്ടുണ്ടെന്നോ?" പെൺകുട്ടി സന്തോഷത്തോടെ ചാടിയെണീറ്റ്, കാക്കയെ മുറുകെ പുണർന്ന് ഉമ്മകൊടുത്തു.

"ശരിയാണ്, ഞാൻ കണ്ടിട്ടുള്ളത് കൊച്ചുകെയ് തന്നെ. പക്ഷേ, അവന് നിന്നെക്കുറിച്ചുള്ള ഓർമ രാജകുമാരി നഷ്ടപ്പെടുത്തിയിട്ടുണ്ട്."

"രാജകുമാരിയുടെ കൂടെയാണോ അവൻ താമസിക്കുന്നത്?"

"നീ പറയുന്നത് എനിക്കു മനസിലാകുന്നുണ്ട്. എന്നാൽ എന്റെ ഭാഷ നിനക്കു മനസിലാകുമോ എന്തോ?" അങ്ങനെ സംശയിച്ചുകൊണ്ട് കാക്ക പറഞ്ഞുതുടങ്ങി.

"നമ്മുടെ ഈ രാജ്യത്ത് ഒരു രാജകുമാരിയുണ്ട്. അവൾ അതിസമർഥയാണ്; വായിച്ചതു മറക്കുന്ന വലിയൊരു വായനക്കാരിയും. അവളുടെ സ്ഥാനാരോഹണം കഴിഞ്ഞിട്ട് അധികമായിട്ടില്ല. സിംഹാസനത്തിലിരുന്ന് അവൾ പാടും. 'എനിക്ക് എന്തുകൊണ്ട് എന്നെ വിവാഹം ചെയ്തുകൂടാ?' ഈ പാട്ടിൽ ചില അർഥമുണ്ടെന്നും അവൾ പറഞ്ഞു. അതേസമയം താൻ വിവാഹം കഴിക്കുന്ന പുരുഷൻ അന്തസുള്ളവനായാൽ മാത്രം

പോരാ, മറ്റുള്ളവരുടെ ചോദ്യങ്ങൾക്ക് ഉചിതമായ ഉത്തരം പറയാൻ കഴിയുന്നവനും ആയിരിക്കണം. കൊട്ടാരത്തിലെ സ്ത്രീകൾ അതുകേട്ട് സന്തുഷ്ടരായി പറഞ്ഞു: "അതുതന്നെയാണ് ഞങ്ങൾ ആഗ്രഹിക്കുന്നത്." കാക്കയ്ക്ക് കൊട്ടാരത്തിൽ ഒരു പ്രേയസിയുണ്ടെന്നും, അവൾ പറഞ്ഞ വിവരമായതുകൊണ്ട് എല്ലാം വിശ്വസിക്കാമെന്നും കാക്ക കഥയ്ക്കിടയിൽ ഓർമപ്പെടുത്തി.

രാജകുമാരിയുടെ വിവാഹകാര്യം വിളംബരം ചെയ്യപ്പെട്ടു. താൽപ്പര്യമുള്ള ഏതു യുവാക്കൾക്കും രാജധാനിയിൽച്ചെന്ന് രാജകുമാരിയുമായി സംസാരിക്കാം. ഏറ്റവും ജ്ഞാനിയായി തോന്നുന്നവനെ രാജകുമാരി ഭർത്താവായി സ്വീകരിക്കും.

രാജധാനിയിൽ വലിയ തിക്കും തിരക്കും അനുഭവപ്പെട്ടു. യുവാക്കളുടെ ഒരു പ്രവാഹം തന്നെയുണ്ടായി. പുറത്തുനിന്ന് ധാരാളം സംസാരിക്കുന്നവർ അകത്തുകടന്നപ്പോൾ പരിഭ്രമിച്ചു. എങ്ങും കാവൽക്കാരും പരിചാരകരും നിരന്നു നിൽക്കുന്നു. വെള്ളിയുടെയും സ്വർണത്തിന്റെയും തിളക്കം. അലങ്കരിച്ച സ്വീകരണമുറി. രാജകുമാരിയുടെ സിംഹാസനത്തിനുമുമ്പിലെത്തിയപ്പോൾ യുവാക്കൾക്ക് വാക്കുകൾ ഇല്ലാതായി. രാജകുമാരി അവസാനം പറഞ്ഞ വാക്ക് ആവർത്തിക്കാനേ അവർക്കു കഴിഞ്ഞുള്ളൂ. അതുകേട്ട് രാജകുമാരിക്കു ചിരിവന്നു. മൂകരായിപ്പോയ യുവാക്കൾക്ക് പുറത്തുകടന്നപ്പോഴേ, വീണ്ടും സംസാരിക്കാൻ കഴിഞ്ഞുള്ളൂ. നഗരകവാടംതൊട്ട് കൊട്ടാരവാതിൽക്കൽവരെ തുടർച്ചയായി ആളുകൾ ഒഴുകിക്കൊണ്ടിരുന്നതായി ദൃക്സാക്ഷികൾ പറയുകയുണ്ടായി.

കാത്തുനിന്നവർ വിശപ്പും ദാഹവും സഹിക്കാതെ വിഷമിച്ചു. ചിലർ റൊട്ടിയും വെണ്ണയും കൂടെ കരുതിയിരുന്നു. അവരത് മറ്റുള്ളവരുമായി പങ്കുവെച്ചില്ല. വിശന്നുവലഞ്ഞവരെ രാജകുമാരിക്ക് സ്വീകാര്യമാവുകയില്ലെന്നും അവർ കരുതി.

"കെയ് എപ്പോഴാണ് എത്തിയത്?" ജെർഡ ചോദിച്ചു.

മൂന്നാമത്തെ ദിവസം ഒരു ചെറുപ്പക്കാരൻ അവിടേക്കു നടന്നുവന്നു. കുതിരയും വണ്ടിയും ഒന്നുമില്ല. അവന്റെ കണ്ണുകൾ നിന്റേതുപോലെ തിളങ്ങുന്നുണ്ടായിരുന്നു. നീണ്ടുമനോഹരമായ തലമുടി. പക്ഷേ, അവന്റെ വേഷം അത്രമുന്തിയതായിരുന്നില്ല.

"അതു കെയ് തന്നെ. ഒടുവിൽ ഞാനവനെ കണ്ടെത്തി." ജെർഡ സന്തോഷംകൊണ്ട് കൈയടിച്ച് തുള്ളിച്ചാടി.

"അവന്റെ പുറത്തൊരു മാറാപ്പുണ്ടായിരുന്നു" കാക്ക പറഞ്ഞു.

"അത് മാറാപ്പല്ല. അവൻ വീട്ടിൽ നിന്നുപോകുമ്പോൾ ഒരു വണ്ടി കൂടിയുണ്ടായിരുന്നു അതാണ്" ജെർഡ പറഞ്ഞു.

"അക്കാര്യം ഞാനത്ര ശ്രദ്ധിച്ചില്ല" കാക്ക തുടർന്നു: "അവൻ കൊട്ടാരവാതിൽ കടന്ന് നേരെ അകത്തേക്കു നടന്നു. കാവൽക്കാരേയും പരിചാരകരേയും വണങ്ങി. ഒട്ടും പരിഭ്രമം കാണിച്ചില്ല. അലങ്കരിച്ച ഹാളിൽ പ്രഭുക്കന്മാരും മറ്റുള്ളവരും നഗ്നപാദരായി ഉലാത്തുന്നുണ്ടായിരുന്നു. നിശ്ശ

ബ്ദമായ അന്തരീക്ഷത്തിൽ ആരെയും കൂസാതെ കെയുടെ ബൂട്സ് ശബ്ദിച്ചു."

"അത് എന്റെ കെയ് തന്നെ. അവന് പുതിയ ബൂട്സ് ഉള്ളതായി എനിക്കറിയാം. മുത്തശ്ശിയുടെ മുറിയിൽ അതിന്റെ ക്രിൽ, ക്രിൽ ശബ്ദം ഞാൻ കേട്ടിട്ടുണ്ട്" ജെർഡ പറഞ്ഞു.

"രാജകുമാരിയുടെ ഇരിപ്പിടത്തിന്നരികിലേക്ക് അവൻ തലയുയർത്തി നടന്നുചെന്നു. അന്തഃപുരസ്ത്രീകളും പരിചാരകരും ചുറ്റും നിരന്നിരുന്നു. സഭാംഗങ്ങളും ഭൃത്യന്മാരും വേറെ. എല്ലാവരും കണ്ണിമയ്ക്കാതെ ആഗതനെ നോക്കിക്കൊണ്ടിരുന്നു."

"എന്നിട്ട് കെയ് രാജകുമാരിയെ നേടിയെടുത്തോ?" ജെർഡ ചോദിച്ചു.

അപ്പോൾ കാക്ക പറഞ്ഞു: "അവൻ സുമുഖനും ഉന്മേഷവാനും ആയിരുന്നു. അനായാസമായാണ് അവൻ സംസാരിച്ചത്." അവൻ പറഞ്ഞു. "ഞാൻ നിങ്ങളോട് വിവാഹാഭ്യർഥനചെയ്യാൻ വന്നതല്ല. രാജകുമാരിക്ക് എത്രമാത്രം സാമർഥ്യമുണ്ടെന്നറിയാൻ വന്നതാണ്.' അവന് രാജകുമാരിയെ ഇഷ്ടമായി. അതുപോലെ രാജകുമാരിക്ക് അവനേയും."

"ഓ, അത് കെയ്തന്നെ. അവൻ നല്ല സമർഥനാണ്. എന്നെ രാജധാനിയിലേക്ക് കൂട്ടിക്കൊണ്ടുപോകാമോ?" ജെർഡ ചോദിച്ചു.

"നിന്നെപ്പോലുള്ള കൊച്ചുകുട്ടിക്ക് അവിടേക്കു പ്രവേശനം കിട്ടുക ബുദ്ധിമുട്ടാണ്. ഞാനെന്റെ പ്രേയസിയെ കണ്ടു ചോദിച്ചു വിവരം പറയാം" കാക്ക പറഞ്ഞു.

"എനിക്ക് പ്രവേശിക്കാൻ കഴിയും. ഞാൻ പുറത്തുണ്ടെന്നറിഞ്ഞാൽ കെയ് വന്ന് എന്നെ കൂട്ടിക്കൊണ്ടുപോകും."

ഏതായാലും ജെർഡയോട് കാത്തിരിക്കാൻ പറഞ്ഞ് കാക്ക പറന്നുപോയി. വൈകുന്നേരമാണ് തിരിച്ചെത്തിയത്. ജെർഡയ്ക്ക് വിശപ്പടക്കാൻ കാക്കയുടെ പ്രേയസി കൊടുത്തയച്ച അപ്പക്കഷണവുമുണ്ടായിരുന്നു.

കാക്ക പറഞ്ഞു: "നിനക്ക് കാലിൽ ചെരിപ്പില്ലാത്തതുകൊണ്ട് കാവൽക്കാർ അകത്തു കടത്തിവിടാൻ പ്രയാസമാണ്. കരയേണ്ട, വേറെ വഴിയുണ്ട്. പിന്നിൽക്കൂടിയുള്ള കോണി കയറി കിടപ്പുമുറിയിലെത്താനുള്ള വഴി എന്റെ പ്രേയസിക്കറിയാം. കെയ് എവിടെയാണെന്ന് അവൾ പറഞ്ഞുതരും."

അവർ തോട്ടത്തിലേക്കു നടന്നു. ഇലകൾ കൊഴിഞ്ഞു വീഴുന്നുണ്ടായിരുന്നു. കൊട്ടാരത്തിലെ വിളക്കുകൾ ഓരോന്നായി അണഞ്ഞു. കാക്ക, ജെർഡയെ പിൻ വശത്തുള്ള വാതിൽക്കൽ എത്തിച്ചു. അവളുടെ ഹൃദയം ശക്തിയിൽ മിടിച്ചു. കെയുടെ രൂപം അവളുടെ മനസിൽത്തെളിഞ്ഞു. തന്നെ കാണുമ്പോൾ അവനെന്തു സന്തോഷമായിരിക്കും? ഭയവും ആകാംക്ഷയും അവളുടെ മനസിൽ മിന്നിമറിഞ്ഞു.

കോണിപ്പടിയിൽ ഒരു ചെറിയ വിളക്കു കാണുന്നുണ്ടായിരുന്നു. അതു കൈയിലെടുക്കാൻ കാക്കയുടെ പ്രേയസി ജെർഡയോട് ആവശ്യപ്പെട്ടു.

വിളക്കുമായി മുന്നോട്ടു നടക്കുമ്പോൾ, ആരോ പിന്തുടരുന്നതു പോലെ അവൾക്കുതോന്നി. അത് തോന്നലാണെന്നും വെറും നിഴലാണെന്നും പെൺകാക്ക പറഞ്ഞു.

അവർ ആദ്യത്തെ മുറിയിലെത്തി. മുറിയുടെ ചുമരുകൾ റോസ് നിറമുള്ള സിൽക്ക് തുണികൊണ്ടും കൃത്രിമപൂക്കൾകൊണ്ടും അലങ്കരിച്ചിരുന്നു. അവിടെയും സ്വപ്നങ്ങൾ അതിവേഗം മിന്നിമറഞ്ഞു. അവർ അടുത്ത മുറികളിലേക്ക് കടന്നു. ഓരോ മുറിയിലേയും അലങ്കാരം ഒന്നിനൊന്നു മെച്ചപ്പെട്ടതായിരുന്നു. ഒടുവിൽ അവർ കിടപ്പുമുറിയിലെത്തി. അതിന്റെ മേൽത്തട്ടിൽ പനയോലയുടെ ആകൃതിയിൽ മനോഹരമായ ചില്ലുകൾ പതിച്ചിരുന്നു. നടുവിൽനിന്ന് തൂക്കിയിട്ട സ്വർണക്കമ്പിൽ ലില്ലിപ്പൂവിന്റെ ആകൃതിയിലുള്ള രണ്ടുകിടക്കകൾ ഉണ്ടായിരുന്നു. ഒന്നുവെളുപ്പും മറ്റേത് ചുവപ്പുമാണ്. രാജകുമാരി വെളുത്ത കിടക്കയിലാണ് ഉറങ്ങുന്നത്, കെയ് ചുവന്നതിലും. ജെർഡ കുനിഞ്ഞു നോക്കിയപ്പോൾ അവന്റെ കഴുത്താണ് കണ്ടത്. അവൾ വിളക്കു താഴ്ത്തിപ്പിടിച്ച് കൂട്ടുകാരനെ പേരെടുത്തു വിളിച്ചു. സ്വപ്നങ്ങൾ മിന്നിമറഞ്ഞു. അവൻ ഉണർന്നു തലതിരിച്ചു. അത് കൊച്ചുകെയ് ആയിരുന്നില്ല! അത് സുന്ദരനായ ഒരു യുവാവായിരുന്നു.

ആ സമയം രാജകുമാരി എഴുന്നേറ്റ് എന്താണ് സംഗതിയെന്ന് അന്വേഷിച്ചു. കൊച്ചു ജെർഡ കരഞ്ഞുകൊണ്ട് അവളുടെ എല്ലാ കഥയും പറഞ്ഞു. കാക്കകൾ ചെയ്തുതന്ന സഹായത്തെക്കുറിച്ചും പറഞ്ഞു.

"പാവം കുട്ടി!" രാജകുമാരനും രാജകുമാരിയും ഒപ്പം പറഞ്ഞു. അവർ കാക്കകളെ പ്രശംസിച്ചു. കാക്കകൾക്ക് ഒരു സമ്മാനവും പ്രഖ്യാപിച്ചു.

"നിങ്ങളിനി കാട്ടിലേക്ക് പറന്നു പോകുന്നോ, അല്ല, ഇവിടത്തെ അടുക്കളയിൽ ജോലിയുമായി കഴിയുന്നോ?" കാക്കകളോട് രാജകുമാരി ചോദിച്ചു. പ്രായമാകുമ്പോഴുള്ള ബുദ്ധിമുട്ടൊഴിവാക്കാൻ അവിടെത്തന്നെ കഴിയാനാണ് ഇഷ്ടമെന്ന് കാക്കകൾ പറഞ്ഞു.

രാജകുമാരൻ തന്റെ കിടക്ക ജെർഡയ്ക്ക് കിടക്കാൻ ഒഴിഞ്ഞുകൊടുത്തു. അവൾ കൈകൂപ്പി വിചാരിച്ചു. 'മനുഷ്യരും മൃഗങ്ങളുമൊക്കെ എത്ര നല്ലവരാണ്?' അവൾ കണ്ണടച്ച് ശാന്തമായുറങ്ങി. അപ്പോൾ സ്വപ്നങ്ങൾ വീണ്ടും പറന്നെത്തി. ദൈവദൂതന്മാർ വലിക്കുന്ന വണ്ടി. കെയ് അതിലിരുന്ന് അവളെ നോക്കി തലയാട്ടി. അതൊരു വെറും തോന്നൽ മാത്രമായിരുന്നെന്ന് ഉണർന്നപ്പോൾ മനസിലായി.

പിറ്റേന്ന് ജെർഡയെ പുത്തൻ സിൽക്കു വസ്ത്രങ്ങൾ ധരിപ്പിച്ചു. അവൾക്ക് എല്ലാ സുഖസൗകര്യങ്ങളോടുംകൂടി രാജധാനിയിൽ താമസിക്കാം. പക്ഷേ, അവൾക്ക് ആവശ്യം ഒരു കൊച്ചുവണ്ടിയും ഒരു കുതിരയും ഒരു ജോടി ഷൂസും ആയിരുന്നു. വിശാലമായ ലോകത്തിൽ വീണ്ടും കെയെ അന്വേഷിച്ചുപോകാൻ അവൾ ആഗ്രഹിച്ചു.

ഷൂസും കൈയുറയും മറ്റും കിട്ടിക്കഴിഞ്ഞപ്പോൾ അവൾ പോകാൻ തയാറായി. അപ്പോൾ ഒരു സ്വർണരഥം വാതിൽക്കൽ പ്രത്യക്ഷപ്പെട്ടു.

അതിൽനിന്ന് രാജകുമാരന്റെയും രാജകുമാരിയുടെയും കൈകൾ നക്ഷത്രംപോലെ തിളങ്ങി. വണ്ടിക്കാരനും കൂടെ നടക്കുന്നവരും എല്ലാം സ്വർണകിരീടങ്ങൾ അണിഞ്ഞിരുന്നു. രാജകുമാരനും രാജകുമാരിയും ജെർഡയെ വണ്ടിയിൽക്കയറാൻ സഹായിക്കുകയും അവൾക്ക് വിജയമാശംസിക്കുകയും ചെയ്തു.

കാക്കകളുടെ വിവാഹം അപ്പോഴേക്കും കഴിഞ്ഞിരുന്നു. അവർ ജെർഡയോടൊപ്പം വണ്ടിയിൽ കയറി. വണ്ടിയിൽ ധാരാളം കേക്കും മധുരപലഹാരങ്ങളും പഴങ്ങളും കരുതിവെച്ചിരുന്നു.

രാജകുമാരനും രാജകുമാരിയും യാത്രചൊല്ലിയപ്പോൾ ജെർഡയ്ക്ക് കരച്ചിൽ വന്നു. അതുകണ്ട് കാക്കകളും കരയാൻ തുടങ്ങി. അവ കുറെ ദൂരം ജെർഡയെ അനുഗമിച്ചശേഷം, ദുഃഖത്തോടുകൂടി വിടപറഞ്ഞു. ഒരു മരക്കൊമ്പിലിരുന്ന്, വണ്ടി കണ്ണിൽനിന്നു മറയുന്നതുവരെ കാക്ക ചിറകിട്ടടിച്ചുകൊണ്ടിരുന്നു.

(5) കൊച്ചു കൊള്ളക്കാരി

ഇരുണ്ട കാട്ടിലൂടെയാണ് അവർ യാത്ര ചെയ്തത്. പക്ഷേ, വണ്ടിയുടെ തിളക്കം ടോർച്ചുപോലെ പ്രകാശം പരത്തി. കാട്ടിലെ കള്ളന്മാരെ അത് ആകർഷിക്കുകയും ചെയ്തു.

“അത് സ്വർണം തന്നെയാണ്” അവർ വിളിച്ചു പറഞ്ഞു. അവർ തിരക്കിട്ടുവന്ന് വണ്ടി തടഞ്ഞു. കുതിരയെ പിടിക്കുകയും, വണ്ടിക്കാരനെയും കൂടെയുള്ളവരെയും വധിക്കുകയും ചെയ്തു. എന്നിട്ട് ജെർഡയെ വണ്ടിയിൽനിന്ന് പുറത്തേക്ക് വലിച്ചിഴച്ചു.

“അവളുടെ തടികണ്ടില്ലേ? സുന്ദരിയുമാണ്. ഭക്ഷണം അണ്ടിപ്പരിപ്പുതന്നെയായിരിക്കും.” പ്രായമുള്ള കൊള്ളക്കാരി പറഞ്ഞു. അവൾക്കൊരു ഊശാൻ താടിയും കണ്ണിലേക്ക് തൂങ്ങിക്കിടക്കുന്ന പുരികങ്ങളും ഉണ്ടായിരുന്നു.

“തടിച്ച ആട്ടിൻ കുട്ടിതന്നെ. നല്ല രുചിയുണ്ടാവും” അങ്ങനെ പറഞ്ഞ് കൊള്ളക്കാരി സ്ത്രീ തിളങ്ങുന്ന കത്തി പുറത്തെടുത്തു. അവൾ കത്തി ഉയർത്തിയ ഉടനെ, കൊള്ളക്കാരിയുടെ മകൾ അമ്മയെ പിന്നിൽ നിന്നു പടിച്ച് ചെവിയിൽ ശക്തിയിൽ കടിച്ചു. ജെർഡയെ കൊല്ലാൻ കഴിയാത്തതിൽ കൊള്ളക്കാരി അമർഷം പൂണ്ടു.

“അവൾക്ക് എന്റെ കൂടെ കളിക്കാം. എന്റെ കൂടെ ഉറങ്ങുകയും ചെയ്യാം. അവളുടെ മനോഹര വസ്ത്രങ്ങളും കൈയുറയും എനിക്കു തരികയും ചെയ്യും.” കൊള്ളക്കാരിയുടെ മകൾ പറഞ്ഞു. അവൾ അമ്മയുടെ ചെവിയിൽ വീണ്ടും കടിച്ചപ്പോൾ മറ്റു കൊള്ളക്കാർ ചിരിച്ചു.

കൊച്ചുകൊള്ളക്കാരി തന്നിഷ്ടക്കാരിയായിരുന്നു. അവൾ ജെർഡയുടെ കൂടെ വണ്ടിയിൽ കയറി കാട്ടിന്റെ ഉള്ളിലേക്ക് യാത്ര ചെയ്തു. അവൾക്ക് ജെർഡയുടെ അത്രതന്നെ ഉയരമുണ്ടായിരുന്നു. എന്നാൽ അവളെക്കാൾ ആരോഗ്യവും ശക്തിയും ഉണ്ടായിരുന്നു. ദേഹം കറുപ്പുനിറമാ

ണ്. കറുത്തകണ്ണുകളിൽ ഏതോ ദുഃഖത്തിന്റെ നിഴൽ വീശിയിരുന്നു. ജെർഡയെ ദേഹത്തോടുചേർത്ത് കൊച്ചുകൊള്ളക്കാരി പറഞ്ഞു:

"ഞാൻ നിന്നെ ഇഷ്ടപ്പെടുന്നേടത്തോളം കാലം അവർ നിന്നെ കൊല്ലില്ല. നീയൊരു രാജകുമാരിയാണോ?"

"അല്ല" ജെർഡ അവളെ സംബന്ധിച്ച എല്ലാവിവരവും പറഞ്ഞു. കളിക്കൂട്ടുകാരൻ കെയെ ഏറെ ഇഷ്ടപ്പെടുന്ന കാര്യവും വ്യക്തമാക്കി.

കൊച്ചുകൊള്ളക്കാരി അവളുടെ മുഖത്ത് ഉറ്റുനോക്കി തലയിളക്കി പറഞ്ഞു:

"എനിക്ക് നിന്നോട് ദേഷ്യം തോന്നിയാലും അവർ നിന്നെ വധിക്കില്ല. അപ്പോൾ അതു ഞാൻ തന്നെ ചെയ്യും." അവൾ ജെർഡയുടെ കണ്ണീർ തുടച്ചുകൊടുത്തു.

വാഹനം കൊള്ളക്കാരുടെ കോട്ടയുടെ മുറ്റത്തു ചെന്നുനിന്നു. കോട്ട പാതിയും തകർന്നനിലയിലായിരുന്നു. കവാടത്തിൽ കാക്കകൾ പറക്കുന്നുണ്ടായിരുന്നു. ആളുകളെ ജീവനോടെ വിഴുങ്ങുന്ന കൂറ്റൻ നായ്ക്കൾ വാഹനത്തിനു ചുറ്റും വന്നുനിന്നു. പക്ഷേ, അവ കുരച്ചില്ല. അങ്ങനെയായിരുന്നു പരിശീലനം.

പുകനിറഞ്ഞ വലിയൊരു ഹാളിലേക്കാണ് അവർ കടന്നത്. വലിയൊരു പാത്രത്തിൽ സൂപ്പ് തിളയ്ക്കുന്നുണ്ടായിരുന്നു. ഒരിടത്ത് മുയലിറച്ചി പൊരിക്കുന്നുണ്ടായിരുന്നു.

"ഇന്നുരാത്രി നിനക്ക് എന്റെ കൂടെ, എന്റെ വളർത്ത് ജന്തുക്കളോടൊപ്പം ഉറങ്ങാം" കൊച്ചുകൊള്ളക്കാരി പറഞ്ഞു. ഭക്ഷണത്തിനുശേഷം അവരൊരു മൂലിയിലെത്തി. അവിടെ വൈക്കോലും ഒരു കഷണം കാർപ്പെറ്റും ഉണ്ടായിരുന്നു. തട്ടിൻ മുകളിൽ നൂറുകണക്കിനു പ്രാവുകൾ ഉറങ്ങുന്നതുപോലെതോന്നി. എന്നാൽ പെൺകുട്ടികൾ വരുന്നതു കണ്ടപ്പോൾ അവ ഇളകിപ്പറന്നു.

"ഇവരൊക്കെ എന്റെ കൂട്ടുകാരാണ്." അങ്ങനെ പറഞ്ഞ് ജെർഡയുടെ കൂട്ടുകാരി ഒരു പ്രാവിന്റെ കാലിൽ പിടികൂടി. കുത്തനെ പിടിച്ചപ്പോൾ അത് ചിറകിട്ടടിച്ചു. അവൾ ജെർഡയോട് അതിനൊരു ഉമ്മകൊടുക്കാൻ പറഞ്ഞു. അടുത്തുതന്നെ അഴികൾക്കിടയിൽ രണ്ടു കാട്ടുപ്രാവുകളെ അടച്ചിട്ടിരുന്നു. അവ ഇണങ്ങാത്തതുകൊണ്ട് പറന്നുപോകാതിരിക്കാനാണത്. പ്രിയപ്പെട്ട കലമാന്റെ അടുത്താണ് പിന്നീടവർ എത്തിയത്. കൊച്ചുകൊള്ളക്കാരി അതിന്റെ കൊമ്പുപിടിച്ചു. അതിന്റെ കഴുത്തിൽ ഒരു ചെമ്പുവളയം ഇട്ടിരുന്നു. അതിലൊരു കയർ കെട്ടി വലിയൊരു കല്ലിൽ ബന്ധിച്ചിരുന്നു. കൊള്ളക്കാരി നീളമുള്ള ഒരു കത്തി അതിന്റെ കഴുത്തിൽവെച്ച് അമർത്തി. പാവം മാൻ ഭയന്നുവിറച്ച് തുള്ളിച്ചാടി. അതു കണ്ട് അവൾ പൊട്ടിച്ചിരിച്ചു. പിന്നെ രണ്ടുപേരും ഉറങ്ങാൻ കിടന്നു.

"കിടന്നുറങ്ങുമ്പോഴും ഈ കത്തി കൈയിൽ സൂക്ഷിക്കുമോ?" ജെർഡ ഭയത്തോടുകൂടി ചോദിച്ചു.

"ഞാനെപ്പോഴും കത്തി അടുത്തുതന്നെ വെച്ചാണ് ഉറങ്ങാറുള്ളത്"

കൊള്ളക്കാരി പറഞ്ഞു. "എന്താണ് സംഭവിക്കുക എന്ന് ആർക്കും പറയാൻ പറ്റില്ല. നീ നിന്നെക്കുറിച്ചും, കെയെക്കുറിച്ചും പറഞ്ഞ കാര്യങ്ങളെല്ലാം ഒരിക്കൽക്കൂടി പറയുന്നതുകേൾക്കട്ടെ."

ജെർഡ വീണ്ടും സ്വന്തം കഥ പറയാൻ തുടങ്ങി. അപ്പോൾ തടവിലിട്ട കാട്ടുപ്രാവുകൾ ശ്രദ്ധിച്ചു. മറ്റുള്ളവർ ഉറക്കമായിരുന്നു. കൊള്ളക്കാരി ഒരു കൈ ജെർഡയുടെ കഴുത്തിലിട്ടു. മറ്റെ കൈ വാളിൽ പിടിച്ചുകൊണ്ട് ഉറക്കമായി. എന്നാൽ ജെർഡയ്ക്ക് ഒട്ടും ഉറക്കം വന്നില്ല. എന്താണ് സംഭവിക്കുക എന്ന് ഒരു രൂപവുമില്ല. തന്റെ ജീവൻതന്നെ അപകടത്തിലാകുമോ? തീക്കു ചുറ്റുമിരുന്ന് കൊള്ളക്കാർ തിന്നുകയും കുടിക്കുകയും ചെയ്യുന്നുണ്ടായിരുന്നു. ജെർഡയ്ക്ക് അന്ന് ഒരു കാളരാത്രി തന്നെയായിരുന്നു.

അപ്പോൾ കാട്ടുപ്രാവുകൾ പറഞ്ഞു: "ഞങ്ങൾ കൊച്ചു കെയെ കണ്ടിട്ടുണ്ട്. ഹിമറാണിയുടെ വണ്ടിയിലാണ് അവൻ സഞ്ചരിക്കുന്നത്. കാട്ടിൽ ഞങ്ങളുടെ കൂടിന്നടുത്തുകൂടി വണ്ടി കടന്നുപോയിരുന്നു. ഒരു വെളുത്ത കോഴിയാണ് വണ്ടി വലിക്കുന്നത്. ഹിമറാണിയുടെ ശ്വാസം തട്ടി തങ്ങളുടെ കുഞ്ഞുങ്ങളെല്ലാം ചത്തുപോയി."

"കൂട്ടിൽനിന്ന് എന്താണ് നിങ്ങൾ പറയുന്നത്?" ജെർഡ ചോദിച്ചു. "ഹിമറാണി എവിടേക്കാണ് പോയതെന്ന് നിങ്ങൾക്കറിയാമോ?"

"എപ്പോഴും മഞ്ഞും ഹിമവുമുള്ള ലാപ്ലാന്റിലേക്കാണ് അവർ പോയിട്ടുണ്ടാവുക. കലമാനോടു ചോദിച്ചാൽ കൂടുതൽ അറിയാം."

കലമാൻ പറഞ്ഞു: "ഹിമറാണിയുടെ കൊട്ടാരം അങ്ങ് വടക്ക് ധ്രുവത്തിലുള്ള ദ്വീപിലാണ്. ലാപ്ലാന്റിൽ അവരുടെ വേനൽക്കാലവസതിയാണ്. ചുറ്റും മഞ്ഞും ഹിമവും. ആരോഗ്യവും സന്തോഷവും നൽകുന്ന അന്തരീക്ഷം. അവിടെ ചാടുകയും ഓടുകയും ഒക്കെയാവാം."

"ഓ, എന്റെ പ്രിയപ്പെട്ട കെയ്" ജെർഡ നെടുവീർപ്പിട്ടു.

"മിണ്ടാതെ കിടന്നുറങ്ങ്. അല്ലെങ്കിൽ കത്തികൊണ്ട് ഒരു കുത്ത് തരും" കൊച്ചുകൊള്ളക്കാരി പറഞ്ഞു.

പിറ്റേന്നു രാവിലെ ജെർഡ കാട്ടുപ്രാവുകൾ പറഞ്ഞ വിവരമെല്ലാം കൂട്ടുകാരിയോടു പറഞ്ഞു. അവൾ കലമാനോട് വിവരം തിരക്കി അപ്പോൾ കലമാൻ പറഞ്ഞു:

"എന്നെക്കാൾ ലാപ്ലാന്റിനെക്കുറിച്ച് അറിയുന്നവർ ആരുണ്ട്? ഞാൻ ജനിച്ചതും കളിച്ചുവളർന്നതുമെല്ലാം അവിടത്തെ മഞ്ഞുവയലിലാണ്."

കൊച്ചുകൊള്ളക്കാരി, ജെർഡയെ ആശ്വസിപ്പിച്ചുകൊണ്ടു പറഞ്ഞു: "ഞാൻ പറയുന്നത് ശ്രദ്ധിക്ക്. പകൽ പുരുഷന്മാർ എല്ലാവരും പുറത്തുപോയാലും അമ്മ ഇവിടെക്കാണും. ഉച്ചയായാൽ അവർ ഒരു വലിയ ഫ്ളാസ്കിൽനിന്ന് ഒരു ദ്രാവകം കുടിക്കും. പിന്നെ ഉറക്കമാണ്. അപ്പോൾ നിന്നെ സഹായിക്കാൻ കഴിയുമോ എന്നു നോക്കട്ടെ." അവൾ കിടക്കയിൽ ചാടിയെണീറ്റ് അമ്മയുടെ ഊശാൻ താടിപിടിച്ചു വലിച്ച് സുപ്ര

ഭാതം പറഞ്ഞു. അമ്മയാകട്ടെ, മകളുടെ മൂക്കിനൊരു ഇടികൊടുത്ത് സ്നേഹം പ്രകടിപ്പിച്ചു.

ഫ്ളാസ്കിലെ ദ്രാവകം കുടിച്ച് അമ്മ ഉറക്കമായപ്പോൾ കൊച്ചുകൊള്ളക്കാരി കലമാന്റെ അടുത്തുചെന്നു പറഞ്ഞു:

"കത്തി നിന്റെ കഴുത്തിൽവെച്ച് ഞാനിപ്പോൾ തമാശ കാണിക്കുന്നില്ല. ഞാൻ നിന്നെ കെട്ടഴിച്ചു പുറത്തിറക്കാൻ പോവുകയാണ്. നീ ലാപ്‌ലാന്റിലേക്ക് ഓടണം. ഈ കൊച്ചു പെൺകുട്ടിയെ പുറത്തുകയറ്റി നീ ഹിമറാണിയുടെ കൂടെയുള്ള കളിക്കൂട്ടുകാരന്റെ അടുത്തെത്തിക്കണം."

കലമാൻ സന്തോഷംകൊണ്ട് തുള്ളിച്ചാടി. കൊള്ളക്കാരി ജെർഡയെ പൊക്കിയെടുത്ത് മാനിന്റെ പുറത്തുകയറ്റി ബന്ധിച്ചു. ഇരിക്കാൻ ഒരു ചെറിയ കുഷ്യനും കൊടുത്തു. അവൾ ഷൂസ് ധരിച്ചിരുന്നു. എന്നാൽ അവളുടെ മനോഹരമായ കൈയുറ കൊച്ചുകൊള്ളക്കാരി കൊടുത്തില്ല. പകരം മുട്ടുവരെയെത്തുന്ന അമ്മയുടെ കൈയുറയാണ് കൊടുത്തത്. അത് ജെർഡയെ ധരിപ്പിച്ച് കൂട്ടുകാരി പറഞ്ഞു:

"നിന്നെയിപ്പോൾ കണ്ടാൽ വൃത്തികെട്ട എന്റെ അമ്മയെപ്പോലെയുണ്ട്."

ജെർഡ സന്തോഷംകൊണ്ടു കരഞ്ഞു.

വിശക്കുമ്പോൾ കഴിക്കാൻ ഇറച്ചിയും റൊട്ടിയും കൊള്ളക്കാരി പൊതിഞ്ഞുകൊടുത്തു. അവൾ കലമാനെ കെട്ടഴിച്ചു പുറത്തിറക്കി പറഞ്ഞു:

"ഓടുമ്പോൾ പെൺകുട്ടിയെ പ്രത്യേകം ശ്രദ്ധിക്കണം."

നീണ്ട കൈയുറയോടുകൂടി ജെർഡ കൈനീട്ടി യാത്രപറഞ്ഞു. കലമാൻ ഉടൻ കുതിച്ചുപാഞ്ഞു. കാട്ടിലൂടെയും ചതുപ്പു നിലത്തിലൂടെയും കുറ്റിച്ചെടികൾക്കിടയിലൂടെയും അവർ മുമ്പോട്ടുപോയി. ചെന്നായ്ക്കൾ ഓരിയിടുകയും കാക്കകൾ കരയുകയും ചെയ്യുന്നുണ്ടായിരുന്നു.

വടക്കൻ ധ്രുവപ്രദേശത്തിലെ പ്രകാശം അവരുടെ കണ്ണിൽപ്പെട്ടു. "നോക്ക്, എന്തൊരു ഭംഗി!" കലമാൻ പറഞ്ഞു. അതോടുകൂടി ഓട്ടത്തിന് വീണ്ടും വേഗം കൂടി. രാത്രിയും പകലും ഒരേ ഓട്ടംതന്നെ. അതിനിടെ റൊട്ടിയും ഇറച്ചിയും തിന്നു തീർന്നിരുന്നു. ഒടുവിൽ ലാപ്‌ലാന്റിൽ അവർ എത്തിച്ചേർന്നു.

(6) ലാപ്‌ലാന്റ് സ്ത്രീയും ഫിൻലാന്റ് സ്ത്രീയും

ഒരു ചെറിയ കുടിലിനുമുമ്പിൽ അവർ നിന്നു. അതിന്റെ മേൽപ്പുരയ്ക്ക് ഒട്ടും ഉയരമുണ്ടായിരുന്നില്ല. വാതിലാണെങ്കിൽ വളരെ ചെറുത്. മുട്ടിൽ ഇഴഞ്ഞിട്ടുവേണം അകത്തു കടക്കാൻ. തെല്ലും വൃത്തിയില്ലാത്ത പരിസരം. പ്രായമായ ഒരു ലാപ്‌ലാന്റ് സ്ത്രീ മാത്രമേ അവിടെ ഉണ്ടായിരുന്നുള്ളൂ. അവർ മത്സ്യക്കറി പാകംചെയ്യുകയായിരുന്നു.

കലമാൻ വൃദ്ധസ്ത്രീയെ പരിചയപ്പെട്ട്, ജെർഡയെക്കുറിച്ചും തന്നെ

ക്കുറിച്ചും ഉള്ള എല്ലാ വിവരങ്ങളും പറഞ്ഞു. തണുപ്പുകൊണ്ട് വിറയ്ക്കുന്ന ജെർഡയ്ക്ക് ഒന്നും സംസാരിക്കാൻ പറ്റിയില്ല.

"പാവങ്ങൾ" ലാപ്ലാന്റ് സ്ത്രീ പറഞ്ഞു. "നിങ്ങൾക്ക് ഒരുപാടു ദൂരം ഇനിയും പോകേണ്ടതുണ്ട്. നൂറുനാഴികയെങ്കിലും ഇനിയും സഞ്ചരിച്ചാലേ, ഹിമറാണി താമസിക്കുന്ന ഫിൻലാന്റിലെത്തൂ. എല്ലാ വൈകുന്നേരവും അവിടെ നീലവെളിച്ചം കത്തിച്ചുവെക്കാറുണ്ട്. അവിടെയുള്ള ഫിൻലാന്റ് സ്ത്രീക്ക് ഞാനൊരു എഴുത്തുതരാം. അവൾ നിങ്ങൾക്കു വേണ്ട നിർദേശങ്ങൾ തരും."

ഭക്ഷണം കഴിഞ്ഞപ്പോൾ ജെർഡയ്ക്ക് ഉന്മേഷം വീണ്ടുകിട്ടി. ലാപ്ലാന്റ് സ്ത്രീ ഉണക്കമത്സ്യത്തിന്റെ തോലിൽ ഏതാനും വാക്കുകൾ എഴുതി അവളെ ഏൽപ്പിച്ചു. ജെർഡയെ മാനിന്റെ പുറത്തുകയറ്റിയിരുത്തി സ്ത്രീ യാത്രയാക്കി.

കുറെദൂരം പോയപ്പോൾ വടക്കെ ധ്രുവത്തിൽ അതിമനോഹരമായി നീലവെളിച്ചം പ്രകാശിക്കാൻ തുടങ്ങി. അലങ്കരിക്കപ്പെട്ട ഫിൻലാന്റിൽ എത്തിയ അവർ കത്തുകൊടുക്കേണ്ട സ്ത്രീയെ അന്വേഷിച്ചു കണ്ടെത്തി. അവരുടെ വീടിന് വാതിലുണ്ടായിരുന്നില്ല. അതുകൊണ്ട് പുകക്കുഴലിൽ മുട്ടിയാണ് അവരെ വിളിച്ചത്.

അകത്ത് വലിയ ചൂടായിരുന്നു. അതുകൊണ്ട് സ്ത്രീ വസ്ത്രങ്ങളൊന്നും ധരിച്ചിരുന്നില്ല. ഉയരം കുറഞ്ഞ്, വൃത്തികെട്ട ഒരു രൂപമായിരുന്നു അവളുടേത്. അവൾ ജെർഡയുടെ വസ്ത്രങ്ങളും കൈയുറയും ഷൂസും മറ്റും അഴിച്ചുമാറ്റി, നെറുകയിൽ ഒരു കഷണം ഐസ് വെച്ചു കൊടുത്തു. കലമാന്റെ തലയിലും ഐസ് കഷണംവെച്ചു. അവൾ കത്തു വാങ്ങി മൂന്നുപ്രാവശ്യം വായിച്ചു കാണാപ്പാഠമാക്കി. അതിനുശേഷം ഉണക്കമീൻ കഞ്ഞിപ്പാത്രത്തിലേക്കിട്ടു.

കലമാൻ സ്വന്തം കഥ ആവർത്തിച്ചു. ജെർഡയുടെ സാഹസികയാത്രയെക്കുറിച്ചു പറഞ്ഞു. ഫിൻലാന്റ് സ്ത്രീ കണ്ണുമിഴിച്ചു കേട്ടതല്ലാതെ ഒന്നും പറഞ്ഞില്ല.

"നിങ്ങൾ അതിശക്തയാണെന്ന് എനിക്കറിയാം" കലമാൻ പറഞ്ഞു. "ലോകത്തിലെ എല്ലാ കാറ്റിനേയും ഒരു ചരടിൽ കെട്ടിയിടാൻ നിങ്ങൾക്കു കഴിയും. അതിൽ ഒരു കെട്ടഴിച്ചാൽ നാവികന് അനുകൂലമായ കാറ്റ് വീശും. രണ്ടാമത്തെ കെട്ടഴിച്ചാൽ കാറ്റ് കൂടുതൽ ശക്തിപ്പെടും. മൂന്നാമത്തെ കെട്ടഴിക്കുകയാണെങ്കിൽ കൊടുങ്കാറ്റടിച്ച് മരങ്ങൾ കടപുഴകിവീഴുകയും തിരമാലകൾ കപ്പലിനെ വിഴുങ്ങുകയും ചെയ്യും. ഹിമറാണിയെ പരാജയപ്പെടുത്താൻ ഈ പെൺകുട്ടിക്ക്, പന്ത്രണ്ടുപേരുടെ ശക്തി നൽകുന്ന ഒരു പാനീയം തയാറാക്കി കൊടുക്കാൻ ദയകാണിക്കുമോ?"

"പന്ത്രണ്ടുപേരുടെ ശക്തി" അത് അവൾക്ക് സഹായമാവും അങ്ങനെ പറഞ്ഞ് സ്ത്രീ എഴുന്നേറ്റു. അലമാരയിൽനിന്ന് തോലിന്റെ വലിയൊരു ചുരുൾ പുറത്തെടുത്തു. അതിലെഴുതിയതു വായിച്ചപ്പോൾ അവളുടെ നെറ്റിയിൽ വിയർപ്പുപൊടിഞ്ഞു.

ജെർഡയ്ക്കുവേണ്ടി കലമാൻ വീണ്ടും യാചിച്ചു. ജെർഡയുടെ കണ്ണീരും വിഷമവും കണ്ടപ്പോൾ സ്ത്രീയുടെ മനസലിഞ്ഞു. അവൾ കലമാനെ ഒരു മൂലയിലേക്ക് കൂട്ടിക്കൊണ്ടുപോയി. അതിന്റെ തലയിൽ ഒരു ഐസ്കട്ട വെച്ചിട്ടു പറഞ്ഞു:

"കെയ് ഇപ്പോഴും ഹിമറാണിയുടെ കൂടെയാണുള്ളത്. അവിടെ എല്ലാം കെയുടെ ഹിതത്തിനനുസരിച്ചാണ്. അതുകൊണ്ട് ലോകത്തിലെ ഏറ്റവും നല്ല സ്ഥലം അതാണെന്ന് അവൻ കരുതുന്നു. മാന്ത്രികക്കണ്ണാടിയുടെ ഒരു ചീള് അവന്റെ ഹൃദയത്തിലും മറ്റൊന്ന് അവന്റെ കണ്ണിലുമുണ്ട്. അത് അങ്ങനെ ആയിരിക്കുന്നിടത്തോളം കാലം ഹിമറാണിയുടെ സ്വാധീനത്തിൽനിന്ന് അവന് മോചനമില്ല."

"അങ്ങനെ ആകാതിരിക്കാൻ ജെർഡയ്ക്ക് എന്തെങ്കിലും സഹായം ചെയ്തു കൊടുത്തു കൂടെ?"

"അവൾക്ക് ഇപ്പോഴുള്ളതിനെക്കാൾ വലിയൊരു ശക്തി നൽകാൻ ഞാൻ അശക്തയാണ്. മൃഗങ്ങളും മനുഷ്യരും അവളെ സേവിക്കുന്നതു കണ്ടില്ലേ? അവളുടെ ശക്തി അവളുടെ ഹൃദയത്തിൽനിന്നു പുറപ്പെടുന്നതാണ്. നിഷ്കളങ്കയായ ഒരു നല്ല കുട്ടിയാണവൾ. ഹിമറാണിയുടെ കൊട്ടാരത്തിൽകടന്ന്, ഗ്ലാസ് പാളികളിൽനിന്ന് കൂട്ടുകാരനെ രക്ഷപ്പെടുത്താൻ അവൾക്ക് കഴിയുന്നില്ലെങ്കിൽ, നമുക്ക് ഒന്നും ചെയ്യാൻ പറ്റില്ല. ഹിമറാണിയുടെ തോട്ടത്തിലേക്ക് ഇവിടെനിന്ന് പത്തുനാഴിക ദൂരമുണ്ട്. ഇവളെ അവിടേക്കുകൊണ്ടുപോകണം. എന്നിട്ട് മഞ്ഞുമൂടിയതും ചെറിയ ചുവപ്പുപഴങ്ങളുള്ളതുമായ കുറ്റിക്കാട്ടിൽ അവളെ ഇറക്കിവിടണം. സമയം കളയേണ്ട. വേഗം തിരിച്ചുവരണം." അങ്ങനെ പറഞ്ഞ് ഫിൻലാന്റ് സ്ത്രീ ജെർഡയെ മാനിന്റെ പുറത്തു കയറ്റിയിരുത്തി. മാൻ അവളേയുംകൊണ്ട് കുതിച്ചു.

"ഞാനെന്റെ ഷൂസ് എടുത്തില്ലല്ലോ. എന്റെ കൈയുറയും മറന്നു" ജെർഡ കരഞ്ഞുകൊണ്ടു പറഞ്ഞു. കടുത്ത തണുപ്പേറ്റപ്പോഴാണ് അവൾ അക്കാര്യം ശ്രദ്ധിച്ചത്. എന്നാൽ കലമാൻ വഴിക്കുനിൽക്കാതെ ഓടി ചുവപ്പു ഫലങ്ങളുള്ള കുറ്റിക്കാട്ടിലെത്തി. അവളെ അവിടെ ഇറക്കി, ഉമ്മ കൊടുത്ത്, തിരിച്ചുയാത്രയായപ്പോൾ മാനിന്റെ കണ്ണുകൾ നിറഞ്ഞൊഴുകി. ഫിൻലാന്റിലെ ഭയപ്പെടുത്തുന്ന തണുപ്പിൽ ബൂട്ട്സോ കൈയുറയോ ഇല്ലാതെ പാവം ജെർഡ തനിച്ച് അവിടെനിന്നു.

അവൾ അതിവേഗം മുമ്പോട്ടു പാഞ്ഞു. അപ്പോൾ ഒരുകൂട്ടം ജീവനുള്ള ഹിമപാളികൾ ജെർഡയെ എതിരേൽക്കാനെത്തി. അടുത്തെത്തുന്തോറും അവ വലുതായി വന്നു. ഭൂതക്കണ്ണാടിയിൽക്കൂടി കാണുന്നതുപോലെ അവ ഭീമാകാരമായിത്തോന്നി. അവ ഹിമറാണിയുടെ സംരക്ഷകരായിരുന്നു. വിചിത്രമായ രൂപങ്ങളാണ് അവയ്ക്കുണ്ടായിരുന്നത്. ചിലത് പേടിപ്പെടുത്തുന്ന മുള്ളൻ പന്നിയെപ്പോലെ തോന്നിച്ചു. ചിലത് ഇഴയുന്ന പാമ്പുകളുടെ വ്യൂഹംപോലെ. വേറെ ചിലത് രോമാവൃതമായ കരടിയെ

പ്പോലെ. എല്ലാറ്റിന്റേയും നിറം തിളങ്ങുന്ന വെളുപ്പായിരുന്നു. ചലിക്കുന്ന ജീവനുള്ള മഞ്ഞുപാളികൾ!

കൊച്ചു ജെർഡ പ്രാർഥിക്കാൻ തുടങ്ങി. കടുത്ത തണുപ്പിൽ അവളുടെ നിശ്വാസം പുകപോലെ കാണപ്പെട്ടു. അവയ്ക്ക് കട്ടികൂടി. ഭൂമിയിൽ സ്പർശിച്ചതോടുകൂടി അവ കൊച്ചുദേവതകളായി മാറി. അവ ഹെൽമറ്റ് ധരിച്ചിരുന്നു. കൈയിൽ കുന്തവും പരിചയും. അവയുടെ എണ്ണം വർധിച്ചുവന്നു. ജെർഡ പ്രാർഥിച്ചു കഴിഞ്ഞതോടുകൂടി അവൾക്കു ചുറ്റും അവ അണിനിരന്നു. ഹിമപാളികളെ അവ കുന്തംകൊണ്ട് കുത്തി നൂറു കഷണങ്ങളാക്കി. അപ്പോൾ ജെർഡയ്ക്ക് മുമ്പോട്ടു നീങ്ങാൻ പറ്റി. ദേവതകൾ അവളുടെ കാലിലും കൈയിലും ചുംബിച്ചു. അപ്പോഴാണ് തണുപ്പിന്റെ കാഠിന്യം അവൾക്ക് അനുഭവപ്പെട്ടത്. ജെർഡ അതിവേഗം ഹിമറാണിയുടെ കൊട്ടാരത്തിലേക്കു നടന്നു. അവൾ കൊട്ടാരത്തിന്റെ ഗേറ്റിൽ എത്തിയിട്ടും കെയ് അവളെക്കുറിച്ച് ചിന്തിച്ചില്ല.

(7) ഹിമറാണിയുടെ കൊട്ടാരം

ഹിമറാണിയുടെ കൊട്ടാരത്തിന്റെ ചുമരുകൾ ഹിമംകൊണ്ടു നിർമിച്ചതാണ്. വാതിലുകളും ജനലുകളും പണിതിട്ടുള്ളത് കാറ്റുകൊണ്ടും. നൂറുകണക്കിനു മുറികൾ. ഏറ്റവും വലുതിന് നിരവധി നാഴിക വിസ്താരമുണ്ട്. വടക്കെ ധ്രുവപ്രദേശത്തെ വെളിച്ചം എല്ലാ മുറികളിലും പ്രകാശം പരത്തുന്നു. ശൂന്യമായിക്കിടക്കുന്ന വിശാലമായ മുറികളിൽ അസഹ്യമായ തണുപ്പും മിന്നുന്ന വെളുപ്പും ഉണ്ടായിരുന്നു.

ആഹ്ലാദത്തിന്റേതായ യാതൊരു ശബ്ദവും അവിടെ കേട്ടില്ല. സന്തോഷം നൽകുന്ന കാഴ്ചകളും ഇല്ലായിരുന്നു. കാറ്റിന്റെ സംഗീതമില്ല. പിൻകാലിൽ എഴുന്നേറ്റുനിൽക്കുന്ന ധ്രുവക്കരടിയുമില്ല. എന്തെങ്കിലും പാർട്ടി നടക്കുന്നതിന്റെ ലക്ഷണവുമില്ല. ആകെയുള്ളത് വിശാലമായ ഹാളിലെ തണുത്ത ശൂന്യതമാത്രം. ഹാളിന്റെ നടുവിലായി വെള്ളം ഉറച്ചുകട്ടിയായ ഒരു തടാകമുണ്ടായിരുന്നു. അതിന്റെ മിന്നുന്ന കഷണങ്ങളെല്ലാം ഒരേ ആകൃതിയുള്ള ഉദാത്തമായ കലാരൂപങ്ങളായി തോന്നിച്ചു. അതിന്റെ നടുവിലാണ് ഹിമറാണി ഇരിക്കാറുള്ളത്. ലോകത്തിന്റെ അപൂർവമായ 'കാരണങ്ങളുടെ കണ്ണാടി' എന്ന് അവരതിനെ വിശേഷിപ്പിക്കാറുണ്ടായിരുന്നു.

കെയ് തണുപ്പുകൊണ്ട് നീലിച്ച് ഏതാണ്ട് കറുപ്പു നിറമായിരുന്നു. എന്നാൽ അവന്റെ ഹൃദയം ഒരു ഐസ് കട്ടയായി മാറിയിരുന്നതുകൊണ്ട് അവനത് അനുഭവപ്പെട്ടില്ല. അവൻ ശ്രദ്ധിച്ചത് ഐസ് കഷണങ്ങൾ ചേർത്ത് വിചിത്രമായ പൂർണരൂപങ്ങൾ നിർമിക്കുന്നതിനാണ്. അവ ഒരു കടങ്കഥപോലെ മനോഹരമായി അവനുതോന്നി. അതിനു കാരണമായത് അവന്റെ കണ്ണിലെ കണ്ണാടിച്ചീളുകളാണ്. പലപ്പോഴും അവൻ വാക്കുകൾക്ക് രൂപംകൊടുക്കുമായിരുന്നു. എന്നാൽ അനന്തതയ്ക്ക് രൂപം നൽകാൻ അവനു കഴിഞ്ഞില്ല. അങ്ങനെ ചെയ്യാൻ കഴിഞ്ഞാൽ അവൻ

സ്വയം യജമാനനായി മാറുമെന്നും, അപ്പോൾ പുതിയ രണ്ടു തെന്നുവണ്ടിയോടൊപ്പം ലോകം മുഴുവനും അവന് നൽകാമെന്നും ഹിമറാണി പറഞ്ഞിരുന്നു.

"ഉഷ്ണരാജ്യങ്ങളിൽ ഞാനൊരു സന്ദർശനത്തിന് പോവുകയാണ്" ഹിമറാണി പറഞ്ഞു. "അഗ്നിപർവതങ്ങൾക്കുമുകളിൽ ഞാൻ മഞ്ഞുകൊണ്ടുമൂടും. ഓറഞ്ച് തോട്ടത്തിനും മുന്തിരിവള്ളികൾക്കും അത് ഗുണം ചെയ്യും."

കെയെ തനിച്ചാക്കി ഹിമറാണി പറന്നകന്നു. വിശാലമായ മുറിയിൽ അവൻ തനിച്ചായി. ഐസ് കഷണങ്ങളിലേക്ക് നോക്കിയിരുന്നു ചിന്തിച്ച് അവന്റെ തലപുകഞ്ഞു. കെയ്, നിശ്ചലമായി ഇരിക്കുന്നതു കണ്ടാൽ തണുത്തു മരവിച്ചതുപോലെ തോന്നുമായിരുന്നു.

ആ സമയത്ത് ജെർഡ കൊട്ടാരവാതിൽ കടന്ന് അകത്തേക്കു നടന്നു. ശക്തിയേറിയ തണുത്ത കാറ്റ് വഴിതടഞ്ഞെങ്കിലും, അവൾ പ്രാർഥിക്കാൻ തുടങ്ങിയതോടെ അവ കെട്ടടങ്ങി. വിശാലമായ തണുത്ത ഹാളിൽ അവൾ പ്രവേശിച്ചു. അവൾ കെയ്യെ കണ്ടു. അവനെ തിരിച്ചറിഞ്ഞ ഉടനെ അവൾ ഓടിച്ചെന്ന് കഴുത്തിൽ കെട്ടിപ്പിടിച്ചു കരഞ്ഞു. 'എന്റെ പ്രിയപ്പെട്ട കെയ്, നിന്നെ ഒടുവിൽ ഞാൻ കണ്ടെത്തി.'

എന്നാൽ അവൻ ഒന്നും പറയാതെ നിശ്ചലനായി ഇരുന്നതേയുള്ളൂ. അവന്റെ ഭാവം ജെർഡയെ വല്ലാതെ വേദനിപ്പിച്ചു. അവളുടെ ചൂടുള്ള കണ്ണുനീർ അവന്റെ മാറിൽ പതിച്ചു. കണ്ണുനീർ ഹൃദയത്തിലേക്കിറങ്ങി ഐസ് കട്ടയെ അലിയിച്ചു. ഒപ്പം അതിനുള്ളിലെ കണ്ണാടിച്ചീളുകളും അലിഞ്ഞു. കെയ്, ജെർഡയുടെ നേർക്കു നോക്കി പാടി.

അവൾ പാടി : വിടരുന്നൂ, കൊഴിയുന്നൂ, റോസാപ്പൂവെല്ലാം
മറയുന്നുണ്ടതുപോലെ ബാല്യത്തിൻ ലോകം
എന്നുമാ സൗഭാഗ്യമാസ്വദിച്ചീടാൻ
എന്നെന്നും കുഞ്ഞുങ്ങളായിരുന്നെങ്കിൽ!

അതുകേട്ട ഉടനെ കെയ് പൊട്ടിക്കരഞ്ഞു. അവന്റെ കണ്ണീരിനോടൊപ്പം കണ്ണിലെ ചില്ലുപാളികൾ പുറത്തേക്ക് കലങ്ങിയൊലിച്ചു. അതോടുകൂടി അവന് പഴയകൂട്ടുകാരിയെ ഓർമവന്നു. അത്ഭുതസബ്ധനായി അവൻ പറഞ്ഞു:

"ജെർഡാ, എന്റെ പ്രിയപ്പെട്ട ജെർഡ, ഇത്രയും നാൾ നീ എവിടെയായിരുന്നു? ഞാൻ എവിടെയായിരുന്നു?" അവൻ ചുറ്റും നോക്കി. "എന്തു തണുപ്പാണിവിടെ? എത്ര വിശാലവും ശൂന്യവുമാണിവിടം?" അവൻ ജെർഡയെ കെട്ടിപ്പിടിച്ചു. അവൾ ചിരിക്കുകയും കരയുകയും ചെയ്തു. സന്തോഷംകൊണ്ട് ഐസ് കഷണങ്ങൾപോലും എഴുന്നേറ്റ് ഡാൻസ് ചെയ്യാൻ തുടങ്ങി. ക്ഷീണിച്ചപ്പോൾ കിടന്നു. അപ്പോൾ അക്ഷരങ്ങൾ ചേർന്ന് പുതിയൊരു വാക്ക് രൂപംകൊണ്ടു. ഹിമറാണി സൂചിപ്പിച്ച വാക്ക്. ആ വാക്ക് കണ്ടെത്തുന്നവൻ സ്വയം യജമാനനായി മാറുകയും, ലോകത്തിന്റെ മുഴുവൻ അവകാശിയായിത്തീരുകയും ചെയ്യും.

ജെർഡ കവിളിൽ ചുംബിച്ചപ്പോൾ കെയുടെ സ്വാഭാവികമായ നിറം തിരിച്ചുകിട്ടി. അവന്റെ കണ്ണുകളിൽ ചുംബിച്ചപ്പോൾ ജെർഡയുടെ കണ്ണുകൾപോലെ തിളങ്ങി. അവന്റെ കൈകളിലും പാദത്തിലും അവൾ ചുംബിച്ചു. അതോടുകൂടി കെയ് തനതായ രൂപം കൈവന്ന് ആരോഗ്യവാനും സന്തുഷ്ടനുമായി മാറി. ഹിമറാണി തിരിച്ചെത്തേണ്ട സമയമായിരുന്നു. അപ്പോഴേക്കും തിളങ്ങുന്ന ഹിമക്കട്ടയിൽ കണ്ണാടിയിലെന്നപോലെ അവന്റെ സ്വാതന്ത്ര്യം പ്രതിഫലിച്ചുകണ്ടു.

കെയും ജെർഡയും കൈകോർത്തുപിടിച്ച് പുറത്തിറങ്ങി. അവർ പ്രായമായ മുത്തശ്ശിയെക്കുറിച്ചും വീടിന്റെ ടെറസിൽ വളരുന്ന റോസാച്ചെടിയെക്കുറിച്ചും സംസാരിച്ചു. അവർ നടക്കാൻ തുടങ്ങിയപ്പോൾ കാറ്റ് ശാന്തമായി. ഇരുണ്ടമേഘങ്ങൾക്കിടയിൽനിന്ന് സൂര്യൻ പ്രകാശിച്ചു.

അവർ ചുവന്നഫലങ്ങളുള്ള കുറ്റിക്കാട്ടിലെത്തി. അവിടെ കലമാൻ അവരുടെ വരവും പ്രതീക്ഷിച്ച് കാത്തുനിൽക്കുന്നുണ്ടായിരുന്നു. കൂടെ മറ്റൊരു മാൻ കൂടിയുണ്ട്. അതിന്റെ അകിട് പാൽകൊണ്ട് വീർത്തിരുന്നു. രണ്ടുപേർക്കും ക്ഷീണംമാറ്റാൻ ഇളംചൂടുള്ള പാൽ മാൻ ചുരത്തിക്കൊടുത്തു.

മാനുകളുടെ പുറത്തുകയറി കെയും ജെർഡയും യാത്രതിരിച്ചു. ആദ്യം ഫിൻലാന്റ് സ്ത്രീയുടെ അടുത്തെത്തി. ദേഹം ചൂടുപിടിപ്പിച്ചു. തിരിച്ചുള്ള യാത്രയെക്കുറിച്ച് സ്ത്രീ നിർദേശങ്ങൾ കൊടുത്തു. പിന്നെ ലാപ്ലാന്റ് സ്ത്രീയുടെ വീട്ടിലെത്തി. അവർ പുതുവസ്ത്രങ്ങളും ഒരു തെന്നുവണ്ടിയും അവർക്ക് കൊടുത്തു. എല്ലാവരുംകൂടി അതിർത്തിവരെ ഒന്നിച്ചുയാത്ര ചെയ്തു. കലമാനുകളും ലാപ്ലാന്റ് സ്ത്രീയും അവിടെ വെച്ച് കെയോടും ജെർഡയോടും യാത്രപറഞ്ഞു പിരിഞ്ഞു.

ദിവസങ്ങൾക്കുശേഷം വീണ്ടും അവർ പക്ഷികളുടെ പാട്ടുകേട്ടു. കാട്ടിലെ മരങ്ങൾ മൊട്ടിടുകയും പുഷ്പിക്കുകയും ചെയ്തു. എങ്ങും പുത്തൻ ഇലകൾ വിരിഞ്ഞു. അപ്പോൾ മരങ്ങൾക്കിടയിൽനിന്ന് തന്റെ കുതിരപ്പുറത്ത് ഒരു ചെറുപ്പക്കാരി അവിടെ പ്രത്യക്ഷപ്പെട്ടു. തലയിൽ കടുംചുവപ്പുനിറമുള്ള തൊപ്പി, അരയിൽ കൈത്തോക്ക്, പഴയകൊച്ചു കൊള്ളക്കാരി! ജെർഡയ്ക്ക് ഉടനെ മനസിലായി. വീട്ടിൽ മടുപ്പുതോന്നിയതുകൊണ്ട് അവൾ ഉത്തരധ്രുവത്തിലേക്ക് യാത്ര പുറപ്പെട്ടിരിക്കയാണ്. വീണ്ടും കണ്ടുമുട്ടിയതിൽ ജെർഡയ്ക്കും കൊള്ളക്കാരിക്കും വലിയ സന്തോഷം തോന്നി.

"കെയ്, നീ സുന്ദരൻ തന്നെ. പക്ഷേ, ലോകത്തിന്റെ അറ്റംവരെ അന്വേഷിച്ചു പോകത്തക്കവിധം എന്തു പ്രത്യേകതയാണ് ഈ കുഴിമടിയനുള്ളത്?" കൊള്ളക്കാരി സ്വതസിദ്ധമായ ശൈലിയിൽ ചോദിച്ചു.

അപ്പോൾ കൊച്ചുകൊള്ളക്കാരിയുടെ കവിളിൽത്തലോടി ജെർഡ, രാജകുമാരനെയും രാജകുമാരിയെയുംപറ്റി ചോദിച്ചു.

"അവർ വിദേശപര്യടനത്തിന് പോയിരിക്കയാണ്" അവൾ മറുപടി പറഞ്ഞു.

"കാക്കകളോ?"

"ആൺകാക്ക ചത്തുപോയി. വിധവയായ ഭാര്യ കാലിൽ ഒരു കറുത്ത റിബൺകെട്ടി കരഞ്ഞുകൊണ്ട് നടക്കുന്നതു കാണാം. നീ എങ്ങനെയാണ് നിന്റെ കൂട്ടുകാരനെ കണ്ടുപിടിച്ചതെന്നു പറയൂ."

ജെർഡയും കെയും അവരുടെ എല്ലാ കഥകളും പറഞ്ഞു.

കൊള്ളക്കാരി രണ്ടുപേരുടെയും കൈപിടിച്ച്, എപ്പോഴെങ്കിലും അവരുടെ നാട്ടിലൂടെ കടന്നുപോകുമ്പോൾ വീണ്ടും കാണാമെന്നു പറഞ്ഞ് യാത്രയായി.

കെയും ജെർഡയും കൈപിടിച്ചുകൊണ്ട് മുമ്പോട്ടു നടന്നു. സുന്ദരമായ വസന്തകാലം എത്തിക്കഴിഞ്ഞിരുന്നു. എങ്ങും പച്ചിലകളും മനോഹരമായ പൂക്കളുംമാത്രം. നഗരത്തിലെത്തിയപ്പോൾ അവർ പള്ളിമണിയുടെ ശബ്ദംകേട്ടു. ഉയരമുള്ള ഗോപുരങ്ങൾ കണ്ണിൽപ്പെട്ടു. അത് അവരുടെ സ്വന്തം നഗരം തന്നെയായിരുന്നു. അവർ സന്തോഷപൂർവം നിരത്തിലൂടെ നടന്നു. ജെർഡയുടെ മുത്തശ്ശി താമസിക്കുന്ന ഇടത്തെത്തി. പടവുകൾ കയറി അവർ തങ്ങളുടെ പരിചിതമായ മുറിയിലെത്തി. ക്ലോക്ക് ശബ്ദിച്ചുകൊണ്ടിരുന്നു. എല്ലാം പഴയതുപോലെ, തുറന്നിട്ട ജനാലയ്ക്കു മുകളിൽ റോസാച്ചെടി വളർന്ന് പുഷ്പിച്ചു നിൽക്കുന്നു. അതിനുകീഴിൽ കുട്ടികളുടെ ഇരിപ്പിടങ്ങൾ. എന്നാൽ അവർ പഴയ കുട്ടികളായിരുന്നില്ല. അവർ കൈപിടിച്ച് ഇരിപ്പിടങ്ങളിൽ ഇരുന്നു. ഹിമറാണിയുടെ കൊട്ടാരത്തിലെ തണുപ്പും മോടിയും ഒരു ദുഃസ്വപ്നംപോലെ അവർക്കുതോന്നി.

മുത്തശ്ശി ദൈവത്തിന്റേതായ സൂര്യപ്രകാശത്തിലിരുന്ന് *ബൈബിൾ* വാക്യം വായിച്ചു: "കൊച്ചുകുട്ടികൾ അല്ലാത്തവർക്ക് ദൈവരാജ്യത്തിൽ പ്രവേശനം എളുപ്പമല്ല."

കെയും ജെർഡയും പരസ്പരം നോക്കി. പഴയഗാനം അവർക്ക് ഓർമവന്നു: വിടരുന്നൂ, കൊഴിയുന്നൂ റോസാപ്പൂവെല്ലാം

മറയുന്നുണ്ടതുപോലെ ബാല്യത്തിൻ ലോകം

എന്നുമാ സൗഭാഗ്യമാസ്വദിച്ചീടാൻ

എന്നെന്നും കുഞ്ഞുങ്ങളായിരുന്നെങ്കിൽ!

മുതിർന്നവരെങ്കിലും ഹൃദയത്തിൽ കുട്ടികളായ അവർ അവിടെയങ്ങനെ ഇരുന്നു. വേനലിന്റെ ശ്രേഷ്ഠമായ പ്രകാശം ചുറ്റും തെളിഞ്ഞു കാണാമായിരുന്നു.

www.ingramcontent.com/pod-product-compliance
Lightning Source LLC
LaVergne TN
LVHW040749051026
849519LV00007BA/2488
9789382328216